భగత్ సింగ్ జైలు డైరీ

AA000670

భగత్ సింగ్

డైమండ్ బుక్స్

www.diamondbooks.in

© ప్రచురణలో ఉంది

ప్రచురణకర్త   :   డైమండ్ పాకెట్ బుక్స్ (P) Ltd.

         X-30 ఓఖ్లా ఇండస్ట్రియల్ ఏరియా, ఫేజ్-II

         న్యూఢిల్లీ 110020

ఫోన్   :   011-40712200

ఈ-మెయిల్   :   wecare@diamondbooks.in

వెబ్‌సైట్   :   www.diamondbooks.in

వెర్షన్   :   2024

ప్రింటర్   :   రెప్రో (భారతదేశం)

భగత్ సింగ్ జైలు డైరీ (Jail Diary of Bhagat Singh-Telugu)

రచయిత: **భగత్ సింగ్** - *Bhagat Singh*

విప్లవం అనేది కష్టపడి పనిచేసే ఆలోచనాపరులు మరియు కష్టపడి పనిచేసే కార్మికుల ఉత్పత్తి. దురదృష్టవశాత్తు, భారత విప్లవం యొక్క మేధోపరమైన అంశం ఎల్లప్పుడూ బలహీనంగా ఉంది. అందువల్ల, విప్లవం యొక్క ముఖ్యమైన అంశాలు మరియు చేసిన పని యొక్క ప్రభావం పరిగణనలోకి తీసుకోబడలేదు. కాబట్టి, ఒక విప్లవకారుడు అధ్యయనం మరియు ధ్యానం తన పవిత్ర బాధ్యతగా చేయాలి.

భగత్ సింగ్

క్రమం

భగత్ సింగ్ జైలు డైరీ
గొప్ప ఆలోచనా ప్రయాణానికి అరుదైన సాక్ష్యం.

అక్టోబర్ 1967లో, నేను భారతీయ విప్లవకారుడు విజయ్ కుమార్ సిన్హాను కలిశాను. 1929లో బ్రిటిష్ ప్రభుత్వం లాహోర్ కుట్ర కేసుగా చరిత్రలో ప్రసిద్ధి చెందిన కేసులో అతనికి శిక్ష విధించింది. ఆ రోజుల్లో జరిగిన సంఘటనలను గుర్తు చేసుకుంటూ, లెనిన్ జీవిత చరిత్రను ఉరితీయడానికి కొన్ని గంటల ముందు వరకు చదువుతున్న గొప్ప భారతీయ విప్లవకారుడు భగత్ సింగ్ గురించి సిన్హా చెప్పారు.

ఆ ధైర్యవంతునికి ఎంత అద్వితీయమైన సంకల్ప శక్తి ఉంది! ఆ వివరించలేని పరిస్థితుల్లో, మరణశిక్షకు ముందు పుస్తకాన్ని చదవడం కానీ లెనిన్ వ్యక్తిత్వం యొక్క ప్రభావం చాలా బలంగా ఉంది, మారుమూల భారతదేశంలోని మరణశిక్ష ఖైదీలు అతని జీవితాన్ని వర్ణించే పంక్తులను జీవితాన్ని ఇచ్చే మూలం నుండి సిప్ చేస్తున్నట్లుగా చదివారు. ఉదయం సమయం అయింది. ఈ రోజున భగత్ సింగ్ వయసు ఇరవై మూడు సంవత్సరాల ఐదు నెలల ఇరవై ఆరు రోజులు. లాహోర్‌లోని ఒక వార్తాపత్రికను చూస్తున్నప్పుడు, భగత్ సింగ్ కళ్ళు ఇటీవల ప్రచురించబడిన లెనిన్ జీవిత చరిత్ర గురించి ఒక వ్యాసంపై పడ్డాయి.

లెనిన్ మీద ఒక పుస్తకం...ఏదయినా చదవాలనుకున్నాడు. వలసవాద "కోర్టు" తన తీర్పును ఇచ్చిందని మరియు అతను ఉరి తీయబడతాడని భగత్ సింగ్‌కు తెలుసు. తన ప్రియమైన వారిని చివరి చూపు చూడాలనేది మనిషి యొక్క గొప్ప కోరిక అయిన క్షణాలు. 'యుగ్ద్రష్టా భగత్ సింగ్ అండ్ హిజ్ మృత్యుంజయ్ పుర్ఖా' అనే పుస్తకంలో భగత్ సింగ్ మేనకోడలు వీరేంద్ర సింధు అతని చివరి రోజులను ఇలా వివరించింది. ఆమె ఇలా రాసింది – "లెనిన్ కంటే భగత్‌సింగ్‌కి సన్నిహితులు ఎవరు? అతను తన మరణానికి ముందు అతనిని కలవడానికి ఆసక్తిగా ఉన్నాడు మరియు అతనికి లెనిన్ జీవిత చరిత్ర చదవడం లెనిన్‌ను కలిసినట్లే."

1931లో బ్రిటీష్ వలస అధికారులచే ఉరితీయబడిన భగత్ సింగ్, భారతదేశం యొక్క అత్యుత్తమ విప్లవకారుడు మరియు జాతీయ వీరుడు, ఒక వీరోచిత జీవితం.

భారతదేశంతో పాటు, సోవియట్ యూనియన్ మరియు ఇతర దేశాలలో కూడా అతని గురించి పుస్తకాలు వ్రాయబడ్డాయి. నా పుస్తకం 'ఇండియా ఎబౌట్ లెనిన్'లో జైలులో ఉన్న ఈ ధైర్యవంతుడి గురించి 'భగత్ సింగ్ చదివిన పుస్తకాలు' అనే అధ్యాయం మొత్తం ఉంది.

జీవితానికి అంకితం. ఇప్పుడు పదేళ్ల తర్వాత భగత్ సింగ్ సోదరుడు కుల్బీర్ సింగ్ దయతో నాకు చూపించిన కొత్త పత్రాల గురించి నాకు తెలిసింది. అతని కుటుంబం మొత్తం అతని బంధువులకు సంబంధించిన అన్ని పత్రాలను సేకరించి భద్రపరుస్తుంది. భగత్ సింగ్ తీవ్రవాది నుండి భక్త మార్క్సిస్టుగా ఎలా పరిణామం చెందాడనే దానిపై ఈ పత్రాలు కొత్త వెలుగునిస్తాయి. ఇది అతని సహచరులపై భగత్ సింగ్ ప్రభావాన్ని మరియు వారి సైద్ధాంతిక అభివృద్ధిలో భగత్ సింగ్ పాత్రను వెల్లడిస్తుంది.

ఈ పత్రాలు భగత్ సింగ్ జైలు డైరీ, సారాంశాలు మరియు అతను చదివిన పుస్తకాల నుండి కోట్స్. వారి ఉనికి గురించిన జ్ఞానం భారతీయ వార్తాపత్రికలు మరియు మ్యాగజైన్ల నుండి వచ్చింది. 1968లో భారతీయ చరిత్రకారుడు జి. దేవల్ 'పీపుల్స్ పాత్' మ్యాగజైన్ కోసం 'షహీద్ భగత్ సింగ్' అనే వ్యాసాన్ని రాశారు, అందులో 200 పేజీల కాపీని ప్రస్తావించారు మరియు అనేక విషయాలపై భగత్ సింగ్ నోట్స్ ఉన్నాయని చెప్పడం అతని ఆసక్తి యొక్క విస్తృతిని తెలియజేస్తుంది. ఈ కాపీలో పెట్టుబడిదారీ విధానం, సోషలిజం, రాష్ట్ర ఆవిర్భావం, కమ్యూనిజం, మతం, సామాజిక శాస్త్రం, భారతదేశం, ఫ్రెంచ్ విప్లవం, మార్క్సిజం, ప్రభుత్వ రూపాలు, కుటుంబం మరియు అంతర్జాతీయవాదంపై గమనికలు ఉన్నాయి. దేవల్ ఈ గమనికలను చదివి, వాటిని ప్రచురించాలని పట్టుబట్టారు, అయినప్పటికీ అతని కోరిక ఇంకా నెరవేరలేదు.

మిస్టర్. దేవల్ వ్రాసిన ఈ డైరీ, విప్లవకారుడి ఇతర పత్రాలతో పాటు, భగత్ సింగ్ను మార్చి 23, 1931న ఉరితీసిన తర్వాత జైలు అధికారులు అతని కుటుంబానికి అందజేశారు మరియు ఇప్పుడు అతని సోదరుడు కుల్బీర్ సింగ్ ఆధీనంలో ఉంది. ఫరీదాబాద్లో నివసిస్తున్నారు. ఈ పత్రాల యొక్క ప్రామాణికత అవి విప్లవకారుడి కుటుంబంలో భద్రపరచబడిన వాస్తవం ద్వారా మాత్రమే నిర్ధారించబడింది; డైరీ పేజీల నిండా భగత్ సింగ్ రాసిన చిన్న అక్షరాలు ఉన్నాయి, అతను ఆంగ్లంలో వ్రాసేవాడు, కొన్ని చోట్ల ఉర్దూ కూడా వాడేవాడు. 68వ పేజీలో తేదీ: 12.7.1930 మరియు సంతకం: 'భగత్ సింగ్'.

ఈ పత్రాలు యువ విప్లవకారుడి గొప్ప ఆధ్యాత్మిక జీవితం, స్వీయ విద్య కోసం అతని కృషి మరియు జైలులో ఉన్న సమయంలో అతని సైద్ధాంతిక అన్వేషణపై వెలుగునిస్తాయి. ఈ కాగితాలను ఒక్కసారిగా చూస్తే కూడా వారి రచయిత అద్భుతమైన మేధస్సు ఉన్న వ్యక్తి అని, అతను తన అలవాటైన ఆలోచనా విధానాన్ని విడిచిపెట్టడంలో విజయం సాధించాడు మరియు ప్రగతిశీల పాశ్చాత్య ఆలోచనాపరుల ఆలోచనలను గ్రహించాడు. ఈ వ్యాఖ్యలలో, మార్క్సిజం పట్ల భగత్ సింగ్ ఆసక్తి బహుశా చాలా ముఖ్యమైనది. అతని దృక్కోణంలోని ఈ అంశాన్ని భారతదేశం మరియు ఇతర దేశాల బూర్జువా చరిత్రకారులు దాచడానికి ప్రయత్నిస్తున్నారు. అమెరికన్ చరిత్రకారులు జి. D. ఓవర్‌స్ట్రీట్ మరియు M. విండ్‌మిల్లర్ ఇలా పేర్కొన్నారు, "భారత కమ్యూనిస్ట్ పార్టీ ఈ సంబంధాన్ని ఎక్కువగా ఆధారం చేసుకుంది

భగత్ సింగ్‌ను పార్టీ హీరోగా చూపించే ప్రయత్నం చేశారు.

భగత్ సింగ్ నోట్స్, అతను చిన్న, చిన్న శీర్షికలతో వ్రాసాడు, అతని వ్యక్తిగత భావాలను కూడా ప్రతిబింబిస్తాయి. అతను స్వేచ్ఛ కోసం తహతహలాడుతున్నాడు, అందుకే అతను తన డైరీలో స్వేచ్ఛ అనే అంశంపై బైరాన్, విట్‌మన్ మరియు వర్డ్స్‌వర్త్ పంక్తులను రాశాడు. అతను ఇబ్సెన్ నాటకాలు, దోస్తోవ్స్కీ యొక్క 'నేరం మరియు శిక్ష' మరియు హ్యూగో యొక్క 'డౌన్‌ట్రాడెన్' నవలలు చదివాడు. రష్యన్ విప్లవకారుడు వెరా ఫిగ్నర్ మరియు రష్యన్ పండితుడు మరియు విప్లవకారుడు నం. జైలు జీవితం యొక్క ఇబ్బందుల గురించి మొరోజోవ్ యొక్క రచనల నుండి ఉల్లేఖనాలు అతని భావాలకు అనుగుణంగా ఉన్నాయి. ఒమర్ ఖయ్యామ్ నుండి పంక్తులు కూడా ఉన్నాయి, ఇందులో భగత్ సింగ్ వలసవాద న్యాయస్థానం తీర్పు కోసం ఎదురు చూస్తున్నప్పుడు జీవితం మరియు మరణం గురించి ఎలా ధ్యానం చేసాడో చూపిస్తుంది. భగత్ సింగ్ కూడా కేసుకు సిద్ధపడేందుకు న్యాయశాస్త్రం అభ్యసించాడు.

జైల్లో భగత్ సింగ్ ఆందోళనకు పుస్తకాలే ప్రధాన అంశం. జూలై, 1930లో అతను తన స్నేహితుడు జైదేవ్ గుప్తాకు ఇలా వ్రాశాడు - "దయచేసి లాహోర్‌లోని ద్వారకాదాస్ లైబ్రరీ లైబ్రేరియన్‌ని అడగండి, బోస్టల్ జైలులో ఉన్న ఖైదీలకు పుస్తకాలు పంపబడ్డాయా లేదా అని. వారికి పుస్తకాల కొరత చాలా ఉంది. ఈ జాబితాను సుఖ్‌దేవ్ సోదరుడు జైదేవ్‌కి పంపాడు, కానీ అతనికి నచ్చిన కొన్ని పుస్తకాలను పంపమని లాలా ఫిరోజ్‌చంద్‌ను అభ్యర్థించండి.

సెప్టెంబరు 16, 1930 న, అతను తన సోదరుడు కుల్బీర్ సింగ్‌కు విచారకరమైన హృదయంతో ఇలా వ్రాశాడు, “తీర్పు వెలువడే వరకు ఎవరూ తనను కలవడానికి రాలేరు; కావున, నేను ఖాన్ సాహెబ్ కార్యాలయానికి వెళ్లి, నేను అక్కడ వదిలిపెట్టిన నా పుస్తకాలు మరియు ఇతర వస్తువులను తీసుకోవలసిందిగా కోరుతున్నాను. లైబ్రరీలోని పుస్తకాల గురించి నేను చాలా ఆందోళన చెందుతున్నాను. ప్రస్తుతానికి నా కోసం పుస్తకాలు తీసుకురావాల్సిన అవసరం లేదు, ఎందుకంటే నా దగ్గర ఇప్పటికే కొన్ని ఉన్నాయి. "నేను అక్కడ నుండి తీసిన పుస్తకాల జాబితా కోసం మీరు లైబ్రరీని అడిగితే మంచిది."విప్లవకారుడు జె. భగత్ సింగ్‌తో కొంతకాలం జైలులో గడిపిన సన్యాల్, తాను చాలా జాగ్రత్తగా చదవడానికి పుస్తకాలను ఎంచుకున్నానని, డికెన్స్, సింక్లెయిర్, వైల్డ్ మరియు గోర్కీ తనకు ఇష్టమైనవి అని నొక్కి చెప్పాడు.అతను జైలులో వెతుకుతున్న రాజకీయ మరియు శాస్త్రీయ సాహిత్యం అతని అభిరుచులను వెల్లడిస్తుంది. జూలై, 1930లో, అతను ది ఫాల్ ఆఫ్ ది సెకండ్ ఇంటర్నేషనల్ మరియు "లెఫ్టిస్ట్" కమ్యూనిజం ("లెఫ్టిస్ట్" కమ్యూనిజం: ఎ చైల్డ్ మెర్జ్ - ఈ రెండు పుస్తకాలు స్పష్టంగా లెనిన్ యొక్కవి), క్రోపోట్కిన్ యొక్క 'మ్యూచువల్ ఎయిడ్' మరియు మార్క్స్ యొక్క 'సివిల్ వార్ ఇన్ ఫ్రాన్స్' అని ఆదేశించింది.

భగత్ సింగ్ యొక్క కొన్ని గమనికలు అతని జీవిత చరిత్ర యొక్క నినాదం కావచ్చు. ఉదాహరణకు, అమెరికన్ సోషలిస్ట్ యూజీన్ V. డెబ్స్ యొక్క ఈ క్రింది ప్రకటన – “అట్టడుగు వర్గం ఉన్నంత వరకు, నేను దానిలోనే ఉంటాను. క్రిమినల్ ఎలిమెంట్ ఉన్నంత వరకు నేను అందులోనే ఉంటాను. ఎవరైనా జైల్లో ఉన్నంత కాలం నేను స్వేచ్ఛను పొందను” (భగత్ సింగ్ డైరీలోని 21వ పేజీ. ఇంకా, అతని డైరీలోని పంక్తుల తర్వాత, దాని పేజీ సూచించబడింది). p. 29న అతను ఇలా వ్రాశాడు - "అర్థం లేని ద్వేషం కోసం కాదు, గౌరవం, కీర్తి మరియు స్వీయ ప్రశంసల కోసం కాదు, కానీ మీ కారణం యొక్క కీర్తి కోసం, మీరు ఎప్పటికీ మరచిపోలేనిది చేసారు."

అతని డైరీలోని ప్రతి పేజీలో మనకు స్వేచ్ఛ కోసం పోరాటం మరియు ఇతరుల కోసం ఆత్మబలిదానాల ఆలోచనలు కనిపిస్తాయి. . 23 సంవత్సరాల వయస్సులో, భగత్ సింగ్ థామస్ జెఫెర్సన్ యొక్క ఈ ప్రసిద్ధ పదాలను వ్రాసాడు - “స్వాతంత్ర్య వైన్ దేశభక్తులు మరియు నియంతల రక్తంతో ఎప్పటికప్పుడు రిఫ్రెష్ చేయబడాలి. ఇది సహజ ఎరువులు." భగత్ సింగ్ తన డైరీలో చరిత్ర, తత్వశాస్త్రం మరియు ఆర్థిక

శాస్త్రానికి చెందిన వివిధ పండితుల పుస్తకాల నుండి వ్రాసిన ఉల్లేఖనాలు చాలా ఆసక్తికరంగా ఉన్నాయి. జైలు పరిస్థితులలో అతను ఎటువంటి క్రమబద్ధమైన అధ్యయనం చేయలేదని చెప్పనవసరం లేదు, అతనికి బయటి నుండి పుస్తకాలు రావడం కూడా కష్టం.

అతని నోట్స్ చదివేటప్పుడు గుర్తుకు వచ్చే ఒక విషయం ఏమిటంటే, అతను సాధారణ భారతీయ సమస్యలపై చాలా తక్కువ శ్రద్ధ చూపాడు. లాలా లజపత్ రాయ్, బిపిన్ చంద్ర పాల్ మరియు మదన్ మోహన్ మాలవ్య వంటి స్వాతంత్ర్య సమరయోధుల ప్రస్తావన కొన్ని సార్లు మాత్రమే. అతను బ్రిటిష్ రచయిత పుస్తకం నుండి మహాత్మా గాంధీ యొక్క ఒక కోట్‌ను మాత్రమే ఉటంకించాడు. సంవత్సరాల తరబడి, బ్రిటీష్ వారు భారతదేశాన్ని దోపిడీ చేసే పద్ధతుల విశ్లేషణ మరియు వలసరాజ్యాల నిరంకుశ చర్యలను బహిర్గతం చేయడం భారతీయ దేశభక్తులకు సాంప్రదాయిక అధ్యయన అంశం. భగత్ సింగ్ దీనిని కేవలం రెండు-మూడు సార్లు మాత్రమే ప్రస్తావించాడు, బహుశా తన దేశాన్ని వలసవాద బానిసత్వం నుండి విముక్తి చేయవలసిన అవసరం స్పష్టంగా మరియు స్థాపించబడిన విషయంపై చాలా వ్రాయబడిందని నమ్ముతారు. ఆ సమయంలో, అతని దృష్టి సమాజ అభివృద్ధికి సంబంధించిన సాధారణ సమస్యలపై ఎక్కువగా ఉండేది, అందువల్ల అతను భారతీయ ఆలోచనాపరుల కంటే పాశ్చాత్య ఆలోచనాపరుల వైపు ఎక్కువ దృష్టి సారించాడు. అతని పూర్వీకులు, జాతీయ విప్లవకారులు, భారతదేశాన్ని ప్రపంచ వైరుధ్యాలకు కేంద్రంగా భావించారు, భగత్ సింగ్ సంకుచిత జాతీయవాద పక్షపాతాలను పూర్తిగా అధిగమించాడు మరియు భారతదేశ సమస్యలను ప్రపంచ అభివృద్ధి చట్రంలో మాత్రమే పరిష్కరించగలమని నమ్మాడు.

భగత్ సింగ్ తన డైరీలో కోట్ చేసిన రచయితల పట్ల అతని వైఖరిలో పూర్తి స్థిరత్వం ఉంది. ప్రారంభంలో, అతను 18వ శతాబ్దపు అమెరికన్ మరియు ఫ్రెంచ్ విప్లవాలు మరియు ఆలోచనాపరుల పట్ల భారతీయ విప్లవకారుల యొక్క సాంప్రదాయిక అనుబంధాన్ని ప్రతిబింబిస్తాడు. అతను రూసో, థామస్ పైన్, థామస్ జెఫెర్సన్ మరియు పాట్రిక్ హెన్రీల స్వేచ్ఛ మరియు మనిషి యొక్క జన్మహక్కులపై అభిప్రాయాలను గుర్తించాడు.

కానీ అతను పాట్రిక్ హెన్రీ యొక్క ఈ క్రింది సెంటిమెంటల్ స్టేట్‌మెంట్‌ను గమనించాడు - “జీవితం చాలా మధురంగా మరియు శాంతి గొలుసులు మరియు బానిసత్వం యొక్క ధరతో కొనుగోలు చేయబడుతుందా? నన్ను క్షమించు, సర్వశక్తిమంతుడైన ప్రభువా! వారు ఏ కోర్సు తీసుకుంటారో నాకు తెలియదు, నాకు 'లిబర్టీ లేదా డెత్' ఇవ్వండి."నియంతృత్వాన్ని ఖండించడానికి, భగత్ సింగ్

తత్వశాస్త్రం యొక్క రచనల సహాయం మాత్రమే కాకుండా చక్కటి సాహిత్యం సహాయం కూడా తీసుకుంటాడు. అతను తన డైరీలో మార్క్ ట్వెన్ యొక్క ఈ క్రింది మాటలను రికార్డ్ చేశాడు - "ప్రజల తలలు ఊడిపోవడం మేము భయంకరంగా భావిస్తున్నాము, కాని పేదరికం మరియు నియంతృత్వం నుండి వచ్చే జీవితకాల మరణం ఎంత భయంకరమైనదో చూడటం మాకు నేర్పలేదు జనాభా."

పెట్టుబడిదారీ అభివృద్ధి చట్టాలను అర్థం చేసుకోవడానికి భగత్ సింగ్ చేసిన కృషిని ప్రదర్శించే అనేక అంశాలు కూడా ఉన్నాయి. అతను విషయాన్ని సీరియస్‌గా తీసుకున్నాడు మరియు స్టాటిస్టికల్ మెటీరియల్‌లను అధ్యయనం చేశాడు. స్పష్టమైన సామాజిక వైరుధ్యాలను చూపే గణాంకాలపై అతను మొదట శ్రద్ధ చూపాడు. అతను వివిధ రచయితల నుండి తీసుకున్న కొటేషన్లు క్లుప్తంగా ఉన్నాయి, కానీ ప్రభావవంతంగా ఉన్నాయి. ఉదాహరణకు, అతను బ్రిటన్‌లో తొమ్మిదో వంతు జనాభా అక్కడ ఉత్పత్తిలో సగభాగాన్ని స్వాధీనం చేసుకుంటుందని మరియు ఈ ఉత్పత్తిలో ఏడవ వంతు మాత్రమే జనాభాలో మూడింట రెండు వంతులకు వస్తుందని వ్రాశాడు; అమెరికా జనాభాలో ఒక శాతం కంటే తక్కువ మంది ప్లూటోక్రాట్ తరగతి, ఇది $67 బిలియన్ల వరకు సంపదను కలిగి ఉంది, అయితే జనాభాలో 70 శాతం మంది శ్రామిక వర్గాలను కలిగి ఉన్నారు, వీరు జాతీయ ఉత్పత్తిలో నాలుగు శాతం మాత్రమే క్లెయిమ్ చేయగలరు.అతను కార్మికుల పట్ల లోతైన చిత్తశుద్ధిని కలిగి ఉన్నాడని చాలా కోట్స్ చూపిస్తున్నాయి పెట్టుబడిదారీ వ్యవస్థ పట్ల అతని వైఖరి విమర్శనాత్మకమైనది. ఉదాహరణకు, ఫోరియర్ నుండి ఒక కోట్ అతను దానిని గుర్తించాడు మరియు శీర్షిక చేశాడు - 'అందరికీ వ్యతిరేకంగా ఒంటరిగా', "ప్రస్తుత సామాజిక వ్యవస్థ ఒక హాస్యాస్పదమైన యంత్రాంగం, దీనిలో మొత్తం భాగాలు ఒకదానికొకటి విరుద్ధంగా ఉంటాయి మరియు

వ్యతిరేకంగా పని చేయండి. సమాజంలోని ప్రతి వర్గమూ తన స్వార్థం వల్ల ఇతర వర్గాలకు వ్యతిరేకంగా ఉండడం చూస్తున్నాం. ప్రజలకు హాని తలపెడుతుంది, ప్రజా సంక్షేమానికి వ్యతిరేకంగా ప్రతి విధంగా వ్యక్తిగత ఆసక్తిని చూపుతుంది" (మరియు ఇంకా సమాజంలో వీలైనన్ని రోగాలను తగ్గించాలన్నది వైద్యుని స్వార్థం అని రాశారు న్యాయవాది వీలైనన్ని ఎక్కువ వ్యాజ్యాలు కావాలి, వాస్తుశిల్పులు మరియు వడ్రంగులు ఇళ్ళు తగలబెట్టాలని కోరుకుంటారు, మొదలైనవి). ఈ స్ఫూర్తితో, రవీంద్రనాథ్ ఠాగూర్ జపాన్ విద్యార్థులతో చేసిన ప్రసంగం నుండి ఇక్కడ ఒక కోట్ ఉంది:

ఇందులో ఠాకూర్ జపాన్‌లో డబ్బు కోసం రేసును "మానవజాతికి భయంకరమైన ముప్పు"గా అభివర్ణించారు,ఇది "పరిపూర్ణత కంటే శక్తి యొక్క ఆదర్శాన్ని ఉంచుతుంది." ఈ కోట్స్ అన్నీ భగత్ సింగ్ అని చూపిస్తున్నాయి

పెట్టుబడిదారీ విధానాన్ని తిరస్కరించండి. అందుకే ముగించాడు – "ప్రశ్న కాదు ప్రస్తుత నాగరికతను మార్చాలా వద్దా అనేది కాదు, అది ఎలా మారుతుంది."

భగత్ సింగ్ పెట్టుబడిదారీ విధానాన్ని సామాజిక మరియు రాజకీయ వ్యవస్థల సందర్భంలో విమర్శించారు. p. లెనిన్ పేరు మొదటిసారిగా 46వ నంబర్‌లో కనిపిస్తుంది. ఇక్కడ భగత్ సింగ్ బూర్జువా ప్రజాస్వామ్యం యొక్క పరిమిత స్వభావంపై అమెరికన్ సోషలిస్ట్ మారిస్ హిల్‌క్విట్ పుస్తకం 'ఫ్రం మార్క్స్ టు లెనిన్' నుండి ఉల్లేఖించారు - "పెట్టుబడిదారీ విధానంలో ప్రజాస్వామ్యం సార్వత్రిక నైరూప్య ప్రజాస్వామ్యం కాదు, కానీ నిర్దిష్ట బూర్జువా ప్రజాస్వామ్యం లేదా లెనిన్ పిలిచినట్లుగా, బూర్జువా కోసం ప్రజాస్వామ్యం. ." అతను ఇంకా ఇలా వ్రాశాడు - "ప్రజాస్వామ్యం అనేది సూత్రప్రాయంగా రాజకీయ మరియు చట్టపరమైన సమానత్వ వ్యవస్థ, కానీ నిర్దిష్ట మరియు ఆచరణాత్మక రూపంలో ఇది అబద్ధం, ఎందుకంటే ఆర్థిక శక్తిలో భారీ అసమానత ఉన్నంత కాలం, రాజకీయాలలో లేదా రాజకీయాలలో సమానత్వం ఉండదు. చట్టం ముందు.... పెట్టుబడిదారీ పాలనలో ప్రజాస్వామ్యం యొక్క మొత్తం యంత్రాంగం కార్మిక మెజారిటీ అణచివేత ద్వారా పాలక మైనారిటీని అధికారంలో నిలుపుకోవడానికి పనిచేస్తుంది."భగత్ సింగ్ బూర్జువా వ్యవస్థ యొక్క సైద్ధాంతిక నిర్మాణంపై కూడా శ్రద్ధ చూపాడు మరియు ఈ కనెక్షన్‌లో బూర్జువా సమాజంలో మతం పాత్రపై ఆసక్తి కనబరిచాడు. అతను ఈ సమయానికి మతం యొక్క ప్రశ్నను పరిష్కరించుకున్నాడు; కానీ అతను భారతీయ సమాజంలో మతం పాత్ర మరియు స్థానం మరియు తన సహచరులు, జాతీయ విప్లవకారుల భావజాలంపై దాని ప్రభావాన్ని అర్థం చేసుకోవాలనుకున్నాడు.

ఎస్టాబ్లిష్డ్ ఆర్డర్ యొక్క మద్దతుదారు: 'బానిసత్వం' పేరుతో, అతను ప్రెస్బిటేరియన్ చర్చ్ ఆఫ్ అమెరికా (1835) యొక్క జనరల్ అసెంబ్లీ యొక్క తీర్మానం నుండి ఈ కోట్‌ను గమనించాడు, "బానిసత్వం బైబిల్‌లో పాతది మరియు క్రొత్తది మరియు ఖండించబడలేదు దేవుని అధికారం ద్వారా." చేయండి." అదే సంవత్సరంలో చార్లెస్టన్ బాప్టిస్ట్ అసోసియేషన్ "తమ బానిసల సమయాన్ని ఉపయోగించుకునే హక్కును" ధృవీకరించిందని భగత్ సింగ్ ఇంకా వ్రాశాడు, భగత్ సింగ్ మతం "పెట్టుబడిదారీ విధానానికి మద్దతిచ్చింది" అని నొక్కి చెప్పాడు.

మతం ఆవిర్భావానికి కారణాలు మరియు దాని సారాంశాన్ని అర్థం చేసుకునే ప్రయత్నంలో, అతను మార్క్స్ వైపు మళ్లాడు. 40 అయితే మార్క్స్ రచన 'యాన్ అటెంప్ట్ టు క్రిటిక్స్ హెగెల్'స్ ఫిలాసఫీ ఆఫ్ జస్టిస్' అనే పేరుతో 'మార్క్స్ థాట్స్ ఆన్ రిలీజియన్' - "...మనిషి మతాన్ని సృష్టిస్తాడు, మతం అనేది మనిషి సృష్టి కాదు... మనిషి అంటే మనిషి ప్రపంచం, రాష్ట్రం, సమాజం. ఈ రాష్ట్రం, ఈ సమాజం మతాన్ని, వక్రీకరించిన ప్రపంచ దృక్పథానికి దారితీస్తాయి, ఎందుకంటే వారే వికృత ప్రపంచం. మతం అనేది ఈ ప్రపంచం యొక్క సాధారణ సూత్రం, దాని సమ్మేళనం, అర్థమయ్యే రూపంలో దాని తర్కం.... మతానికి వ్యతిరేకంగా పోరాటం అనేది పరోక్షంగా మతం యొక్క ఆధ్యాత్మిక సంతృప్తిని కలిగి ఉన్న ప్రపంచానికి వ్యతిరేకంగా పోరాటం.... మతం అది ప్రజల నల్లమందు 192వ పేజీలోని చివరి వాక్యాన్ని భగత్ సింగ్ పునరావృతం చేయడం గమనార్హం.

కాబట్టి, భగత్ సింగ్ తన నోట్స్‌లో పెట్టుబడిదారీ విధాన నిర్మూలనకు అనుకూలంగా గట్టి వాదనలను సమర్పించాడు. మార్క్సిజం-లెనినిజం స్థాపకుల మాదిరిగానే, అతను కూడా భవిష్యత్ సమాజం సోషలిస్టు సమాజం మాత్రమే అని నమ్మాడు. అతని నోట్స్‌లో భవిష్యత్ సమాజం గురించి వివరణాత్మక వర్ణన లేదు, కానీ కొన్ని ఆలోచనలు అతను సోషలిజం భావనకు శాస్త్రీయ అర్థాన్ని వర్తింపజేసినట్లు చూపిస్తున్నాయి. అతను మితవాద సామాజిక-ప్రజాస్వామ్యవాదుల భావి సమాజం యొక్క ఆదర్శాన్ని మరియు పెట్టుబడిదారీ విధానాన్ని భర్తీ చేసే సమస్యకు సామాజిక సంస్కరణవాద విధానాన్ని తిరస్కరించాడు మరియు అతను R. మక్‌డొనాల్డ్‌ను "బ్రిటీష్ సోషలిస్టు నాయకుడు" అని పిలిచాడు లేబర్ పార్టీ." (పేజీ 13) హిల్‌క్విట్ పుస్తకం నుండి రెండవ అంతర్జాతీయ నాయకులు కార్మికవర్గానికి చేసిన ద్రోహం గురించి ఒక కోట్ ఉంది.

జైలులో అతను పెట్టుబడిదారీ వ్యవస్థను పూర్తిగా పడగొట్టడం మరియు మొత్తం మానవాళి ప్రయోజనం కోసం ఆర్థిక వ్యవస్థ మరియు అన్ని సహజ వనరులపై నియంత్రణను స్థాపించే లక్ష్యంతో ప్రపంచ సోషలిస్ట్ విప్లవం యొక్క ఆలోచనలో మునిగిపోయాడు. p. 190 న అతను ఇలా వ్రాశాడు - "సోషలిస్ట్ వ్యవస్థ: ప్రతి ఒక్కరి నుండి అతని సామర్థ్యాన్ని బట్టి, ప్రతి ఒక్కరికి అతని అవసరాన్ని బట్టి. "భగత్ సింగ్ సోషలిజానికి పరివర్తనను శ్రామికవర్గం యొక్క పోరాటంతో అనుసంధానించాడు, ఇది భవిష్యత్ సమాజంలో పాలకవర్గంగా మారుతుంది. p. 69వ పేజీలోని 'కమ్యూనిస్టు పార్టీ మేనిఫెస్టో'లో ఒక ఉల్లేఖనం ఉంది - "...

కార్మికవర్గ విప్లవానికి మొదటి మెట్టు శ్రామికవర్గాన్ని పాలకవర్గ పీఠానికి ఎక్కించి ప్రజాస్వామ్యం కోసం జరిగే యుద్ధంలో విజయం సాధించడం.""శ్రామికవర్గం అనేది పెట్టుబడిదారీ వర్గంపై క్రమంగా తన రాజకీయ ఆధిపత్యాన్ని ఏర్పరచుకోవడం, రాజధాని మొత్తాన్ని లాక్కోవడం, రాష్ట్ర రూపంలో వ్యవస్థీకృతమైన శ్రామికవర్గం చేతిలో ఉత్పత్తి సాధనాలన్నింటినీ కేంద్రీకరించడం, అంటే పాలకవర్గం మరియు మొత్తం ఉత్పాదక శక్తులను వీలైనంత త్వరగా పెంచండి."

శ్రామికవర్గ విప్లవానికి ఆవశ్యక సాధనమైన దాని పార్టీ, శ్రామికవర్గం దాని వాన్గార్డ్ స్క్వాడ్ ద్వారా మార్గనిర్దేశం చేయకపోతే, ఏ విప్లవం జరగదని కూడా భగత్ సింగ్ ఎత్తి చూపారు. అతను తన డైరీలో 'ఇంటర్నేషనల్' అనే శ్రామికవర్గ పాటలోని పదాలను రాశాడు.భగత్ సింగ్ విప్లవానికి నాందిగా సాయుధ తిరుగుబాటు ప్రశ్నకు చేరుకోవడం తార్కికం మాత్రమే. ఇటువంటి తిరుగుబాటు అనేక తరాల భారతీయ విప్లవకారుల లక్ష్యం, కానీ దానిని తీసుకురావడంలో వారు విజయవంతం కాలేదు. భగత్ సింగ్ ఈ అంశంపై మార్క్సిస్ట్ రచనలపై ప్రత్యేక ఆసక్తిని కనబరచడానికి ఇదే కారణం. అతను ఎంగెల్స్ రచన 'రివల్యూషన్ అండ్ కౌంటర్-రివల్యూషన్ ఇన్ జర్మనీ' నుండి సుదీర్ఘంగా ఉటంకించాడు, అయినప్పటికీ అతను అసలు రచన నుండి కాదు, మరొక పుస్తకం నుండి చేసాడు, అందువల్ల అతను మార్క్స్‌ను ఉటంకిస్తున్నాననే భ్రమలో ఉండిపోయాడు - "మొదటి విషయం - తిరుగుబాటు నుండి

ఆ ఆట యొక్క పరిణామాలను ఎదుర్కోవడానికి మీరు పూర్తిగా సిద్ధంగా ఉంటే తప్ప, గందరగోళానికి గురికావద్దు. తిరుగుబాటు అనేది అటువంటి కాలిక్యులస్, దీని పరిమాణాలు పూర్తిగా అనిశ్చితంగా ఉంటాయి, దీని విలువ ప్రతిరోజూ మారవచ్చు. సంస్థ, క్రమశిక్షణ మరియు సాంప్రదాయ ప్రతిష్ట యొక్క అన్ని ప్రయోజనాలు పోటీ శక్తులకు అందుబాటులో ఉన్నాయి. తిరుగుబాటుదారులు తమ శత్రువులపై ఎక్కువ బలంతో రంగంలోకి దిగకపోతే, వారు ఓడిపోతారు మరియు నాశనం చేయబడతారు. రెండవది, తిరుగుబాటు ప్రారంభమైన తర్వాత, గరిష్ట సంకల్పంతో చర్య మరియు దాడి చేయవలసిన అవసరం ఉంది. రోగనిరోధక శక్తి యొక్క స్థితి ప్రతి సాయుధ తిరుగుబాటుకు మృత్యువు; శత్రువుతో తలపడకముందే క్షేత్రం పోతుంది."

ఈ ఉల్లేఖనంలోని ప్రతి పదం తిరుగుబాటు ప్రశ్నపై భగత్ సింగ్ సహచరుల ఉపరితల వైఖరికి వ్యతిరేకంగా మరియు విప్లవ కార్యకలాపాల ప్రారంభంలో భగత్

సింగ్ యొక్క దృక్పథానికి వ్యతిరేకంగా హెచ్చరిస్తుంది.చాలా కాలంగా, భారతీయ విప్లవకారులు భవిష్యత్ స్వతంత్ర భారతదేశంలో అధికారం యొక్క స్వభావాన్ని లేదా దాని ప్రభుత్వ సామాజిక-ఆర్థిక విధానం యొక్క ప్రశ్నను పరిగణించలేదు. స్వాతంత్ర్యం సర్వరోగ నివారిణి అని వారు భావించారు. మార్క్సిస్ట్ సాహిత్యం ద్వారా ప్రభావితమైన భగత్ సింగ్ ఈ ప్రశ్నలన్నింటిపై తీవ్ర ఆసక్తిని కనబరిచాడు. శ్రామికవర్గం యొక్క నియంతృత్వ ఆలోచనను అతను అంగీకరించినట్లు అతని కొన్ని గమనికలు చూపిస్తున్నాయి. విజయవంతమైన శ్రామికవర్గానికి వర్గ శత్రువును అణిచివేసేందుకు నియంతృత్వం అవసరమని మరియు అందువల్ల "స్వతంత్ర ప్రజారాజ్యం" (పే. 62) గురించి మాట్లాడటం అసంబద్ధమని అతను మొదట్లో ఎంగెల్స్ పేర్కొన్నాడు. ఇంకా అతను లెనిన్ యొక్క నిర్వచనాన్ని జోడించాడు - "నియంతృత్వం అనేది నేరుగా హింసపై ఆధారపడిన అధికారం మరియు ఏ చట్టానికి కట్టుబడి ఉండదు."

"శ్రామికవర్గం యొక్క విప్లవాత్మక నియంతృత్వం అనేది బూర్జువా వర్గానికి వ్యతిరేకంగా హింస ద్వారా శ్రామికవర్గం సంపాదించిన మరియు నిర్వహించబడే అధికారం, ఇది ఏ చట్టానికి కట్టుబడి ఉండదు."భగత్ సింగ్ నోట్స్‌లో శ్రామికవర్గ నియంతృత్వ సారాంశంపై రివిజనిస్ట్ వైఖరిని విమర్శించడం మనకు కనిపిస్తుంది. అతను లెనిన్ రచన 'శ్రామికుల విప్లవం మరియు దేశద్రోహి కౌత్స్కీ' నుండి సుదీర్ఘంగా ఉదహరించారు మరియు బూర్జువా విరోధులు, "స్వచ్ఛమైన ప్రజాస్వామ్యం" అనే నినాదాన్ని ఆశ్రయించి, సోవియట్ ప్రభుత్వాన్ని నిరంకుశంగా నిందించారు - "కానీ ఇప్పుడు కార్మికులు మరియు దోపిడీకి గురైన వర్గాలు, సామ్రాజ్యవాద యుద్ధం కారణంగా విదేశాల్లోని తమ సోదరులతో తెగతెంపులు చేసుకున్నప్పటికీ, చరిత్రలో మొట్టమొదటిసారిగా తమ సొంత సోవియట్‌లను స్థాపించి, బూర్జువాల అణచివేతకు గురైన ప్రజా సమూహాలను రాజకీయ నిర్మాణ పనిలో నిమగ్నమయ్యారు. అతనుఇప్పుడు వారే ఒక కొత్త శ్రామికవర్గ రాజ్యాన్ని నిర్మించడం మొదలుపెట్టారు, భీకర పోరాటాల మధ్య, అంతర్యుద్ధం యొక్క జ్వాల మధ్యలో, వారు దోపిడీదారుల నుండి విముక్తి పొందిన రాష్ట్ర ప్రాథమిక సూత్రాలను వివరించడం ప్రారంభించారు. అందుకే అశ్లీల బూర్జువా ప్రజలందరూ, రక్తపిపాసుల సమూహం మొత్తం 'నిరంకుశత్వం' గురించి అరవడం ప్రారంభించారు మరియు కౌట్స్కీ కూడా వారి స్వరాన్ని ప్రతిధ్వనిస్తున్నారు."

శ్రామికవర్గ నియంతృత్వాన్ని కొత్త సమాజ నిర్మాణానికి సాధనంగా భావించి, అటువంటి సమాజాన్ని స్థాపించే మార్గాలపై భగత్ సింగ్ చాలా శ్రద్ధ చూపారు.

దీనికి సంబంధించి, అతను సోవియట్ రష్యా యొక్క అనుభవం మరియు కొంతకాలం క్రితం అక్కడ జరిగిన విప్లవాత్మక పునర్నిర్మాణం వైపు తిరగడం ప్రారంభించాడు. డైరీ పేజీలు. 36వ పేజీలో, "బోల్షివిక్ రష్యా" మొదటిసారిగా ప్రస్తావించబడింది. ఇంకా మార్జిన్లలో రష్యాపై వివిధ రచయితలు రాసిన పుస్తకాల జాబితాలు ఉన్నాయి - రెనే ఫూలోప్-మిల్లర్ యొక్క 'ది ఫేస్ అండ్ మైండ్ ఆఫ్ బోల్షివిజం', M. ఓ'హారా యొక్క 'రష్యా', లాన్సెలో లోటన్ యొక్క 'ది రష్యన్ రివల్యూషన్', అంటోన్ కార్ల్‌గ్రీన్ యొక్క 'బోల్షెవిక్ రష్యా' ' మరియు 'మార్క్స్, లెనిన్ అండ్ ది సైన్స్ ఆఫ్ రివల్యూషన్' (p. 191). ఈ జాబితాలో భగత్ సింగ్ జైలులో ఆసక్తి చూపిన రష్యాకు సంబంధించిన అన్ని పుస్తకాలు లేవు. జె. సన్యాల్ ప్రకారం, భగత్ సింగ్ జాన్ రీడ్ యొక్క 'టెన్ డేస్ వెన్ ది వరల్డ్ షేక్', గోర్కీ యొక్క 'మదర్' మరియు ఎస్. స్టెప్యాక్-క్రాంచిస్కీ రాసిన 'బర్త్ ఆఫ్ రష్యన్ డెమోక్రసీ' కూడా చదివాను.

జె. సన్యాల్ ఇంకా ఇలా వ్రాశాడు - "సోషలిజం అతని ప్రత్యేక అంశం అయినప్పటికీ, అతను 19వ శతాబ్దం ప్రారంభంలో దాని మూలం నుండి 1917 అక్టోబర్ విప్లవం వరకు రష్యన్ విప్లవ ఉద్యమం యొక్క చరిత్రను లోతుగా అధ్యయనం చేశాడు. భగత్ సింగ్ జ్ఞానంతో ఈ విషయంపై ఉన్న జ్ఞానాన్ని పోల్చగలిగే వ్యక్తులు భారతదేశంలో చాలా తక్కువ మంది ఉన్నారని నమ్ముతారు. బోల్షివిక్ పాలనలో రష్యాలో జరుగుతున్న ఆర్థిక ప్రయోగాలపై కూడా అతను చాలా ఆసక్తిని కలిగి ఉన్నాడు. సోషలిస్టు విప్లవం బూర్జువా విప్లవం నుండి భిన్నమైన ఒక భారీ సృజనాత్మక పనిని ఎదుర్కొంటుందని భగత్ సింగ్ అర్థం చేసుకున్నాడు. ఈ వ్యత్యాసాన్ని కింది ఉల్లేఖనంలో నొక్కిచెప్పారు - "బూర్జువా విప్లవం సాధారణంగా అధికారాన్ని సాధించడంతో ముగుస్తుంది. శ్రామికవర్గ విప్లవానికి, అధికారాన్ని సాధించడం ఆరంభం మాత్రమే; ఒకసారి అధికారం సంపాదించిన తర్వాత, పాత ఆర్థిక వ్యవస్థను పునరుద్ధరించడానికి మరియు కొత్త ఆర్థిక వ్యవస్థను ఏర్పాటు చేయడం పూర్తయింది. (పేజీ 120 విప్లవం యొక్క మార్క్సిస్ట్ సిద్ధాంతాన్ని స్వతంత్రంగా అధ్యయనం చేస్తున్నప్పుడు, భగత్ సింగ్ దాని ముఖ్యమైన అంశాలను గుర్తించాడు. పాత రాజ్య యంత్రాంగాన్ని కూల్చివేసి కొత్త యంత్రాంగాన్ని నిర్మించాల్సిన అవసరంపై లెనిన్ అభిప్రాయాలను గుర్తించాడు మరియు అంతర్గతంగా కాకుండా, సోషలిస్టు విప్లవం కూడా ఉందని సూచించాడు. అంతర్జాతీయ కర్తవ్యాలను ఎదుర్కొంటుంది ఎందుకంటే ప్రపంచ విప్లవం

లేకుండా, అంతర్జాతీయ పెట్టుబడిదారీ జోక్యం కారణంగా ఏ ఒక్క దేశంలోనైనా కమ్యూనిస్ట్ పాలన ప్రమాదం నుండి విముక్తి పొందదు.

అతని తలపై ఎప్పుడూ ప్రమాదం పొంచి ఉంటుంది. (పేజీ 120) భారతీయ విప్లవ అగ్రగామి ప్రతినిధిగా, ప్రజలతో ఇంతకు ముందు ఎలాంటి సంబంధాలు లేని భగత్ సింగ్, జనాలపై పార్టీ ప్రభావం చాలా ముఖ్యమనే లెనిన్ ఆలోచనను అంగీకరించడం గొప్ప విషయం. p. 121పై అతని గమనికలు లెనిన్ అభిప్రాయాన్ని ప్రతిబింబిస్తాయి, శ్రామికవర్గం జనాభాలో మెజారిటీని తన వైపుకు గెలవాలి మరియు అదే సమయంలో వర్గ సహకారాన్ని సమర్థించే బూర్జువా మరియు పెటీ-బూర్జువా మూలకాల కార్మికులపై ప్రభావాన్ని తొలగించాలి.ఈ విధంగా జైలులో ఉన్న కొద్ది కాలంలోనే భగత్ సింగ్ మార్క్సిస్టు విద్య యొక్క ప్రధాన సూత్రాలను అర్థం చేసుకుని, సమీకరించడాన్ని మనం చూస్తాము. మార్క్సిజం జ్ఞానాన్ని ఉపయోగించుకోవడానికి సిద్ధంగా ఉన్న తరుణంలో అతని జీవితం విషాదాంతం అయింది.

అయితే జైలులో అతడు పడిన శ్రమ వృథా కాలేదు. భగత్ సింగ్ తనకు తెలిసిన మరియు అర్థం చేసుకున్నది ఏదైనా, అతను తన స్నేహితులకు మరియు సహచరులకు తెలియజేయడానికి ప్రయత్నించాడు, భారతదేశంలో విప్లవాత్మక ఉద్యమం అభివృద్ధికి మార్క్సిస్ట్ సిద్ధాంతం ఎంత ముఖ్యమైనదో అర్థం చేసుకున్నాడు. ఆయన రాసిన ఒక లేఖలో తనను తాను స్వాతంత్ర్య సమరయోధుడనని కాకుండా సోషలిస్టు భావాలను ప్రచారం చేసేవాడినని పేర్కొనడం యాదృచ్ఛికం కాదు.

జైలులో, భగత్ సింగ్ తన విప్లవ సహచరులతో మాత్రమే కాకుండా మొదటి ప్రపంచ యుద్ధం రోజుల నుండి జైలులో ఉన్న గదర్ పార్టీకి చెందిన చాలా మంది సభ్యులతో కూడా పరిచయాలను ఏర్పరచుకున్నాడు. జాతీయ విమోచన ఉద్యమ సమస్యలపై గదర్ పార్టీ సభ్యులతో సుదీర్ఘంగా మాట్లాడారు. అవును. గదర్ పార్టీ సభ్యులతో భగత్ సింగ్ సంబంధాల గురించి దేవల్ ఒక వ్యాసం రాశారు. జైలులో అతను గదర్ పార్టీ నాయకుడు సోహన్ సింగ్ భక్నాను కలిశాడు, అతను తరువాత భారతదేశంలో కమ్యూనిస్ట్ ఉద్యమానికి ప్రముఖ నాయకుడిగా మారాడు.

భగత్ సింగ్ తన సహచరులకు మార్క్సిజాన్ని అధ్యయనం చేయమని సలహా ఇచ్చేవాడు. ఉదాహరణకు, మార్క్స 'రాజధాని'ని అధ్యయనం చేయవలసిన అవసరాన్ని నొక్కి చెప్పాడు. 1930 జూలై 24న జయదేవ్ ప్రసాద్ గుప్తాకు వ్రాసిన

లేఖలో, అతను తన కోసం పుస్తకాలను ఆర్డర్ చేసానని మరియు పుస్తకాల జాబితాను తన సహోద్యోగులకు ఇప్పటికే పంపానని మరియు తన అభ్యర్థనను త్వరగా నెరవేర్చమని అభ్యర్థించాడు. తీవ్ర కొరత ఉంది.

అదృష్టవశాత్తూ జైలుకు వెళ్లకుండా తప్పించుకున్న సహచరులతో భగత్ సింగ్ సంబంధాలు కొనసాగించినట్లు ఆధారాలు కూడా ఉన్నాయి. తన జైలు గది నుండి కూడా, 1929లో లాహోర్‌లో జరిగిన నౌజవాన్ భారత్ సభ కాంగ్రెస్‌కు ముఖ్యమైన సందేశాన్ని పంపడంలో విజయం సాధించాడు. అతను 'ఫిలాసఫీ ఆఫ్ ది బాంబ్'తో సహా తన విప్లవాత్మక బుక్‌లెట్ల మాన్యుస్క్రిప్ట్‌లను జైలు నుండి పంపించాడు. ఉరి తీయడానికి కొద్ది రోజుల ముందు, అతను యువ రాజకీయ కార్యకర్తలను ఉద్దేశించి ప్రసంగించాడు

అతని చివరి వీలునామా అని పిలవబడే ఒక డిక్లరేషన్ వ్రాసి పంపారు.జైలులో, అతను కొన్ని పుస్తకాలను కూడా వ్రాసాడు - 'ఆత్మకథ', 'ఐడియల్ ఆఫ్ సోషలిజం' మరియు 'భారతదేశంలో విప్లవ ఉద్యమం'. దురదృష్టవశాత్తు, అతని వ్యక్తిగత మరియు రాజకీయ లేఖలు ఉన్నప్పటికీ, ఈ పుస్తకాల మాన్యుస్క్రిప్ట్‌లు మనుగడలో లేవు. ఈ లేఖలు భగత్ సింగ్ సోషలిస్ట్ ఆలోచనల ప్రచారకుడని మరియు తన సహచరులకు మార్క్సిస్ట్ వైఖరిని అవలంబించేలా సహాయం చేయడానికి ప్రయత్నించాడని అతని స్వీయ-అంచనాను ధృవీకరిస్తాయి.

భగత్ సింగ్‌తో పాటు ఉరిశిక్షకు గురైన సుఖ్‌దేవ్ లేఖ ప్రచురించబడింది. భారతదేశంలో ఉన్న పరిస్థితులలో సోషలిజం హేతుబద్ధమైన మార్గం అనే సత్యాన్ని భగత్ సింగ్ అర్థం చేసుకోవడం ప్రారంభించాడని ఇది నిర్ధారిస్తుంది. భారతదేశ సామాజిక జీవితంపై భగత్ సింగ్ తన ప్రభావాన్ని అర్థం చేసుకున్నాడని కూడా ఇది చూపిస్తుంది.అతను తన సహోద్యోగులతో కలిసి (రాజకీయ) వాతావరణాన్ని గణనీయంగా మార్చాడని మరియు అతని కాలంలోని ఉత్పత్తి అని రాశాడు. భగత్ సింగ్ మాటల్లో, పారిశ్రామిక విప్లవం నుండి పుట్టిన భావజాలాన్ని వివరించిన మార్క్సను ఉటంకిస్తూ, అతను మరియు అతని సహచరులు భారతదేశంలో సోషలిస్ట్ మరియు కమ్యూనిస్ట్ ఆలోచనలను సృష్టించలేదని, అవి సమయం మరియు పరిస్థితుల ప్రభావం వల్ల వచ్చినవని రాశారు. . అయితే ఈ ఆలోచనలను తన శక్తి మేరకు ప్రచారం చేయడంలో ఆయన సహకరించారనడంలో సందేహం లేదు.

భగత్ సింగ్ తన జీవితపు చివరి క్షణం వరకు మార్క్సిస్టు భావాలను ప్రచారం చేస్తూనే ఉన్నాడు. 'ఫిలాసఫీ ఆఫ్ ది బాంబ్' అనే బుక్‌లెట్‌లో అతను వర్గరహిత

సమాజం మరియు శ్రామికవర్గ నియంతృత్వానికి మద్దతు ఇచ్చాడు. ఉరిశిక్ష తర్వాత పంజాబ్ గవర్నర్‌కు పంపిన లేఖలో, భగత్ సింగ్ భారతదేశంలో శ్రామిక ప్రజలకు మరియు వారి పీడించేవారికి మధ్య సుదీర్ఘ పోరాటం జరుగుతోందని, ఈ పోరాటం రెట్టింపు ఉత్సాహంతో, ధైర్యంతో మరియు అచంచలమైన సంకల్పంతో కొనసాగుతుందని రాశారు. సోషలిస్ట్ రిపబ్లిక్ స్థాపించబడకపోతే, ప్రస్తుత వ్యవస్థ కొత్త వ్యవస్థ ద్వారా భర్తీ చేయబడుతుంది, దీని లక్ష్యం ప్రజా సంక్షేమం మరియు అన్ని రకాల దోపిడీలు అంతం అవుతాయి మరియు మానవజాతి నిజమైన మరియు ప్రపంచవ్యాప్త శాంతి యుగానికి నాంది పలుకుతుంది. (ఈ లేఖ కాపీని భగత్ సింగ్ సహచరుడు విజయ్ కుమార్ సిన్హా నాకు అందించారు.) భారత స్వాతంత్ర్య సమరయోధుడు భగత్ సింగ్, దేశ స్వాతంత్ర్య పోరాట సమస్యలకు మరియు జాతీయ విప్లవ సంస్థలను బలోపేతం చేయడానికి తన హృదయాన్ని మరియు ఆత్మను అంకితం చేశాడు. వ్యక్తిగత టెర్రర్ విధానాన్ని ఆయన పూర్తిగా తిరస్కరించారు. అతను రాజకీయ పోరాటం యొక్క ప్రాముఖ్యతను దాని సంక్లిష్టతలతో, ఊహించని మలుపులు మరియు మలుపులతో గుర్తించాడు మరియు అతను

జైలు నుంచి తప్పించుకున్న తన స్నేహితులు కూడా ఇలాంటి పోరాటానికి దిగాలని తహతహలాడాడు. ఫిబ్రవరి 2, 1931 నాటి తన లేఖలో సహచరులకు ఈ సలహా ఇవ్వడంలో, అతను లెనిన్ అనుభవాన్ని పరిగణనలోకి తీసుకున్నాడు. ఆ కాలంలోని భారతీయ విప్లవకారుల విలక్షణమైన అనేక "వామపక్ష" వైఖరులను అతను వదిలించుకున్నాడని ఇది చూపిస్తుంది. సంఘర్షణ యొక్క కొన్ని దశలలో శత్రువుతో చర్చలు జరపవచ్చని వారిని ఒప్పించడానికి, రాజీ అనేది చెడ్డ విషయం కాదని మరియు ఒకరి లక్ష్యాన్ని సాధించడానికి ప్రారంభంలో ఉపయోగించవచ్చని రాశారు. 1905-1907లో డూమా పట్ల లెనిన్ విధానాన్ని ఉదహరిస్తూ, "రాజీ" అనేది రాజకీయ పోరాటంలో ఉపయోగించాల్సిన ఆయుధం, తద్వారా దేశం కొంతకాలం విశ్రాంతి తీసుకోవచ్చు మరియు పోరాటానికి సిద్ధం కావచ్చు. విప్లవకారులు తమ అంతిమ లక్ష్యాన్ని ఎప్పటికీ మరచిపోవద్దని భగత్ సింగ్ పిలుపునిచ్చారు.

ఈ లేఖ మే 1931లో భారతీయ పత్రికలలో ప్రచురించబడింది. దీనిని ప్రచురించిన వారిలో అలహాబాద్‌కు చెందిన 'అభ్యుదయ' మరియు పంజాబ్‌లోని 'కేసరి' వారపత్రికలు ఉన్నాయి. ఈ విధంగా భారతీయ ప్రజానీకానికి దాని గురించి

అవగాహన ఏర్పడింది మరియు రచయిత దానిని వ్రాసిన ప్రయోజనం కోసం ఇది ఉపయోగపడింది.

భగత్ సింగ్ యొక్క అముద్రిత రచనలలో, అతను జనవరి 15, 1931న గదర్ పార్టీకి చెందిన లాలా రామశరణ్ యొక్క ఆదర్శధామ రచన 'స్వప్నలోక్' (డ్రీమ్‌ల్యాండ్) కోసం వ్రాసిన ముందుమాటను గమనించాలి. ఈ పుస్తకం ప్రచురించబడలేదు, కానీ దాని ముందుమాట భగత్ సింగ్ కుటుంబ సభ్యులచే భద్రపరచబడింది. ఈ ముందుమాటలోని కంటెంట్ పుస్తకంలోని అంశం కంటే చాలా విస్తృతమైనది, భగత్ సింగ్ తన అభిప్రాయాలను సంక్షిప్త రూపంలో వ్యక్తీకరించడానికి మరియు తన సహచరులకు సలహా ఇవ్వడానికి ఈ అవకాశాన్ని ఉపయోగించుకున్నాడు.

భారతదేశ రాజకీయ ఉద్యమానికి స్పష్టమైన ఆదర్శం లేదని మరియు ఈ విషయంలో విప్లవ ఉద్యమం కూడా మినహాయింపు కాదని ప్రకటనతో పరిచయం ప్రారంభమవుతుంది. గదర్ పార్టీ మాత్రమే తన ఆదర్శాన్ని స్పష్టంగా రూపొందించుకుంది మరియు రిపబ్లికన్ పాలనకు మద్దతు ఇచ్చింది. విప్లవం అంటే కేవలం తిరుగుబాటు లేదా రక్తపాత యుద్ధం కాదని స్పష్టంగా అర్థం చేసుకోవాలని భగత్ సింగ్ రాశాడు. విప్లవం అంటే సమాజాన్ని కొత్త మరియు మెరుగైన ప్రాతిపదికన పునర్వ్యవస్థీకరించే కార్యక్రమాన్ని అమలు చేయడం. వామపక్ష కాంగ్రెసోళ్లకే కాదు, జాతీయ విప్లవోద్యమ ప్రతినిధులకు కూడా "విప్లవవాదులు" అని పిలుచుకునే అర్హత లేదని, ఎందుకంటే కేవలం తీవ్రమైన పోరాట చర్యలకు కట్టుబడి ఉంటే సరిపోదని ఆయన అన్నారు.

లాలా రాంశరణ్ పుస్తకం గురించి చర్చిస్తున్నప్పుడు, భగత్ సింగ్ బెంగాల్ మరియు పంజాబ్‌లలో జరిగిన మొత్తం విప్లవాత్మక ఉద్యమానికి పునాదిగా భావించే తాత్వికతను చర్చించడం ద్వారా రచయిత ప్రారంభిస్తాడని రాశాడు. నమ్ముతుంది. అతను రచయితతో ఏకీభవించనని చెప్పాడు, ఎందుకంటే రచయిత ప్రపంచం యొక్క టెలిలాజికల్ మరియు అతీంద్రియ వివరణను ఇస్తాడు, అయితే అతను స్వయంగా భౌతికవాది. అతను దేవుడు మరియు ఆధ్యాత్మికతపై తనకున్న నమ్మకాన్ని విమర్శించాడు, వివిధ మతాల మధ్య సమన్వయం కోసం రచయిత చేసిన ప్రయత్నాలను తిరస్కరించాడు మరియు మార్క్స్ మాటలలో ఈ ప్రశ్నపై తన వైఖరిని వ్యక్తం చేశాడు - "మతం ప్రజల నల్లమందు."

రచయిత వర్ణించిన భవిష్యత్తు సమాజాన్ని విశ్లేషిస్తూ, భగత్ సింగ్ సామాజిక పురోగతిలో యూరోపియన్ సిద్ధాంతాల ఉపయోగకరమైన పాత్రను గుర్తించాడు -

"సెటే-సైమన్, ఫోరియర్ మరియు రాబర్ట్ ఓవెన్ మరియు వారి సిద్ధాంతాలు లేకుండా మార్క్స్ యొక్క శాస్త్రీయ సోషలిజం రూపొందించబడలేదు." భవిష్యత్ సమాజం కమ్యూనిస్టు సమాజంగా ఉంటుందని, దానిని తాను మరియు తన సహచరులు నిర్మించాలని ఆయన ఉద్ఘాటించారు. అతను అనేక సార్లు సోవియట్ రష్యా చరిత్ర వైపు తిరిగాడు మరియు శారీరక మరియు మేధో శ్రమ మరియు సామూహిక విద్యకు సమాన వేతనం రంగంలో దాని విధానానికి ఉదాహరణలు ఇచ్చాడు. భవిష్యత్ సమాజంలో యుద్ధాల నిర్మూలనను అంచనా వేస్తూ, సోవియట్ రష్యా, శ్రామికవర్గ నియంతృత్వ దేశంగా ఉన్నందున, పెట్టుబడిదారీ సమాజం నుండి తనను తాను రక్షించుకోవడానికి సైన్యాన్ని ఉంచుకోవాలని ఆయన రాశారు.

ఇక్కడ పరిగణించబడిన భగత్ సింగ్ జైలు డైరీ మరియు ఇతర అంశాలు, ఈ యువ విప్లవకారుడి దృక్పథం యొక్క పరిణామాన్ని చూపుతాయి. అదే సమయంలో, అవి భగత్ సింగ్ యొక్క సైద్ధాంతిక ఆవిష్కరణలను బహిర్గతం చేయడంలో కూడా అమూల్యమైనవి, భారత జాతీయ విప్లవకారులు మార్క్సిజం వైపు మొగ్గు చూపడం మరియు లెనిన్ మరియు అక్టోబర్ విప్లవం యొక్క ఆలోచనలచే ప్రభావితమైనట్లు మనం చూస్తాము.కాంగ్రెస్ బూర్జువా నాయకులతో నిరాశ చెందిన అప్పటి మధ్యతరగతి యువకుల భావాల మృత స్వరూపం భగత్ సింగ్. ఈ యువత ఏ మార్గంలో నడవాలో భగత్ సింగ్ చూపించాడు. ఈ విప్లవకారుడిని ఉరితీసినప్పుడు, అతని ఉదాహరణను అనుసరించి విప్లవ పార్టీలు జైలులోనే మార్క్సిజం అధ్యయనం కోసం కోర్సులు ఏర్పాటు చేశాయి. సోవియట్ యూనియన్‌లో జరుగుతున్న విప్లవాత్మక పునరుజ్జీవనం మరియు పార్టీ కార్యకర్తలకు విద్యాబోధన చేసే దాని సైద్ధాంతిక మరియు రాజకీయ వ్యవస్థ భగత్ సింగ్‌ను బాగా ఆకర్షించాయి. అతను అక్టోబర్ విప్లవం యొక్క అనుభవాన్ని ప్రత్యక్షంగా అధ్యయనం చేయాలనుకున్నాడు మరియు ఈ ప్రయోజనం కోసం మాస్కోకు పంపగల తగిన అభ్యర్థులను ఎంపిక చేయమని తన సహచరులను కోరాడు.

సుప్రసిద్ధ స్వాతంత్ర్య సమరయోధుడు బాబా పృథ్వీ సింగ్ ఆజాద్ 'లెనిన్ కీ ధర్తీ మే' అనే తన పుస్తకంలో ఇలా వ్రాశారు - "ఆ రోజుల్లో, భగత్ సింగ్ జైలులో మార్క్సిజం-లెనినిజం అధ్యయనం చేస్తున్నాడు మరియు అతని విప్లవాత్మక దృష్టి కొత్త, మరింత పరిణతి చెందిన కోణాన్ని పొందుతోంది.అతను భారతదేశ స్వాతంత్ర్యం మరియు సామాన్య ప్రజల దోపిడీ నుండి స్వేచ్ఛ అనే సమస్యను విస్తృత దృక్పథంలో పునరాలోచించాడు. తనకు ఉరిశిక్ష పడుతుందని అతనికి బాగా

తెలుసు. కానీ అమరవీరుడు కావడానికి ముందు, అతను మార్క్సిస్ట్ సూత్రాలు మరియు సోవియట్ విప్లవం యొక్క అధ్యయనం ఆధారంగా అతను ఊహించిన కొత్త దశలోకి భారతదేశంలో విప్లవాత్మక ఉద్యమం ప్రవేశిస్తుందని ఖచ్చితంగా అనుకున్నాడు.

అతను ఇంకా ఇలా వ్రాశాడు - "చంద్రశేఖర్ మరియు ధన్వంతరి నాకు చెప్పారు - 'సర్దార్ భగత్ సింగ్ జైలులో మార్క్స్ మరియు లెనిన్ యొక్క కమ్యూనిస్ట్ తత్వశాస్త్రాన్ని లోతుగా అధ్యయనం చేశారు మరియు అతని సహచరులను కూడా అదే విధంగా చేయడానికి ప్రేరేపించారు.' ... ఆయనే మిమ్మల్ని కలుసుకుని ఇండియన్ సోషలిస్ట్ రిపబ్లికన్ ఆర్మీలో సభ్యునిగా చేసి సోవియట్ యూనియన్‌కి చదువు కోసం పంపమని అడిగారు.అరెస్టుకు ముందు భగత్ సింగ్ స్వయంగా సోవియట్ యూనియన్ వెళ్లి సోషలిస్టు దేశాన్ని కళ్లారా చూడాలనుకున్నాడు. విజయ్ కుమార్ సిన్హా 'న్యూ మ్యాన్ ఇన్ ది సోవియట్ యూనియన్' పుస్తకంలో రాశారు - ఆ రోజుల్లో, థర్డ్ కమ్యూనిస్ట్ ఇంటర్నేషనల్ ఆరవ కాంగ్రెస్‌కు హాజరయ్యేందుకు మరికొందరితో కలిసి రహస్యంగా మాస్కో వెళుతున్న షౌకత్ ఉస్మానీ, నన్ను కాన్పూర్‌లో కలిశారు తనతో రావాలని కోరాడు!... నేను భగత్ సింగ్‌తో మాట్లాడాను, ఇది సరైన సమయం కాదని మేము భావించాము. కొంత సమయం తర్వాత మేమిద్దరం మాస్కో వెళ్లాలని నిర్ణయించుకున్నాము." దురదృష్టవశాత్తు, ఈ ప్రణాళిక ఎప్పుడూ ఫలించలేదు.కుల్బీర్ సింగ్, అతని దయతో నేను అతని అన్నయ్య భగత్ సింగ్ జైలు డైరీని అధ్యయనం చేసి కాపీ చేయగలిగాను, అతని జీవితం మరియు కార్యకలాపాలపై ప్రత్యేకమైన విషయాలను సేకరించాడు.ఏది నిశితంగా అధ్యయనం చేయాలి. అతని అభిప్రాయం ప్రకారం, భగత్ సింగ్ జైల్లో క్రియా భాషలో డైరీని కూడా ఉంచాడు, అది ఇంకా కనుగొనబడలేదు.

భగత్ సింగ్ మరో సోదరుడు కుల్తార్ సింగ్ కూడా నన్ను ఎంతో ఆత్మీయంగా కలిశాడు. ఆయన కుమార్తె వీరేంద్ర సింధు పై పుస్తకాన్ని రచించారు. 1929 జులైలో ఢిల్లీలో జరిగిన కేసు విచారణలో భగత్ సింగ్ ఇలా చెప్పారని ఆమె చెప్పింది - "మేము చేరుకున్న చారిత్రక ముగింపును మేము నొక్కిచెబుతున్నాము."ఉరి, సైబీరియా గనుల భయం రోమ్‌లో విప్లవ జ్వాల ఆర్పనట్లే, ప్రభుత్వ ఉత్తర్వులు మరియు "అసాధారణ" చట్టాలు భారతదేశంలో స్వాతంత్ర్య పోరాట జ్వాలను ఆర్పివేయలేవు.జనవరి 21, 1930న లెనిన్, భగత్ సింగ్ మరియు అతని

సహచరుల వర్ధంతి సందర్భంగా మెడకు ఎర్రటి రుమాలు కట్టుకుని కోర్టుకు వచ్చారు. రేవు వద్దకు చేరుకోగానే "సోషలిస్టు విప్లవం చిరకాలం జీవించండి", "కమ్యూనిస్టు ఇంటర్నేషనల్‌కు చిరకాలం జీవించండి", "లెనిన్ పేరు అజరామరం", "ప్రజలు" అంటూ నినాదాలు చేశారు.

చిరకాలం జీవించండి", "సామ్రాజ్యవాదంతో దిగజారండి".

దీని తరువాత, భగత్ సింగ్ థర్డ్ ఇంటర్నేషనల్‌కు పంపమని కోర్టుకు మరియు అతని సహచరులు ఇచ్చిన టెలిగ్రామ్‌ను చదివాడు. అందులో ఇలా ఉంది - "లెనిన్ దినోత్సవం సందర్భంగా, గొప్ప లెనిన్ ఆలోచనలను ముందుకు తీసుకెళ్లడానికి ప్రయత్నిస్తున్న వారందరికీ మేము హృదయపూర్వకంగా నమస్కరిస్తున్నాము. రష్యా చేస్తున్న గొప్ప ప్రయోగం విజయవంతం కావాలని కోరుకుంటున్నాం. మేము అంతర్జాతీయ కార్మిక ఉద్యమం యొక్క గొంతులను కలుపుతాము. శ్రామికవర్గం గెలుస్తుంది మరియు పెట్టుబడిదారీ విధానం ఓడిపోతుంది. సామ్రాజ్యవాదాన్ని అణచివేయండి. "

భగత్ సింగ్‌ను ఉరితీయడానికి కొన్ని గంటల ముందు కలిసిన వ్యక్తిని కూడా నేను భారతదేశంలో కలిశాను. ఇది భగత్ సింగ్ స్నేహితుడు మరియు న్యాయవాది అయిన ప్రన్నత్ మెహతా. అతను నాతో చెప్పాడు - "ఆ రోజుల్లో నేను డైరీని ఉంచుకునేవాడిని (నా పనికి కూడా అది అవసరం). అదృష్టవశాత్తూ, 1947లో విభజన సమయంలో నేను లాహోర్‌ను విడిచిపెట్టవలసి వచ్చింది, నా పత్రాలు అక్కడే ఉన్నాయి, వాటికి ఏమి జరిగిందో నాకు తెలియదు."డైరీలు పోయినా, ఆ రోజుల్లో జరిగిన సంఘటనలు నా మనసులో ఎంత గాఢమైన ముద్ర వేసాయి అంటే కాలమూ, మరే ఇతర సంఘటనలూ వాటిని చెరిపేయలేకపోయాయి..." "మార్చి 23, 1931న నాకు ఆ పుస్తకం దొరికింది. భగత్ సింగ్ ఆదేశించినది. నేను అతనిని కలవడానికి వెళ్ళాను. భగత్ సింగ్ మరియు అతని స్నేహితులు ఎవరినీ కలవడానికి నిరాకరించారని జైలు గేటు వద్ద నాకు చెప్పారు. సమీప బంధువులను తప్ప మరెవరినీ కలవకూడదని జైలు అధికారులు నిషేధం విధించడమే అందుకు కారణం. దీనికి నిరసనగా భగత్ సింగ్ మరియు అతని సహచరులు తాము ఎవరినీ కలవబోమని చెప్పారు.

ఏదో ఒకటి చేసి వుండాలి. జైలు అధికారులను కలవడానికి వెళ్లాను. వారిలో ఒక. పూరి గొప్ప వ్యక్తిగా మారిపోయాడు. ముగ్గురు ఖైదీల తరపు న్యాయవాదిగా, వారి చివరి కోరికలు వ్రాయడానికి వారిని కలవడానికి నేను దరఖాస్తు

చేసుకోవాలని అతను నాకు సలహా ఇచ్చాడు. అప్పుడు ఆయన నన్ను భగత్ సింగ్ చెరసాలలోనే కలవడానికి అనుమతించారు. కొంత సమయం తర్వాత రాజ్‌గురు, సుఖ్‌దేవ్‌లను కూడా అక్కడికి తీసుకొచ్చారు.

"లాహోర్ జైలులో ఉన్న ఈ ముగ్గురు ఖైదీలతో ఇది నా చివరి సమావేశం అని మరియు రెండు గంటల తర్వాత వారిని ఉరితీస్తారని ఆ సమయంలో నాకు తెలియదు."

"నేను పుస్తకం తెచ్చావా లేదా అని భగత్ సింగ్ నన్ను అడిగాడు. నేను అతనికి పుస్తకాన్ని ఇచ్చినప్పుడు, అతను చాలా సంతోషించాడు. పుస్తకాన్ని తీసుకుంటూ - "ఈ రాత్రికి నేను పూర్తి చేస్తాను, ఆ పేదవాడికి తెలుసు, అతను పుస్తకం చివరి వరకు చదవలేడని."భగత్ సింగ్ కోసం తాను రాసిన పుస్తకం పేరు గుర్తుందా అని ప్రన్నత్ మెహతాని అడిగాను.తీసుకో బడిన. అతని సమాధానం - "నిజం చెప్పాలంటే, ఇది లెనిన్ గురించి లేదా లెనిన్ గురించిన పుస్తకమో నాకు గుర్తు లేదు. అది చిన్న పుస్తకమని. మరుసటి రోజు జైలు సెంట్రీ వారు భగత్ సింగ్‌ను తీసుకురావడానికి వచ్చినప్పుడు, కాబట్టి నాకు చెప్పారు. అతను ఈ పుస్తకాన్ని చదువుతున్నాడు, తరువాత నాకు ఆ పుస్తకంతో పాటు భగత్ సింగ్ నా కోసం వదిలిపెట్టిన వస్తువులను కూడా పొందాను.బహుశా అదే సెంట్రీ మెహతాతో ఇలా అన్నాడు - "భగత్ సింగ్ చివరి క్షణాల గురించి అతని బంధువులకు చెప్పాడు."

వీరేంద్ర సింధు తన పుస్తకంలో అధికారి తలుపు గుమ్మం వద్ద నిలబడి ఉండగా, ప్రన్నత్ మెహతా తీసుకొచ్చిన లెనిన్ జీవిత చరిత్రను భగత్ సింగ్ చదువుతున్నాడని రాశారు.'సర్దార్ జీ,' అతను చెప్పాడు - 'ఉరి తీయమని ఆర్డర్ వచ్చింది. సిద్దంగా ఉండండి!'"భగత్ సింగ్ తన కుడి చేతిలో ఒక పుస్తకాన్ని కలిగి ఉన్నాడు, దాని నుండి కళ్ళు తీయకుండా అతను తన ఎడమ చేతిని పైకెత్తి ఇలా అన్నాడు - 'ఆగు. ఇక్కడ ఒక విప్లవకారుడు మరొక విప్లవకారుడిని కలుస్తున్నాడు!

మరికొన్ని పంక్తులు చదివిన తరువాత, అతను పుస్తకాన్ని పక్కన పెట్టి, లేచి నిలబడి ఇలా అన్నాడు -'వదులు!'

భగత్ సింగ్ యొక్క విప్లవ సమూహం నుండి మరొక కష్టపడి పనిచేసే విప్లవకారుడు ఉద్భవించాడు, తరువాత అతను కమ్యూనిస్ట్ పార్టీ ఆఫ్ ఇండియా ప్రధాన కార్యదర్శి అయ్యాడు. ఇది అజయ్ కుమార్ ఘోష్.'భగత్ సింగ్ మరియు అతని సహచరులు' అనే పుస్తకంలో, అజయ్ ఘోష్, భగత్ సింగ్ భారతదేశ రాజకీయ హోరిజోన్‌లో మైనారిటీకి ఉల్కలా ప్రకాశించాడని మరియు అంతరించిపోకముందే, అతను మిలియన్ల మందికి కొత్త భారతదేశం యొక్క ఆత్మ

మరియు ఆశలకు చిహ్నంగా మారాడని రాశాడు. , మృత్యుభయం లేని వారి కోసం, సామ్రాజ్యవాద కాడిని విసిరివేసి, తమ గొప్ప దేశంలో స్వతంత్ర రాజ్యాన్ని నిర్మించాలని నిర్ణయించుకున్నారు.

భగత్ సింగ్ మరియు అతని సహచరుల వంటి నిర్భయ విప్లవకారుల త్యాగం వృథా కాలేదు. కొద్దిమంది యువత విప్లవం తీసుకురాలేరని, ఎంతో ఓర్పుతో, శ్రద్ధతో జనంలో పనిచేయాలని, పోరాటానికి ప్రజలను సంఘటితం చేసి, పక్కా వ్యూహాలను సిద్ధం చేసి, వాటిని అమలు చేసి, ప్రజలను నడిపించాలని ఆయన పార్టీకి చెందిన ఉత్తమ ప్రతినిధులు నిర్ణయానికి వచ్చారు. అధికారం కోసం చివరి పోరాటం వైపు.

ఎల్. మిత్రోఖిన్

భగత్ సింగ్ జైలు డైరీ

జైల్లో భగత్ సింగ్ ద్వారా (1929-31)
అధ్యయనం సమయంలో
వ్రాసిన గమనికలు మరియు కోట్స్

మీరు నోట్‌బుక్‌ని తెరిచిన వెంటనే, మొదటి పేజీలో (శీర్షిక పేజీ) ఆంగ్లంలో వ్రాయబడింది:

"భగత్ సింగ్ కోసం

నాలుగు వందల నాలుగు (404) పేజీలు..."

క్రింద సంతకం ఉంది కానీ 12.9.29 తేదీ ఇవ్వబడింది. ఆ కాపీని భగత్ సింగ్ కు ఇస్తుండగా జైలు అధికారులు ఈ ఎంట్రీ ఇచ్చినట్లు స్పష్టమవుతోంది.

దీని క్రింద భగత్ సింగ్ యొక్క రెండు పూర్తి మరియు రెండు చిన్న సంతకాలు ఉన్నాయి.

పేజీ కుడివైపు ఎగువ మూలన భగత్ సింగ్ పేరు కూడా ఆంగ్లంలో వ్రాయబడింది.

(మొదటి పేజీ చూడండి)

జైలు మాన్యువల్‌ల/ గురించి తెలిసిన వారికి తెలుసు, ఖైదీ వ్రాయడానికి కాపీని అడిగినప్పుడల్లా, జైలు అధికారి కాపీని మొదట్లో మరియు చివరలో ఇలా వ్రాయాలి మరియు దానిని స్వీకరించేటప్పుడు ఖైదీ కూడా అక్కడ సంతకం చేయాల్సి ఉంటుంది. భగత్ సింగ్ సంతకం (ఇంగ్లీష్‌లో) టైటిల్ పేజీలో మరియు 12.9.29 తేదీతో కాపీ చివరిలో కూడా ఉంది.

నోట్‌బుక్ యొక్క నకిలీ/చేతిరాత కాపీ. బి. కుమార్ హుజా ఇంద్రప్రస్థలో గురుకులాన్ని కనుగొన్నారు, దాని దిగువ ఎడమ మూలలో ఆంగ్లంలో కూడా ఇలా రాసి ఉంది – "కాపీని షహీద్ భగత్ సింగ్ మేనల్లుడు అభయ్ కుమార్ సింగ్ సిద్ధం చేశారు."

నోట్‌బుక్ సాధారణ పాఠశాల నోట్‌బుక్ పరిమాణం, సుమారు 6.75 x 8.50 అంగుళాలు లేదా 17.50 x 21 సెం.మీ.

- ఎడిటర్

Bhagat Singh Paper

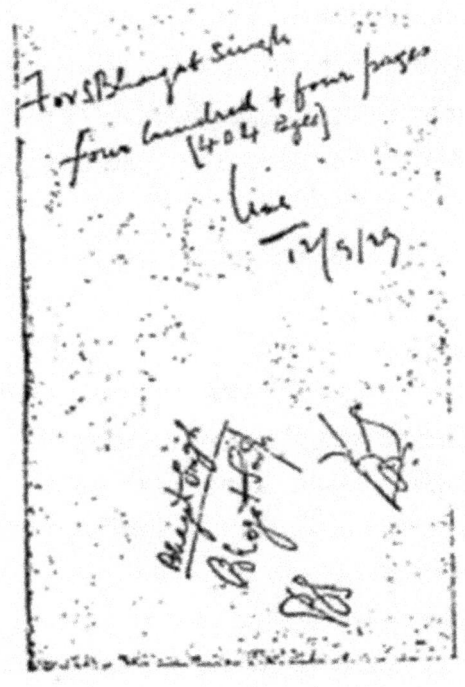

For S Bhagat Singh
four hundred + four pages
[404 pages]

Copy by Abhey Kumar Singh
Nephew of Shaheed Bhagat Singh

పేజీ 2 (2)[1]

భూమి కొలతలు[2]: జర్మన్ 20 హెక్టార్లు - 50 ఎకరాలు అంటే 1 హెక్టారు = 2½ ఎకరాలు

---

[1] నోట్బుక్ యొక్క పేజీ సంఖ్య శీర్షిక పేజీ నుండి లెక్కించబడుతుంది. బ్రాకెట్లలో ఇవ్వబడిన సంఖ్యలు అది వ్రాసిన పేజీలలో ఉంటాయి. ఉదాహరణకు, పేజీ సంఖ్య 2 (2) యొక్క ఎడమ మూడు పేజీలు సాదాసీదాగా ఉంటాయి మరియు తదుపరి రచన పేజీ సంఖ్య 6 (3)లో ఉంటుంది. నోట్బుక్లో కొన్ని పేజీలు లేవు మరియు చాలా పేజీలు ఖాళీగా ఉన్నాయి. భగత్ సింగ్ మొత్తం 145 పేజీల్లో నోట్స్ రాసుకున్నాడు.

[2] నోట్బుక్లోని రెండవ పేజీలో, భూమి, హెక్టార్ మరియు ఎకరం యొక్క ఈ రెండు యూనిట్ల కొలతల యొక్క పరస్పర పోలిక మాత్రమే ఉంది.

31

పేజీ 6 (3)

ఆస్తి నుండి విముక్తి - "ఆస్తి నుండి విముక్తి"... చిన్న పెట్టుబడిదారులు మరియు రైతు ఆస్తిదారులకు సంబంధించినంతవరకు "ఆస్తి నుండి స్వేచ్ఛ"గా మారింది.

వివాహం అనేది చట్టబద్ధంగా ఆమోదించబడిన వ్యభిచారానికి ఒక అధికారిక కవర్‌గా మిగిలిపోయింది....

(సోషలిజం, సైంటిఫిక్ మరియు ఆదర్శధామం)[1]

* * *

మానసిక బానిసత్వం - "ఒక శాశ్వతమైన శక్తి మానవ సమాజాన్ని ఈనాటిలాగే సృష్టించింది మరియు దైవిక సంకల్పం ద్వారా 'అత్యున్నత' మరియు 'అధికార' వర్గాలపై 'అధిక' విధేయత విధించబడింది." ప్రచార వేదిక మరియు పత్రికా రంగం ద్వారా అందించబడిన ఈ సందేశం మనిషి మనస్సును హిప్నటైజ్ చేసింది మరియు దోపిడీకి బలమైన మూలస్తంభాలలో ఒకటి.

(కుటుంబ మూలంలో అనువాదకుని పాత్ర)[2]

పేజీ 7 (4)

ఎంగెల్స్ రచించిన ది ఆరిజిన్ ఆఫ్ ది ఫ్యామిలీ...

ఆదిమ సమాజ చరిత్రలో హేతుబద్ధమైన వ్యవస్థను ప్రదర్శించడానికి ప్రయత్నించిన మొదటి వ్యక్తి మోర్గాన్.[3]

అతను దానిని మూడు ప్రధాన యుగాలుగా విభజించాడు-

	1. అనాగరికత, 2. అనాగరికత, 3. నాగరికత
1. మొరటుతనం.	మళ్లీ మూడు దశలుగా విభజించబడింది-
	1. దిగువ; 2. మధ్య; 3. ఎక్కువ

---

[1] ఫ్రెడరిక్ ఎంగెల్స్ రచనలు, సోషలిజం, ఇమాజినరీ మరియు సైంటిఫిక్.

[2] కుటుంబం, వ్యక్తిగత ఆస్తి మరియు రాజ్యాధికారం యొక్క మూలంపై ఫ్రెడరిక్ ఎంగెల్స్ చేసిన కృషి.

[3] లూయిస్ హెచ్. మోర్గాన్ (1818 - 1881) అమెరికన్ సోషియాలజిస్ట్, అతను తన పుస్తకం ఏన్షియంట్‌లో సొసైటీ (Ancient Society, or Researches in the Lines of Human Progress from Savagery through Barbarism to Civilization) వివరణాత్మక సామాజిక అధ్యయనం ఆధారంగా చారిత్రక అభివృద్ధి యొక్క భౌతిక భావన.నిర్ధారించబడింది. తన పుస్తకం ది ఆరిజిన్ ఆఫ్ ది ఫ్యామిలీ, ప్రైవేట్ ప్రాపర్టీ అండ్ స్టేట్, ఎంగెల్స్ ప్రధానంగా రాశారు ఇది మోర్గాన్ సమర్పించిన పదార్థంపై ఆధారపడింది.

1. **నాగరికత యొక్క అత్యల్ప దశ** - మానవజాతి యొక్క శైశవదశ. 1. చెట్లపై జీవించడం.

2. **ఆహారం** - పండ్లు, కాయలు మరియు వేర్లు. 3. పొందికైన ప్రసంగం అభివృద్ధి ఈ కాలం యొక్క ప్రధాన విజయం.

2. మధ్య దశ- 1. అగ్నిని కనుగొనడం. 2. చేపల ఆహారంగా ఉపయోగిస్తారు. 3. వేట కోసం రాతి పనిముట్లు కనుగొనబడ్డాయి. 4. మానవ మాంసాహారం ఉనికిలోకి వస్తుంది.[1]

3. **ఉన్నత దశ** - 1. విల్లు మరియు బాణం, గొడ్డలి కాదు. 2 గ్రామీణ స్థావరాలు. 3. ఇళ్ల నిర్మాణంలో కలప వినియోగం. 4. బట్టలు నేయడం ప్రారంభించారు.

అనాగరిక స్థితిలో, విల్లు మరియు బాణం అనాగరిక స్థితిలో ఇనుప ఖడ్గం లాగా మరియు నాగరికత స్థితిలో తుపాకీ - అంటే ఆధిపత్య ఆయుధాలు.

పేజీ 8 (5)

---

2. విధ్వంసం -

1. దిగువ దశ-

1. కుండల ప్రారంభం. ఇంతకుముందు, చెక్క పాత్రలపై మట్టి పొరలు వేయబడ్డాయి, కానీ తరువాత మట్టి పాత్రలు కనుగొనబడ్డాయి. మానవ జాతులు రెండు స్పష్టమైన తరగతులుగా విభజించబడ్డాయి-
2. మానవ జాతులు రెండు స్పష్టమైన తరగతులుగా విభజించబడ్డాయి -
   I. జంతువులను పెంచి ధాన్యాలు పండించే పూర్వి;
   II. కేవలం 'మొక్కజొన్న' మాత్రమే ఉన్న పాశ్చాత్యులు.

2. మధ్య దశ

(ఎ) పశ్చిమ అర్ధగోళం: అంటే అమెరికాలో వారు ఆహార పంటలు (వ్యవసాయం మరియు నీటిపారుదల) మరియు ఇళ్ళు నిర్మించడానికి ఇటుకలను కాల్చడానికి ఉపయోగిస్తారు.

---

[1] ఇక్కడ భగత్ సింగ్ మార్జిన్‌లో ఇలా వ్రాశాడు: వేట నుండి లభించే జంతు మాంసం.

(బి) పూర్వి: వారు పాలు మరియు మాంసం కోసం జంతువులను పెంచేవారు. ఈ రాష్ట్రంలో వ్యవసాయం లేదు.

3. ఉన్నత రాష్ట్రం

1. కాస్ట్ ఇనుమును కరిగించడం.
2. పత్రాలను వ్రాయడానికి వర్ణమాలల అభివృద్ధి మరియు ఉపయోగం ఈ దశలో అనేక ఆవిష్కరణలు జరుగుతాయి. ఇది గ్రీకు వీరుల కాలం.
3. మొక్కజొన్నను పెద్ద ఎత్తున పండించడానికి, ఇనుప నాగళ్లను జంతువులు లాగుతాయి.
4. అడవులను నరికివేయడం మరియు ఇనుప గొడ్డళ్లు మరియు ఇనుప గుంటలు ఉపయోగించడం ప్రారంభించారు.
5. గొప్ప విజయాలు - (i) అధునాతన ఇనుప పనిముట్లు, (ii) ఫోర్జెస్, (iii) జాంత, (iv) కుమ్మరి చక్రం, (v) చమురు మరియు వైన్ వెలికితీత, (vi) లోహాల తారాగణం, (vii) కారు మరియు రథం , (viii) ఓడ నిర్మాణం. [పేజీ 9(6)] (ix) కళాత్మక నిర్మాణం, (x) నగరాలు మరియు కోటల నిర్మాణం (xi) హోమర్ యుగం మరియు

పూర్తి పురాణగాథ. ఈ విజయాలతో, గ్రీకులు మూడవ దశలోకి ప్రవేశిస్తారు - "నాగరికత".

సంక్షిప్తంగా:

1. **నాగరికత**- ప్రధానంగా తయారుచేసిన సహజ ఉత్పత్తులను కేటాయించే కాలం; మానవ మేధస్సు ప్రధానంగా ఈ ప్రయత్నంలో సహాయపడే ఉపయోగకరమైన సాధనాలను కనిపెట్టింది.
2. **అనాగరికత** - పశుపోషణ, వ్యవసాయం మరియు మానవ ఏజెంట్ల ద్వారా ప్రకృతి ఉత్పాదకతను పెంచే కొత్త పద్ధతుల జ్ఞానాన్ని పొందే కాలం.
3. **నాగరికత** - సహజ ఉత్పత్తుల యొక్క విస్తృత ఉపయోగం, తయారీ మరియు కళలను నేర్చుకోవడం.

***

ఈ విధంగా, కుటుంబం యొక్క మూడు ప్రధాన రూపాలను మేము కనుగొన్నాము, సాధారణంగా మానవ అభివృద్ధి యొక్క మూడు ప్రధాన దశలతో సరిపోలుతుంది -

1. అనాగరికత కాలంలో: "యువ వివాహం"

2. అనాగరికత కాలంలో: జంట కుటుంబం

3. నాగరికత కాలంలో: ఏకస్వామ్య వివాహంతో పాటు వ్యభిచారం మరియు వ్యభిచారం. జంట కుటుంబం మరియు ఏకభార్యత్వం మధ్య, అనాగరికత యొక్క ఉన్నత దశలలో, బానిసలపై పురుషుల పాలన మరియు బహుభార్యాత్వం పరిచయం.

(పేజీ 90)

పేజీ 10 (7)

వివాహం యొక్క లోపాలు

ప్రత్యేకించి దీర్ఘకాలిక అనుబంధం, పది కేసులలో తొమ్మిది కేసులలో, వ్యభిచారం కోసం ఒక ఖచ్చితమైన శిక్షణా పాఠశాల.

***

సోషలిస్ట్ విప్లవం మరియు వివాహ సంస్థ

ఏకపత్నీ వివాహానికి అనుబంధంగా వ్యభిచారం అనే ఆర్థిక ప్రాతిపదిక కనుమరుగవుతున్నట్లే ఇప్పుడు ఏకస్వామ్య వివాహాల ఆర్థిక ప్రాతిపదిక అంతరించిపోతుందని, దాని ఫలితంగానే మనం ఇప్పుడు సామాజిక విప్లవం వైపు వెళ్తున్నాం. ఒకరి చేతిలో బోలెడంత సంపద పోగుపడటం వల్ల, అది కూడా తన బిడ్డలకే ఈ సంపదను వదలాలనే కోరికతో ఏకపత్నీవ్రత ఆచారం ఏర్పడింది. ఈ ప్రయోజనం కోసం, స్త్రీ యొక్క ఏక మనస్సు అవసరం, పురుషుడిది కాదు. అందువల్ల, స్త్రీ యొక్క ఏకస్వామ్యం పురుషుని బహిరంగ లేదా దాచిన బహుభార్యాత్వానికి ఎటువంటి ఆటంకం కలిగించలేదు.

కానీ రాబోయే సామాజిక విప్లవం శాశ్వత ధనాన్ని, అంటే ఉత్పత్తి సాధనాలు, సామాజిక ఆస్తిని చాలా వరకు చేస్తుంది మరియు అలా చేయడం వలన ఆస్తి వారసత్వం గురించి ఈ ఆందోళన అంతా కనిష్టంగా తగ్గుతుంది. అయితే

ఏకస్వామ్య వివాహం ఆర్థిక కారణాల వల్ల ఉద్భవించింది కాబట్టి, ఈ కారణాలు అదృశ్యమైతే అది కూడా కనుమరుగవుతుందా?

(పే. 91)[1]

* * *

పేజీ 11 (8)

"కప్ నింపండి, నా ప్రియమైన, అది తీసివేస్తుంది."

ఈ రోజు గతం యొక్క దుఃఖం మరియు భవిష్యత్తు యొక్క భయం –

రేపు? - ఎందుకు, రేపు నేను

ఏడు వేల సంవత్సరాలు గడిచిపోవచ్చు.

\- - -   - - -   - - -   - - -

ఇక్కడ దట్టమైన గడ్డి కింద, రొట్టె,

వైన్ జగ్, కవిత్వ పుస్తకం - మరియు

ఈ నిర్జనమైన లోయలో మీరు నా పక్కన పాడుతున్నారు!

ఇప్పుడు ఈ నిర్జన లోయ స్వర్గంగా మారింది!

ఒమర్ ఖయ్యామ్"

* * *

ప్రభుత్వం యొక్క ఒకే ఒక రూపం ఉందని, దానిని ఏ పేరుతో పిలిచినా, అంతిమ నియంత్రణ ప్రజల చేతుల్లోనే ఉంటుందని మేము నమ్ముతున్నాము."

"ఎర్ల్ ఆఫ్ బాల్ఫోర్"[2]

* * *

మతం - "మతం పట్ల నా స్వంత దృక్పథం లుక్రెటియస్కు సమానం. నేను భయంతో పుట్టిన వ్యాధిగానూ, మానవాళికి చెప్పలేని బాధల మూలంగానూ

---

[1] కుటుంబం, వ్యక్తిగత ఆస్తి మరియు రాష్ట్ర అధికారం యొక్క మూలం - ఎంగెల్స్.

[2] బహుశా ఆర్థర్ జేమ్స్, 1వ ఎర్ల్ ఆఫ్ బాల్ఫోర్ (1848–1930), బ్రిటిష్ దౌత్యవేత్త మరియు ప్రధాన మంత్రి (1902–1905)1

పరిగణిస్తాను. కానీ అది నాగరికతకు కూడా కొంత సహకారం అందించిందని నేను కాదనలేను. ఇది ప్రారంభ క్యాలెండర్ నిర్ధారణలో సహాయపడింది మరియు దీని కారణంగా ఈజిప్టు పూజారులు గ్రహణాల రికార్డులను చాలా జాగ్రత్తగా ఉంచారు, వారు తరువాత వాటిని అంచనా వేయగలిగారు. నేను ఈ రెండు సేవలను అంగీకరించడానికి సిద్ధంగా ఉన్నాను, కానీ నాకు ఇతరుల గురించి తెలియదు.

"బెర్ట్రాండ్ రస్సెల్"[3]

పేజీ 13 (10)

బెనివలెంట్ డెస్పోటిజం - మోంటాగు-చెమ్స్‌ఫోర్డ్[4] బ్రిటిష్ ప్రభుత్వాన్ని 'దయగల నిరంకుశత్వం' అని పిలిచాడు మరియు బ్రిటిష్ లేబర్ పార్టీ యొక్క సామ్రాజ్యవాద నాయకుడు రామ్‌సే మక్‌డొనాల్డ్[5] ప్రకారం - "దయాదాక్షిణ్యాల నిరంకుశత్వం", దీనిలో పాలించిన వారు దేశాన్ని పాలించే అన్ని ప్రయత్నాలలో నలిగిపోతారు. ." అని పెట్టబడింది. వారు విధేయులుగా ఉంటారు మరియు ఆచరణాత్మక పౌరులు కాదు. వారి సాహిత్యం, వారి కళ, వారి ఆధ్యాత్మిక వ్యక్తీకరణ చచ్చిపోతుంది."

* * *

---

[3] గొప్ప గణిత శాస్త్రజ్ఞుడు మరియు తత్వవేత్త బెర్ట్రాండ్ ఆర్థర్ విలియం రస్సెల్ (1872-1972)1

[4] భారతదేశంలో రాజ్యాంగ సంస్కరణలకు సంబంధించి మాంటెగ్-చెమ్స్‌ఫోర్డ్ నివేదిక (1918), దీని ఆధారంగా భారత ప్రభుత్వ చట్టం, 1919 ప్రకారం ద్వంద్వ పాలన అమలు చేయబడింది. ఎడ్విన్ శామ్యూల్ మోంటాగు (1877-1924) 1917 నుండి 1922 వరకు భారతీయ వ్యవహారాలకు బ్రిటీష్ విదేశాంగ మంత్రిగా ఉన్నారు మరియు లార్డ్ చెమ్స్‌ఫోర్డ్ 1916 నుండి 1920 వరకు భారతదేశ వైస్రాయ్‌గా ఉన్నారు.

[5] జేమ్స్ రామ్సే మక్డోనాల్డ్ (1866–1937) – బ్రిటిష్ దౌత్యవేత్త మరియు బ్రిటిష్ లేబర్ పార్టీ వ్యవస్థాపక సభ్యుడు. అతను 1923-24 మరియు 1929-35లో బ్రిటన్ ప్రధాన మంత్రి.

రాష్ట్రం

రాష్ట్రం యొక్క అవసరం ఏమిటంటే, దాని సభ్యుల మొత్తం శరీరం నుండి వేరు చేయబడిన శక్తిని ఉపయోగించడం కోసం ఒక పబ్లిక్ అథారిటీ.

-(ఎంగెల్స్) (పేజీ 116)[1]

రాష్ట్రం యొక్క మూలం

...ప్రాచీన కాలంలో, తెగల మధ్య జరిగిన యుద్ధాల వల్ల భ్రష్టు పట్టి, కొత్త రూపం దాల్చింది - పశువులను, బానిసలను మరియు సంపదను జీవనోపాధిగా దోచుకోవడానికి భూమి మరియు నీటి ద్వారా క్రమం తప్పకుండా దాడులు; సంక్షిప్తంగా, సంపద ప్రపంచంలోని గొప్ప విషయంగా పరిగణించబడుతుంది, దానిని ప్రశంసలు మరియు గౌరవంతో చూసారు మరియు పాత వంశ సమాజంలోని సంస్థలు మరియు ఆచారాలు భ్రష్టుపట్టడం ప్రారంభించాయి, తద్వారా సంపదను బలవంతంగా దోచుకోవడం సమర్థించబడుతోంది. కాలేదు. ఇప్పుడు ఒక విషయం మాత్రమే అవసరం - వంశ వ్యవస్థ యొక్క పాత కమ్యూనిటీ సంప్రదాయాల నుండి వ్యక్తిగత వ్యక్తుల యొక్క కొత్తగా సంపాదించిన ఆస్తిని రక్షించడమే కాకుండా, ఇంతకు ముందు పెద్దగా గౌరవం లేని ప్రైవేట్ ఆస్తిని రక్షించే సంస్థ, ఇది ప్రకటించింది. పవిత్రత పవిత్రమైనది మరియు ఈ పవిత్రతను మానవ సమాజం యొక్క అంతిమ లక్ష్యం అని ప్రకటిస్తుంది, అయితే ఇది కొత్త మరియు అభివృద్ధి చెందుతున్న ఆస్తులను సంపాదించే పద్ధతులపై ప్రజల ఆమోద ముద్రను కూడా సెట్ చేస్తుంది మరియు తద్వారా నిరంతరం సంపదను పెంచుతుంది; అటువంటి సంస్థ యొక్క, ఇది సమాజంలోని పుట్టుకతో వచ్చిన వర్గ విభజనను శాశ్వతంగా చేయడమే కాకుండా, ధనిక వర్గంపై ధనిక వర్గం యొక్క పాలనను కూడా చేస్తుంది. మరియు ఈ సంస్థ కూడా వచ్చింది. రాష్ట్రం ఆవిష్కృతమైంది.

(పేజీ 129-130)[2]

పేజీ 12 (9)

మంచి ప్రభుత్వం యొక్క నిర్వచనం: "మంచి ప్రభుత్వం స్వపరిపాలనకు ఎప్పటికీ ప్రత్యామ్నాయం కాదు."కాలేదు."

"హెన్రీ కాంప్‌బెల్ బ్యానర్‌మాన్[3]

భారత ప్రభుత్వం

భారత విదేశాంగ శాఖ మంత్రి గౌరవనీయులు ఎస్. మాంటేగ్ 1917లో హౌస్ ఆఫ్ కామన్స్‌లో ఇలా అన్నాడు - “భారత ప్రభుత్వం చాలా దృఢమైనది, చాలా

---

[1] అదే.

[2] కుటుంబం, వ్యక్తిగత ఆస్తి మరియు రాష్ట్ర అధికారం యొక్క మూలం - ఎంగెల్స్

[3] తెలియని.

క్రూరమైనది, చాలా ప్రాచీనమైనది మరియు ఆధునిక ప్రయోజనాల కోసం ఎటువంటి ఉపయోగం లేకుండా చాలా సాంప్రదాయికమైనది. భారత ప్రభుత్వం సమర్థించలేనిది.

***

భారతదేశంలో బ్రిటిష్ పాలన

డాక్టర్ రూత్‌ఫోర్డ్ మాటలు[1] - "భారతదేశంలో కొనసాగుతున్న బ్రిటీష్ పాలన ప్రపంచంలోనే అత్యంత నీచమైన మరియు అనైతికమైన ప్రభుత్వ వ్యవస్థ, ఒక దేశాన్ని మరొక దేశం దోపిడీ చేయడం."

***

స్వేచ్ఛ మరియు ఆంగ్ల ప్రజలు

“ఇంగ్లీషు ప్రజలు దాని కోసమే స్వేచ్ఛను ప్రేమిస్తారు. వారు చేసే అన్యాయం తప్ప అన్ని అన్యాయాలను అసహ్యించుకుంటారు. వారు కాంగోలో జోక్యం చేసుకుంటారు మరియు బెల్జియన్ల వద్ద "సిగ్గు, అవమానం" అని అరుస్తూ స్వేచ్ఛను ఇష్టపడే వ్యక్తులు. కానీ వారి మడమలు భారతదేశం మెడపై ఉన్నాయని వారు మరచిపోయారు.

“ఒక ఐరిష్ రచయిత”[2]

పేజీ 14 (11)

మాబ్ యొక్క రివెంజ్

"ఈ పద్ధతిలో శిక్షించాలనే ఆలోచనను ప్రజలు ఎలా ఒప్పించారో ఇప్పుడు చూద్దాం." "వారు దానిని వారు నివసించే ప్రభుత్వాల నుండి నేర్చుకుంటారు మరియు బదులుగా వారు అలవాటుపడిన అదే శిక్షలను విధిస్తారు. సిలువ వేయబడిన తలలు, సంవత్సరాల తరబడి టెంపుల్ బార్‌పై నిలబడి, పారిస్‌లో శిలువపై శిలువ వేయబడిన దృశ్యం నుండి భయానకంగా భిన్నంగా లేవు; అయినా బ్రిటిష్ ప్రభుత్వం చేసింది ఇదే. బహుశా ఒక మనిషికి మరణానంతరం చేసిన దానికి పెద్దగా తేడా లేదని చెప్పవచ్చు; కానీ ఇది జీవించి ఉన్నవారికి పెద్ద తేడాను కలిగిస్తుంది, అది వారి మనోభావాలను చింపివేస్తుంది లేదా వారి హృదయాలను రాయిగా మారుస్తుంది మరియు ఏదైనా సందర్భంలో, అధికారం వారి చేతుల్లోకి వచ్చినప్పుడు ఎలా శిక్షించాలో అది వారికి బోధిస్తుంది."

[1] తెలియని.

[2] తెలియని.

"అప్పుడు మూలాన్ని గొడ్డలితో కొట్టండి మరియు ప్రభుత్వాలకు మానవత్వాన్ని నేర్పండి. ఇది వారిది

మానవాళిని భ్రష్టు పట్టించే భయంకరమైన శిక్షలే.... సాధారణ ప్రజల ముందు ప్రదర్శించబడే ఈ క్రూరమైన దృశ్యాల ప్రభావం ప్రతీకారాన్ని తగ్గించడం లేదా ప్రతీకారాన్ని ప్రేరేపించడం, మరియు వారు కారణం కంటే భయంతో ప్రజలను పాలించాలనే అదే నీచమైన మరియు తప్పుడు భావనను ఉదహరించారు.

(రైట్స్ ఆఫ్ మ్యాన్, (పే. 32) . పైన్)[3]

పేజీ 15 (12)

రాజు మరియు రాచరికం

దేశం తిరుగుబాటు చేసింది లూయిస్ XVIకి వ్యతిరేకంగా కాదు, ప్రభుత్వ నిరంకుశ సూత్రాలకు వ్యతిరేకంగా. ఈ సూత్రాలు వాస్తవానికి అతని నుండి పుట్టలేదు, కానీ చాలా శతాబ్దాల క్రితం స్థాపించబడిన ప్రారంభ వ్యవస్థ నుండి మరియు వాటిని తొలగించలేనంత లోతుగా పాతుకుపోయాయి మరియు పరాన్నజీవులు మరియు దొంగల మురికి గుర్రాలు చాలా అసహ్యంగా మురికిగా ఉన్నాయి, పూర్తి విప్లవం మాత్రమే దానిని శుభ్రం చేయగలదు. . ఏదైనా పని అవసరమైనప్పుడు, అది మనస్ఫూర్తిగా చేయాలి, లేదా దానిని చేయడానికి ప్రయత్నించకూడదు. రాజు మరియు రాచరికం రెండు పూర్తిగా భిన్నమైన విషయాలు; మరియు ఈ తిరుగుబాటు మరియు విప్లవం పైన పేర్కొన్న (అంటే కింగ్-సాన్.) లేదా అతని సూత్రాలకు వ్యతిరేకంగా జరిగింది.

(పేజీ 19)[4]

సహజ మరియు పౌర హక్కులు

మనిషి సమాజంలోకి ప్రవేశించింది మునుపటి కంటే అధ్వాన్నంగా మారడానికి కాదు, కానీ అతని హక్కులు మునుపటి కంటే మెరుగ్గా రక్షించబడటానికి. అతని సహజ హక్కులు అతని అన్ని పౌర హక్కులకు పునాది.

---

[3] థామస్ పైన్ యొక్క రచన, మనిషి యొక్క హక్కులు; ఆంగ్ల రచయిత మరియు ప్రచారకర్త థామస్ పైన్ (1737–1809) అమెరికన్ స్వాతంత్ర్య యుద్ధం మరియు ఫ్రెంచ్ విప్లవంలో తన మరపురాని పాత్రకు ప్రపంచవ్యాప్తంగా ప్రసిద్ధి చెందాడు; అతని కరపత్రం కామన్ సెన్స్ మరియు అతని రచన రైట్స్ ఆఫ్ మ్యాన్ చరిత్ర యొక్క అమూల్యమైన వారసత్వాలు. అమెరికన్ స్వాతంత్ర్య యుద్ధం సమయంలో వ్రాయబడిన హక్కులు అమెరికన్ రాజ్యాంగానికి మనిషి ప్రధాన ఆధారం అయ్యాడు.

[4] మనిషి హక్కుల నుండి.

సహజ హక్కులు మనిషి జీవించే హక్కుకు సంబంధించినవి (మేధో-మానసిక మొదలైనవి).

పౌర హక్కులు సమాజంలోని సభ్యునికి సంబంధించినవి.

(పేజీ-44)[5]

పేజీ 16[13]

రాజు జీతం

ఒక వ్యక్తి యొక్క నిర్వహణ కోసం ఒక దేశం యొక్క ప్రజా పన్నుల నుండి సంవత్సరానికి ఒక మిలియన్ స్టెర్లింగ్ చెల్లించాలని ఆలోచించడం అమానుషం, అయితే దానికి సహకరించడానికి బలవంతం చేయబడిన వేలాది మంది పేదరికం మరియు దౌర్భాగ్యంతో కొట్టుమిట్టాడుతున్నారు. ప్రభుత్వం జైళ్లు మరియు రాజభవనాల మధ్య లేదా పేదరికం మరియు విలాసానికి మధ్య రాజీ కాదు; నిరుపేదల జీవనోపాధిని కూడా దోచుకునేలా, నిరుపేదల కష్టాలు మరింత పెరిగేలా ఇది ఏర్పడలేదు.

(పేజీ 204)[6]

"నాకు స్వేచ్ఛ లేదా మరణం ఇవ్వండి"

"...విషయాన్ని లైట్ చేయడం పనికిరాదు సార్! మంచి వ్యక్తులు శాంతి, శాంతి అని అరవగలరు, కానీ శాంతి లేదు. నిజానికి యుద్ధం ఇప్పటికే ప్రారంభమైంది. ఇప్పుడు ఉత్తరం నుండి లేచి మన చెవులకు చేరుతున్న తదుపరి తుఫాను ప్రతిధ్వనించే ఆయుధ ఘర్షణలు. మన సోదరులు మరియు సోదరీమణులు ఇప్పటికే యుద్ధరంగంలో ఉన్నారు. మనం ఇక్కడ ఖాళీగా ఎందుకు నిలబడి ఉన్నాము? అన్ని తరువాత, మంచి వ్యక్తులు ఏమి కోరుకుంటున్నారు? వారు ఏమి చేస్తారు? గొలుసులు మరియు బానిసత్వం ఖర్చుతో కూడా కొనగలిగేంత మధురమైన జీవితం లేదా శాంతి చాలా మధురంగా ఉందా?

ఆపండి, ఓ సర్వశక్తిమంతుడైన దేవా! ఇతరులు ఏ దారిలో వెళ్తారో నాకు తెలియదు. కానీ నా విషయానికొస్తే, నాకు "స్వేచ్ఛ" లేదా "మరణం" ఇవ్వండి.

"పాట్రిక్ హెన్రీ"[7]

---

[5] అదే.

[6] మూలం తెలియదు.

[7] పాట్రిక్ హెన్రీ (1736-1790)- అమెరికన్ స్వాతంత్ర్య పోరాట నాయకులలో ఒకరు, అద్భుతమైన వక్త మరియు పార్లమెంటేరియన్.

కార్మికుల హక్కులు

"ఎవరైతే కష్టపడి ఒక వస్తువును ఉత్పత్తి చేస్తారో, అతనికి ఉత్పత్తి చేయబడిన వస్తువుపై హక్కు ఉందని చెప్పడానికి ఎటువంటి త్రవ్వకాల సందేశం అవసరం లేదు."

"రాబర్ట్ జి. ఇంగర్సోల్"[8]

పేజీ 17 (14)

"మేము శిరచ్ఛేదనలు భయంకరమైనవిగా భావిస్తున్నాము, కానీ పేదరికం మరియు అణచివేత కారణంగా పెద్ద జనాభాపై విధించబడిన జీవితకాల మరణం యొక్క భయానకతను చూడటం మాకు బోధించబడలేదు."

"మార్క్ ట్వైన్"[9]

అరాచకవాది

"...అరాచకవాదులు మరియు తిరుగుబాటు ప్రేరేపకులు కూడా సాహిత్యం ఎంపికలో చోటు పొందుతారు; మరియు దానిలోని కొన్ని విషయాలు పాఠకులకు కేవలం కోపం యొక్క వ్యక్తీకరణగా అనిపించినప్పటికీ, నేను ఇప్పటికీ చెప్పాలనుకుంటున్నాను, సాహిత్యాన్ని అంకితం చేసిన సెలక్టర్‌ను దీనికి నిందించకూడదు, సృష్టికర్తను కూడా నిందించకూడదు, అతను (అంటే పాఠకుడు) .) తన దేశ ప్రజలను మరియు సమాజాన్ని పిచ్చి మరియు నిరాశ యొక్క విపరీతమైన స్థితికి నెట్టివేసే పరిస్థితుల నేపథ్యంలో మౌనం వహించినందుకు తనను తాను మాత్రమే నిందించుకోవాలి."

"అప్టన్ సింక్లెయిర్"[10], (పరిచయం, Q. 19)

న్యాయం కోసం క్రై

[8] అమెరికన్ లాయర్, స్పీకర్ మరియు రచయిత (1832-1899).

[9] అసలు పేరు శామ్యూల్ లాంఘోర్న్ క్లెమెన్స్ (1835-1910), ప్రసిద్ధ అమెరికన్ నవలా రచయిత మరియు వ్యంగ్య రచయిత.

[10] ప్రసిద్ధ అమెరికన్ నవలా రచయిత మరియు సామ్యవాద-సంస్కర్త (1878-1968).

పాత కూలీ

"...అతను (నిరుద్యోగ వృద్ధ కార్మికుడు) వయస్సు, స్వభావం మరియు పరిస్థితులతో పోరాడుతున్నాడు; సమాజం, శాంతిభద్రతల భారం మొత్తం అతనిపై పడుతోంది, అతను తన ఆత్మగౌరవాన్ని మరియు స్వతంత్రతను కోల్పోవలసి వచ్చింది. అతను పొలాల తలుపులు తట్టాడు మరియు మనిషిలో మాత్రమే మంచిని కనుగొన్నాడు - లా అండ్ ఆర్డర్‌లో కాదు, మనిషిలో మాత్రమే.

"రిచర్డ్ జెఫరీస్" (పే. 80)[11]

పేజీ 18 (15)

పేద కూలీ

"... మరియు ఈ పనిని నిర్వహించే బాధ్యతను స్వీకరించిన మేము ఈ ప్రపంచంలో కుజాత్‌గా మిగిలిపోయాము. గుడ్డి విధి, విస్తారమైన క్రూరమైన వ్యవస్థ మన ఉనికి యొక్క నిర్మాణాన్ని నిర్ణయించింది. మనం చాలా ఉపయోగకరంగా ఉన్నప్పుడు తృణీకరించబడ్డాము, మనకు అవసరం లేనప్పుడు తృణీకరించబడ్డాము మరియు మన కష్టాలు మనపై ఉన్నప్పుడు మరచిపోయాము. మేము అరణ్యాన్ని శుభ్రం చేయడానికి, దానిలోని అన్ని ఆదిమ భయాలను తొలగించడానికి మరియు దాని ప్రపంచ పాత అడ్డంకులను కూల్చివేయడానికి పంపబడ్డాము. మేము ఎక్కడ పనిచేసినా, ఒకరోజు అక్కడ కొత్త నగరం పుడుతుంది; మరియు అతను ఇంకా పుట్టి ఉండగానే మనలో ఎవరైనా అక్కడికి వెళ్లి ఉంటే, అతన్ని 'స్థిరమైన చిరునామా లేని వ్యక్తి' అని పిలుస్తూ పట్టుబడ్డాడు మరియు అతను పిచ్చి వాగబాండ్‌గా కేసు పెట్టబడ్డాడు."

(పాట్రిక్ మెక్‌గిల్ ద్వారా,
చిల్డ్రన్ ఆఫ్ అండ్ డెడ్ ఎండ్. 48)[12]

***

[11] ఆంగ్ల ప్రకృతి శాస్త్రవేత్త మరియు నవలా రచయిత (1848-1887).

[12] తెలియదు.

నీతిశాస్త్రం

"జీవనాధారం కోసం మురికి కాలువలలో చేపలు పట్టి, శీతాకాలపు రాత్రుల చలి నుండి తప్పించుకోవడానికి వీధుల్లో ట్రంక్‌ల వెనుక ఆశ్రయం పొందే వ్యక్తికి నైతికత మరియు మతం కేవలం పదాలు."

"హోరేస్ గ్రీలీ" (p. 128)[1]

* * *

ఆకలి

"తన పాలనలో ఏ వ్యక్తి చలి లేదా ఆకలితో బాధపడకూడదనేది పాలకుడికి సరైనది. మనిషికి కనీసం జీవించే సాధనం కూడా లేనప్పుడు, అతను తన నైతిక ప్రమాణాన్ని కొనసాగించలేడు."

"కొంకో హోషి"

(జపాన్ బౌద్ధ సన్యాసి, 14వ శతాబ్దం, పేజి 135)

పేజీ 19 (16)

స్వేచ్ఛ

హే మానవులారా! మీరు స్వేచ్ఛా మరియు ధైర్య
పూర్వీకుల వారసులమని మీరు ప్రగల్భాలు పలుకుతారు,
కానీ ఒక్క బానిస కూడా ఈ భూమిపై ఊపిరి పీల్చుకుంటే,
మీరు నిజంగా స్వేచ్ఛగా మరియు ధైర్యంగా ఉన్నారా?

గొలుసులు ఒక సోదరుడికి
ఎప్పుడు బాధ కలిగిస్తాయో
మీకు తెలియకపోతే, మీరు నిజంగా
విముక్తి పొందలేని అధమ బానిస కాదా?

దాని కోసమే గొలుసులను తెంచుకుని,
మానవాళికి మనం రుణపడి
ఉన్నామని దయగల హృదయంతో
మరచిపోయే నిజమైన విముక్తి ఏమిటి?
కాదు, మనం ధరించే అన్ని
గొలుసులను మన సోదరులతో

---

[1] అమెరికన్ జర్నలిస్ట్ మరియు రాజకీయవేత్త (1811-1872

పంచుకున్నప్పడే నిజమైన విముక్తి లభిస్తుంది
మరియు ఇతరులను విముక్తి చేయడానికి

మన భావాలు మరియు చర్యలలో సిద్ధంగా ఉన్నాము!
బానిసలు అంటే పడిపోయిన వారి కోసం
భయపడేవారు మరియు వాయిస్ ఇవ్వడంలో బలహీనులు;
బానిసలుగా ఎన్నుకోని

వారు ద్వేషిస్తారు,
తిట్టుకుంటారు మరియు దుర్వినియోగం
చేస్తారు మరియు రహస్యంగా సత్యానికి
దూరంగా ఉంటారు,
దీని గురించి ఆలోచించడం ముఖ్యం;
ఇద్దరు ముగ్గురు అయినా సరే
సత్యం వైపు మొగ్గు చూపని వారు బానిసలు.

"జేమ్స్ రస్సెల్ లోవెల్" (p. 189)[2]

పేజీ 20 (17)

దట్టమైన సముద్రం యొక్క లోతైన
అగాధం తెలుపు మరియు స్వచ్ఛమైన ప్రకాశం యొక్క
రత్నాలతో నిండి ఉంది, అనేక పువ్వులు వికసిస్తాయి,
కనిపించకుండా ఉండటానికి అవమానకరమైనవి
మరియు ఎడారిగా ఉన్న గాలిలో వాటి సువాసనను వ్యాప్తి చేస్తాయి.[3]

***

ఆవిష్కరణ

ఇప్పటి వరకు చేసిన అన్ని యాంత్రిక ఆవిష్కరణలు ఏ వ్యక్తి యొక్క రోజువారీ శ్రమను సులభతరం చేయగలవు అనే ప్రశ్న ఇప్పటికీ మిగిలి ఉంది.

"జె. ఎస్. మిల్లు"[4] (పేజీ 199)

---

[2] అమెరికన్ కవి, వ్యాసకర్త మరియు సంపాదకుడు (1819-91).

[3] ఆంగ్ల కవి థామస్ గ్రే (1716 – 7) రచించిన "ఎలిజీ రైటెన్ ఇన్ ఎ కంట్రీ చర్చియార్డ్" నుండి.

[4] జాన్ స్టువర్ట్ మిల్, ఆంగ్ల వ్యాసకర్త మరియు ఉదారవాద తత్వవేత్త (1808-73)

భిక్ష

"భిక్షాటన చేసే మనిషి కంటే ద్వేషపూరిత మరియు అసహ్యకరమైన వ్యక్తి భూమిపై లేడు. అలాగే దానిని అంగీకరించే వ్యక్తిని మించిన దౌర్భాగ్యుడు మరొకడు లేడు."

"మాగ్జిమ్ గోర్కీ"[1], (పే. 204)

* * *

స్వేచ్ఛ

ఆ యువకుల మృతదేహాలు,
ఉచ్చులోంచి వేలాడదీసిన ఆ అమరవీరులు,
బూడిద సీసంతో నిండిన ఆ హృదయాలు,
చల్లగా మరియు భావరహితంగా కనిపించాయి,
అవి ఎక్కడో సజీవంగా ఉన్నాయి.
అతను ఇతర యువకులలో సజీవంగా ఉన్నాడు,
ఓ రాజులారా!
వారు ఇతర బందీల మధ్య సజీవంగా ఉన్నారు,
మిమ్మల్ని మళ్లీ సవాలు చేయడానికి సిద్ధంగా ఉన్నారు.
వారు మరణం ద్వారా పవిత్రులయ్యారు –
విద్యావంతులు మరియు అభివృద్ధి చెందారు.

పేజీ 21 (18)

ఖననం చేయకుండా స్వేచ్ఛ కోసం
చనిపోయే వారు విముక్తి బీజాలను సృష్టిస్తారు,
ఆపై మరిన్ని విత్తనాలను సృష్టిస్తారు.
ఏది గాలికి తీసుకువెళ్ళబడుతుంది మరియు
తరువాత విత్తబడుతుంది మరియు వర్షం నీరు
మరియు మంచు ద్వారా వృద్ధి చెందుతుంది. శరీరం నుండి విముక్తి పొందిన ఆత్మ నిరంకుశ ఆయుధాలచే వేరు చేయబడదు,
బదులుగా అది భూమిపై అజేయంగా మరియు ఆనందంగా ఉంటుంది, గొణుగుతూ, కబుర్లు చెబుతూ మరియు అప్రమత్తంగా ఉంటుంది.

"వాల్ట్ విట్‌మన్"[2] (పే. 268)

[1] ప్రసిద్ధ రష్యన్ శ్రామికవర్గ విప్లవ రచయిత.

[2] వాల్ విట్‌మన్ (1819-92): ప్రసిద్ధ అమెరికన్ కవి; కోట్ చేసిన పద్యం యొక్క మూలం తెలియదు

స్వేచ్ఛా ఆలోచన

"స్వేచ్ఛా ఆలోచనను సహించలేనిది ఏదైనా ఉంటే, దానితో నరకానికి."

"వెండెల్ ఫిలిప్"[1] (పే. 271)

రాష్ట్రం-

"రాజ్యం నాశనం కావచ్చు! అలాంటి విప్లవంలో నేను పాల్గొంటాను. రాష్ట్రం యొక్క మొత్తం భావనను రద్దు చేయండి, స్వేచ్ఛా ఎంపిక మరియు సోదరభావాన్ని ఏదైనా ఐక్యత యొక్క ఏకైక అతి ముఖ్యమైన షరతులుగా ప్రకటించండి మరియు అప్పుడు మాత్రమే మీకు ఏదైనా అర్థం ఉన్న స్వేచ్ఛకు నాంది ఉంటుంది.

"హెన్రిక్ ఇబ్సెన్"[2] (p. 273)

వేధింపులు

"అణచివేత ఖచ్చితంగా తెలివిగల మనిషిని పిచ్చివాడిని చేస్తుంది."

(p. 278)[3]

పేజీ 22 (19)

అమరవీరుడు

తోటి మానవులు చేసే దౌర్జన్యానికి నిరసనగా తన ప్రాణాన్ని పణంగా పెట్టి తన జీవితాన్నంతా త్యాగం చేసే వ్యక్తి తన జీవితాన్ని మాత్రమే కాకుండా నిరంకుశత్వానికి, అన్యాయానికి చురుకైన మరియు నిష్క్రియాత్మక మద్దతుదారులతో పోలిస్తే సాధువు. కానీ నిరసన కారణంగా ఇతర జీవితాలు కూడా నాశనం కావచ్చు. ఏ పాపం చేయని వ్యక్తి మాత్రమే అలాంటి వ్యక్తిపై మొదటి రాయి వేయడానికి అర్హులు.

(పేజీ 287)[4]

దిగువ తరగతి

లోయర్ క్లాస్ ఉన్నంత వరకు, క్రిమినల్ ఎలిమెంట్
ఉన్నంత వరకు నేను అందులో ఉంటాను.

---

[1] వెండెల్ ఫిలిప్స్ (1811-1884): అమెరికన్ వక్త, సంస్కర్త మరియు బానిసత్వ వ్యతిరేక ఉద్యమంలో కార్యకర్త.

[2] హెన్రిక్ ఇబ్సెన్ (1828-1906): ప్రసిద్ధ నార్వేజియన్ నాటక రచయిత.

[3] తెలియని.

[4] తెలియని.

ఎవరైనా జైలులో ఉన్నంత కాలం నాకు స్వేచ్ఛ లేదు.

"యూజీన్ బి. డెబ్స్"[1] (పేజీ 144)

***

అందరికీ వ్యతిరేకంగా ఒకటి

ప్రస్తుత సామాజిక వ్యవస్థ ఒక హాస్యాస్పదమైన వ్యవస్థ, దీనిలో మొత్తం భాగాలు మొత్తం వ్యతిరేకంగా సంఘర్షణలో చురుకుగా ఉంటాయి. సమాజంలోని ప్రతి వర్గం, అన్ని విధాలుగా ప్రజా ప్రయోజనాల కంటే తన వ్యక్తిగత ప్రయోజనాలకు ప్రాధాన్యతనిస్తూ, ఇతర వర్గాల దురదృష్టాన్ని పణంగా పెట్టి తన ప్రయోజనాలను కోరుకోవడం మనం చూస్తున్నాము. న్యాయవాది, ముఖ్యంగా ధనవంతులలో, వ్యాజ్యం మరియు విచారణలను కోరుకుంటాడు; డాక్టర్ అనారోగ్యం కోరుకుంటాడు. (ప్రతి ఒక్కరూ వ్యాధి లేకుండా చనిపోవడం ప్రారంభిస్తే, అన్ని వివాదాలను చర్చల ద్వారా పరిష్కరించడం ప్రారంభిస్తే, వారు (లాయర్లు) ఎలా నాశనం అవుతారో, వారు (వైద్యులు) నాశనం అవుతారు.) సైనికుడు పోరాడాలని కోరుకుంటాడు, తద్వారా అతని సహచరులు సగం మంది చనిపోతారు మరియు సగం మంది చనిపోతారు. అతని సహచరులు మరణిస్తారు. అంత్యక్రియలు నిర్వహించే వ్యక్తి ఒక ముసుగు మరియు ఖననం కోసం కోరుకుంటాడు; గౌరవప్రదమైన వ్యక్తులు మరియు హోర్డర్లు కరువు ధాన్యాల ధరను రెట్టింపు లేదా మూడు రెట్లు పెంచాలని కోరుకుంటారు, వాస్తుశిల్పులు, వడ్రంగులు మరియు తాపీ పని చేసేవారు కాల్చాలని కోరుకుంటారు, తద్వారా వందలాది ఇళ్ళు కాలిపోతాయి మరియు వారి సంబంధిత శాఖల వ్యాపారం కొనసాగుతుంది.

"చార్లెస్ ఫోరియర్: 1772-1837 [2] (p. 202)

పేజీ 23 (20)

కొత్త సిద్ధాంతం:

సమాజం హత్య, వ్యభిచారం లేదా మోసాన్ని క్షమించవచ్చు; కానీ అతను కొత్త సిద్ధాంతం యొక్క ప్రచారాన్ని ఎప్పుడూ క్షమించడు.

"ఫ్రెడరిక్ హారిసన్"[3] (p. 327)

***

---

1 యూజీన్ డెబ్స్ (1855-1925): అమెరికన్ సోషలిస్ట్ నాయకుడు, కోట్ యొక్క మూలం తెలియదు.

2 ఫ్రాంకోయిస్ మేరీ చార్లెస్ ఫోరియర్ (1772-1837): ఫ్రెంచ్ సోషలిస్ట్ రచయిత; కోట్ యొక్క మూలం తెలియదు.

3 ఫ్రెడరిక్ హారిసన్ (1831-1923): ప్రముఖ న్యాయవాది; చరిత్ర, రాజకీయాలు మరియు సాహిత్యంపై అనేక పుస్తకాల రచయిత

స్వేచ్ఛ యొక్క జీర్వా

దేశభక్తులు, నిరంకుశుల రక్తంతో ఎప్పటికప్పుడు స్వాతంత్ర్య బావిని నీరుగార్చడం అవసరం. ఇది దాని సహజ ఎరువు.

"థామస్ జెఫెర్సన్"[1] (p. 332)

చికాగో అమరవీరులు

ఇప్పుడు ఎవరైనా అతను పెద్ద తప్పు చేశాడని చెప్పవచ్చు, కానీ అతని తప్పు పదిరెట్లు పెద్దది అయినప్పటికీ, అతని త్యాగం దానిని మానవ జ్ఞాపకం నుండి తుడిచివేస్తుంది.

దీనిని పూర్తిగా అంగీకరిస్తాం. అతను తీసుకోవలసిన ఉత్తమమైన చర్యగా భావించే అతని భావన పూర్తిగా తప్పు మరియు అసాధ్యమైనది, అతను ఉత్తమమైన చర్య తీసుకోలేదని భావించాడు. కానీ వారి ప్రస్తుత సామాజిక వ్యవస్థకు వ్యతిరేకంగా సమ్మె చేయడానికి వారిని రెచ్చగొట్టింది ఏమిటి? అతను మరియు అతనితో పాటు నిలబడిన వేలాది మంది చెడ్డవారు కాదు, అవినీతిపరులు కాదు, రక్తపిపాసి కాదు, హృదయపూర్వక హృదయం లేదు, నేరస్థులు కాదు మరియు స్వార్థపరులు లేదా వెర్రివారు కాదు. అలాంటప్పుడు ఇంత పదునైన, లోతైన నిరసనను రేకెత్తించింది ఏమిటి...?

మగవాళ్ళు తమను తాము నిరసించవలసింది ఏదో ఉందనే నమ్మకం లేకుండా తమను తాము ఏకం చేసి నిరసన తెలపలేదన్న సాధారణ వాస్తవాన్ని ఎవరూ గమనించలేదు మరియు ఏ వ్యవస్థీకృత సమాజంలోనైనా విస్తృతమైన నిరసన ఉంది, లోతైన విచారణ అవసరం.

"చార్లెస్ ఎడ్వర్డ్ రస్సెల్"[2] (p. 333)

పేజీ 24 (21)

విప్లవ సంకల్పం

"నేను నా స్నేహితులకు కూడా చెప్పాలనుకుంటున్నాను, వారు నన్ను వీలైనంత తక్కువగా చర్చించాలని లేదా అస్సలు చేయకూడదని నేను కోరుకుంటున్నాను, ఎందుకంటే ఒక వ్యక్తిని ప్రశంసించడం ప్రారంభించినప్పుడు, అతను మనిషిగా కాకుండా విగ్రహంగా తయారు చేయబడతాడు మరియు ఇది చాలా చెడ్డ విషయం. మానవజాతి భవిష్యత్తు.... కేవలం పనులు మాత్రమే పరిగణించాలి, ఎవరు చేసినా వాటిని మెచ్చుకోవాలి లేదా విమర్శించాలి. ప్రజా ప్రయోజనాల కోసం ప్రజలు వీటి ద్వారా స్ఫూర్తి పొందితే

వారు కనిపిస్తే, వారు వాటిని మెచ్చుకోవచ్చు, తద్వారా వాటిని అనుకరించవచ్చు, కానీ అవి సాధారణ ప్రయోజనాలకు హానికరంగా అనిపిస్తే, వారు వాటిని ఖండించవచ్చు, తద్వారా అవి మళ్లీ పునరావృతం కావు.

---

[1] థామస్ జెఫెర్సన్ (1743-1826): అమెరికా మూడవ అధ్యక్షుడు, అమెరికన్ స్వాతంత్ర్య పోరాటానికి ప్రముఖ నాయకుడు మరియు రాజ్యాంగ నిర్మాతలలో ప్రముఖుడు.

[2] తెలియని

"నా సమాధికి సమీపంలో లేదా దూరంగా ఏ సందర్భంలోనైనా రాజకీయ లేదా మతపరమైన ప్రదర్శనలు ఉండకూడదని నేను కోరుకుంటున్నాను, ఎందుకంటే చనిపోయిన వారి కోసం వెచ్చించే సమయాన్ని ఆ ప్రజల జీవన స్థితిగతులను మెరుగుపరచడం కోసం వెచ్చిస్తే బాగుంటుందని నేను భావిస్తున్నాను." "పరిస్థితిని మెరుగుపరచడానికి చేయవచ్చు, వీటిలో చాలా వరకు చాలా అవసరం."

"ది విల్ ఆఫ్ ఫ్రాన్సిస్కో ఫెర్రెర్"[3]

స్పానిష్ ఉపాధ్యాయుడు (1859-1909), బార్సిలోనా అల్లర్ల తర్వాత మత గురువుల శత్రు కుట్రలో భాగంగా ఉరితీయబడిన వ్యక్తి ఎవరు?

పేజీ 25 (22)

దాతృత్వం

"నన్ను అనుసరించండి" అని యేసుక్రీస్తు ధనవంతుడైన యువకుడికి చెప్పాడు. కానీ అతని వ్యాపారాన్ని కొనసాగించడం మరియు అతని సంపదలో కొంత భాగాన్ని దాతృత్వానికి విరాళంగా ఇవ్వడం చాలా సులభం. దాతృత్వం అనేది ప్రతి యుగం యొక్క ధోరణి. దాతృత్వం పేదరికం యొక్క తిరుగుబాటు వైఖరిని నాశనం చేస్తుంది. కాబట్టి, ధార్మిక ధనవంతుడు తనలాంటి ధనవంతులు మరియు వారికి మాత్రమే ఋణపడి ఉంటాడని భావించే వారికే శ్రేయోభిలాషిగా ఉంటాడు; నాగరిక సమాజంలోని అన్ని తలుపులు అతని కోసం తెరిచి ఉన్నాయి. అందుకే అతను (అంటే జీసస్ క్రైస్ట్ - ed.) సామాజిక శరీరం యొక్క లోతైన గాయాలకు ఔషధంగా భిక్షను స్వీకరించడానికి నిరాకరించాడు.... న్యాయానికి ప్రత్యామ్నాయంగా దాతృత్వానికి ప్రాధాన్యత ఇవ్వలేదు. విరాళం ఒక ద్వంద్వ శాపం, ఇది ఇచ్చేవారిని పెద్ద హృదయంతో మరియు స్వీకర్తను మృదుహృదయుడిగా చేస్తుంది. ఇది పేదలకు దోపిడీ కంటే చాలా ఎక్కువ హాని చేస్తుంది, ఎందుకంటే ఇది దోపిడీకి ఎక్కువ ఇష్టపడేలా చేస్తుంది. ఇది బానిస సెంటిమెంట్‌కు దారితీస్తుంది, ఇది నైతిక ఆత్మహత్య. యేసుక్రీస్తు అపారమైన సంపదకు ఒకే ఒక అనుమతిని ఇచ్చాడు మరియు అది విప్లవాత్మక ప్రచారానికి అంకితం చేయబడాలి, తద్వారా ఎప్పటికీ అపారమైన సంపదను కూడబెట్టుకోవడం అసాధ్యం.

బక్ వైట్, పాస్టర్, 1870, USAలో జన్మించారు. (పేజీ 353)[4]

---

[3] పూర్తి పేరు ఫ్రాన్సిస్కో ఫెర్రర్ గార్డియా (1859-1909): స్పానిష్ విద్యావేత్త, తరువాత సోషలిస్టుగా మారారు; అతను హింసకు వ్యతిరేకంగా నిరసన వ్యక్తం చేసినప్పటికీ, అతన్ని అరెస్టు చేసి, విచారణ చేసి, ఉరితీయడం తరువాత "న్యాయపరమైన హత్య"గా పిలువబడింది.

[4] వివరాలు లేవు

విముక్తి - యుద్ధం

సైన్యాల శక్తి అనేది కనిపించే విషయం,
సమయం మరియు ప్రదేశంలో స్పష్టంగా
మరియు పరిమితమైనది, కానీ ధైర్యవంతులు
మాత్రమే బహిర్గతం చేయగల లేదా వారు కోరుకుంటే,
విముక్తి యుద్ధంలో దాచగలిగే శక్తి యొక్క
పరిమితులను ఎవరు కనుగొనగలరు. చెలరేగిన
నీతిమాలిన ప్రతిఘటనను ఏ పాదమూ వెంబడించదు,
ఆ ఘోరమైన ప్రదేశాన్ని ఏ కన్ను చూడదు,
ఈ శక్తి భయంకరమైన గాలిలా రెక్కలతో ఎగురుతుంది,
లేదా దాని భయానక గుహలలో,
ఏ కళ కూడా సమీపంలో నిద్రపోతుంది లేదా చాలా దూరం,
సంవత్సరం విస్తరించే మట్టి నుండి పుట్టిన
ఈ ఆలోచనను బంధించగలదు,
ఈ సూక్ష్మ శక్తి నేల నుండి నీటి ప్రవాహంలా
ప్రవహిస్తుంది మరియు ప్రతి మూలలో
దానిని మెచ్చుకునే పెదవిని కనుగొంటుంది.

వర్డ్స్‌వర్త్[5]

పేజీ 26 (23)

లైట్ బ్రిగేడ్ యొక్క
దాడి సగం లీగ్,
సగం లీగ్,
సగం లీగ్ మరియు ఆరు వందల
మంది యోధులు మృత్యువు లోయలోకి ప్రవేశించారు.

---

[5] విలియం వర్డ్స్‌వర్త్ (1750 – 1850): ప్రముఖ ఆంగ్ల కవి.

'రండి, లైట్ బ్రిగేడ్!
తుపాకులు లోడ్ చేయండి!'
అతను చెప్పాడు,
ఆరు వందల మంది యోధులు
మృత్యువు లోయలోకి ప్రవేశించారు.
'రండి, లైట్ బ్రిగేడ్!'
ఎవరైనా భయపడి ఉన్నారా?
కాదు, ఎవరైనా ఘోరమైన తప్పు
చేశారని తెలిసినప్పటికీ,
సమాధానం ఇవ్వడం వారి పని కాదు
, ప్రశ్నలు అడగడం వారి పని కాదు,
వారు కేవలం ఆరు వందల మంది
ధైర్యవంతులు లోయలోకి
ప్రవేశించారు మరణం.
ఫిరంగులు వారి
కుడి వైపున ఉన్నాయి,
ఫిరంగులు వారి
ఎడమ వైపున ఉన్నాయి,
ఫిరంగులు వారి ముందు ఉన్నాయి,
జ్వలిస్తూ మరియు గర్జిస్తూ,
ఆరు వందల మంది ధైర్యవంతులు
అగ్ని తుఫానులో
నిర్భయంగా ముందుకు సాగారు,
నేరుగా మృత్యువు దవడలలోకి,
నోటిలోకి నరకం యొక్క.
ప్రతి ఒక్కరూ
తమ నగ్న కత్తులకు
మెరుగులు దిద్దుతున్నారు,

గాలిలో వాటిని ఊపుతూ,

సైన్యంపై

దాడి చేస్తున్నప్పుడు

గన్నర్లను నరికివేసారు,

ప్రపంచం మొత్తం దిగ్భ్రాంతి చెందింది,

పేజీ 27 (24)

కొసాక్కులు మరియు రష్యన్ సైనికులు,

ఫిరంగి యొక్క పొగలో ముందుకు సాగి,

రేఖను విచ్ఛిన్నం చేసి,

కత్తి యొక్క దెబ్బలతో విచ్ఛిన్నం అవుతారు.

వారి కుడి వైపు ఫిరంగులు,

వారి ఎడమ వైపు ఫిరంగులు,

వెనుక నుండి ఫిరంగులు.

కాలిపోతూ,

గర్జిస్తూ, గుర్రాలు,

వీరులు తుపాను

తుఫానులో పడిపోయినా,

వారు ఇంకా

బాగా పోరాడారు,

వారు మృత్యువు దవడల నుండి,

నరకం యొక్క

నోటి నుండి తిరిగి వచ్చారు,

ఆరువందల మందిలో,

సజీవంగా ఉన్నారు.

అతని కీర్తి

ఎప్పుడు మసకబారుతుంది?

ఓహ్ వారి కష్టమైన ఆరోహణ!

ప్రపంచం మొత్తం
అయోమయంలో పడింది.
ఆ దాడికి, లైట్
బ్రిగేడ్కి గౌరవం, గౌరవం!
ఉత్తమ ఆరు వందల
మంది యోధులకు.

"లార్డ్ టెన్నిసన్"[6]

---

[6] లార్డ్ ఆల్ఫ్రెడ్ టెన్నిసన్ (1809-1897): ప్రసిద్ధ ఆంగ్ల జాతీయవాద కవి.

دل دے تو اس مزاج کا پروردگار دے
جو غم کی گھڑی کو بھی خوشی سے گزار دے

سجا کر میت امید ناکامی کے پھولوں سے
کسی ہمدرد نے رکھ دی مرے ٹوٹے ہوئے دل میں

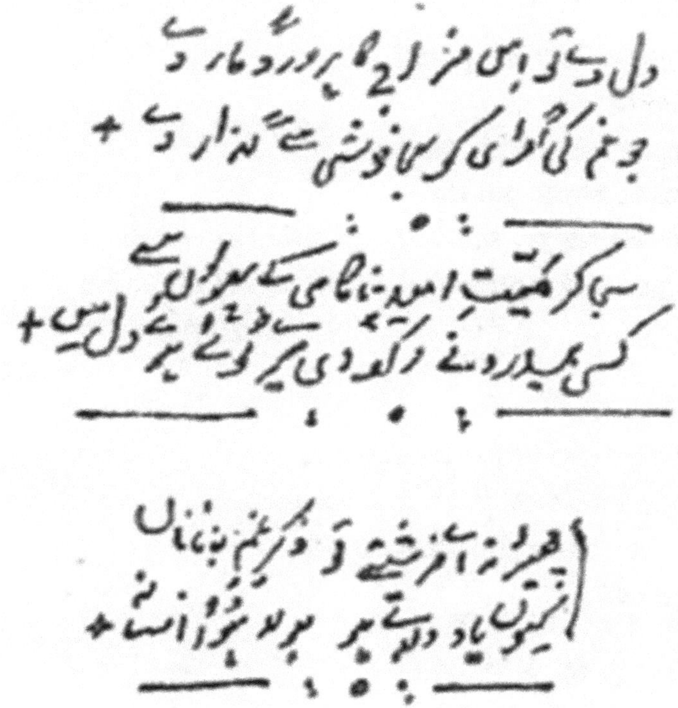

గమనిక: ఈ మూడు శ్లోకాలు 27 (34) పేజీ చివరిలో ఉర్దూలో వ్రాయబడ్డాయి. ఇవి ఏ కవి అన్నది స్పష్టంగా తెలియదు. ఈ ద్విపదలు దేవనాగరిలో క్రింద ఇవ్వబడ్డాయి:

నీ హృదయాన్ని నాకు ప్రసాదించు, దుఃఖ క్షణాలను కూడా ఆనందంగా గడిచిపోయేలా చేయగల ఈ స్వభావాన్ని కలిగిన దేవుడిని నాకు ప్రసాదించు.

-------- -------- -------------

కొంతమంది సానుభూతిపరులు నా అంత్యక్రియలను వైఫల్యపు పువ్వులతో అలంకరించారు మరియు నా విరిగిన హృదయంలో ఉంచారు.

----------- ---------.. -----------..

నన్ను ఆటపట్టించవద్దు, ఓ దేవదూత! మీరు దానిని ప్రస్తావిస్తే బాధగా అనిపిస్తుంది. మరిచిపోయిన కథను నాకు ఎందుకు గుర్తు చేస్తున్నావు?

----------- -------- --------------..

పేజీ 28 (25)

జన్మహక్కు

మేము సింహాసనం మరియు
శక్తిమంతుల దౌర్జన్యాన్ని ఓడించిన పూర్వీకుల[1] కుమారులం;
యుద్ధభూమిలో మరియు ఉరి నుండి తన జన్మహక్కు కోసం అత
మమ్మల్ని సవాలు చేశాడు - మేము కూడా అలాగే చేస్తాము!

"కాంప్‌బెల్"[2]

లక్ష్యం యొక్క కీర్తి

ఓహో! అనవసర ద్వేషం కోసం కాదు.
గౌరవం కోసం కాదు, మీ ప్రశంసల కోసం కాదు,
కానీ మీరు చేసిన లక్ష్యం యొక్క కీర్తి కోసం,
మరచిపోలేము.

"ఆర్థర్ క్లాగ్"[3]

ఆత్మ యొక్క అమరత్వం

మీరు ఎప్పుడైనా అమరత్వాన్ని విశ్వసించే వ్యక్తిని కనుగొంటే,
మీకు ఇకపై కోరికలు ఉండవని అర్థం చేసుకోండి;
మీరు అతని వస్తువులన్నీ తీసుకోవచ్చు, మీరు కోరుకుంటే,
అతను జీవించి ఉన్నప్పుడే అతనిని తోలు చేయవచ్చు
మరియు అతను దానిని చేయడానికి మిమ్మల్ని సంతోషంగా అనుమతిస్తాడు.

"అప్టన్ సింక్లైర్" (పే. 403)

సి.జి.[4]

---

[1] ఆంగ్లంలో పదాలు స్పష్టంగా లేవు.

[2] బహుశా ఐరిష్ కవి జోసెఫ్ కాంప్‌బెల్ (1879–1944).

[3] ఆర్థర్ హ్యూ క్లాగ్ (1819-1861): ఒక ఆంగ్ల కవి.

[4] "క్రై ఫర్ జస్టిస్"కి సంక్షిప్తంగా ఉండవచ్చు.

దేవుడు నిరంకుశుడు

నిరంకుశ పాలకుడు మతంపై అసాధారణ విశ్వాసాన్ని ప్రదర్శించడం అవసరం. దైవభీతి మరియు దైవభక్తి గల వ్యక్తిగా భావించే పాలకుడి దుష్ప్రవర్తన గురించి ప్రజలకు తక్కువ అవగాహన ఉంది. రెండవది, ఆమె అతనికి వ్యతిరేకంగా సులభంగా వెళ్ళదు, ఎందుకంటే దేవతలు కూడా పాలకుడితో ఉన్నారని ఆమె నమ్ముతుంది.[1]

పేజీ 29 (26)

సైనికులు మరియు ఆలోచన

"నా సైనికులు ఆలోచించడం ప్రారంభిస్తే, వారిలో ఎవరూ సైన్యంలో ఉండరు."

"ఫ్రెడరిక్ ది గ్రేట్"[2] (పేజీ 562)

మరణించిన ఉత్తమ హీరో

ఉత్తమ వీరులు చంపబడ్డారు.
వారు నిశ్శబ్దంగా ఖననం చేయబడ్డారు,
నిర్జనమైన నేలలో,
వింత చేతులు వాటిని సమాధికి తీసుకువెళ్ళలేదు,
వారి అద్భుతమైన
పేర్లను చెప్పడానికి గడ్డి లేదు,
కానీ ఒక బలహీనమైన ఆకు,
ఈ రహస్యం తెలుసు.
ఓహ్ వారి కష్టమైన ఆరోహణ!
ప్రపంచం మొత్తం
అయోమయంలో పడింది.
ఆ దాడికి, లైట్
బ్రిగేడ్‌కి గౌరవం, గౌరవం!
ఉత్తమ ఆరు వందల

మంది యోధులకు[3]

---

[1] పేజీ మూలలో చిరిగిపోయిన కారణంగా మూలం తెలియదు.

[2] ఫ్రెడరిక్ ఆఫ్ ప్రష్యా (1712-1786): జ్ఞానోదయం పొందిన నిరంకుశ పాలకుడిగా ప్రసిద్ధి చెందాడు.

[3] వెరా నికోలయేవ్నా ఫిగ్నర్ (1852 - 1942) రష్యన్ మహిళా విప్లవకారుడు మరియు అమరవీరుడు, జారిజానికి వ్యతిరేకంగా యుద్ధం ప్రకటించారు. అలా చేసిన మొదటి రష్యన్ మహిళల్లో ఒకరు.

జైలు

"నక్షత్రాలు కాదు, దేశాలు కాదు,
కాలం కాదు, స్తబ్దత కాదు, మార్పు కాదు,
మంచి కాదు, చెడు కాదు, కానీ నిశ్శబ్దం మరియు
శ్వాస లేని శ్వాస, జీవితం లేదా మరణం కాదు."

"ది ప్రిజనర్ ఆఫ్ చిల్లోన్"[4]

పేజీ 30 (27)

నేరారోపణ తర్వాత

అతని వాక్యం విన్న వెంటనే, శిక్షకు గురైన వ్యక్తి యొక్క మనస్సు అనేక విధాలుగా మరణం అంచున వేలాడుతున్న వ్యక్తి యొక్క మనస్సు వలె మారుతుంది. నిశ్శబ్దంగా మరియు చివరికి ప్రేరణ పొందినట్లుగా, అతను ఇప్పుడు తను విడిచిపెట్టాల్సిన అన్నింటి నుండి వేరుగా ఉంటాడు మరియు అతను తన ముందు చూస్తూ, అనివార్యంగా ఏమి జరగబోతున్నాడనే దాని గురించి పూర్తిగా తెలుసుకుంటాడు.

"వి. ఎన్. ఫిగ్నర్"

ఖైదీ

"ఈ తక్కువ, మురికి పైకప్పు కింద ఒకరు ఊపిరి
పీల్చుకున్నట్లు అనిపిస్తుంది;
నా బలం సంవత్సరానికి పిండుతోంది;
నన్ను హింసించండి - ఈ రాతి నేల,
ఇనుప గొలుసులతో కట్టబడిన ఈ టేబుల్,
ఈ మంచం, ఈ కుర్చీ, శవపేటిక యొక్క
బోర్డుల వంటి గొలుసులతో, ఈ శాశ్వతమైన, నిశ్శబ్దమైన,
చనిపోయిన నిశ్శబ్దంలో నేను కేవలం
శవంగా భావిస్తున్నాను అర్థం చేసుకోండి."

"ఎన్. ఎ. మొరోజోవ్ "[5]

---

[4] ప్రముఖ ఆంగ్ల కవి లార్డ్ బైన్ (1788-1824) రాసిన ఈ పద్యంలో, జెనీవా సరస్సు సమీపంలోని చిల్లోన్ కోటలో ఖైదు చేయబడిన ఖైదీ దేశభక్తుడు ఫ్రాంకోయిస్ డి బోనివర్ జైలు జీవితం వివరించబడింది.

[5] నికోలాయ్ అలెగ్జాండర్ మొరోజోవ్ (1854-1946 రష్యన్ విప్లవకారుడు, రచయిత, కవి మరియు శాస్త్రవేత్త; మార్క్స్‌ను 1880లో లండన్‌లో కలుసుకున్నారు మరియు 1875 నుండి 1878 వరకు మరియు 1881 నుండి 1905 వరకు కమ్యూనిస్ట్ మ్యానిఫెస్టోను రష్యన్‌లోకి అనువదించడానికి బాధ్యత వహించారు. 25 సంవత్సరాల జైలు శిక్ష సమయంలో, అతను కెమిస్ట్రీ, సైన్స్, ఫిజిక్స్, గణితం మరియు ఖగోళ శాస్త్రంపై 28 పుస్తకాలను ప్రచురించాడు.అంతే కాకుండా కవితలు, కథలు కూడా రాశారు.

బేర్ గోడలు, జైలు ఆలోచనలు,
మీరు ఎంత చీకటిగా మరియు విచారంగా ఉన్నారు
, ఖైదీగా ఉండటం ఎంత కష్టం,
నిష్క్రియంగా ఉండి స్వేచ్ఛా రోజుల గురించి కలలు కంటుంది.

"మొరోజోవ్"

[6]

పేజీ 31 (28)

"ఇక్కడ అంతా చాలా నిశ్శబ్దంగా,
నిర్జీవంగా, నిస్తేజంగా, సంవత్సరాలు
గడిచిపోతున్నాయి, ఏమీ తెలియదు,
వారాలు మరియు రోజులు చాలా కష్టంగా గడిచిపోతాయి,
ఈ విషయాల క్రమం విసుగును మాత్రమే ఇస్తుంది.

"మొరోజోవ్"

* * *

సుదీర్ఘమైన ఖైదు కారణంగా మన
ఆలోచనలు సంతోషంగా ఉండవు;
మేము మా ఎముకలలో భారాన్ని అనుభవిస్తాము;
చిత్రహింసల బాధ నుండి, ఈ గదిలో నాలుగు
అడుగుల వెడల్పు ఉన్న క్షణాలు అనంతంగా కనిపిస్తాయి.
మనం మన తోటి సోదరుల

---

[6] ఈ ద్విపద మొదట ఉర్దూలో వ్రాయబడింది-
నేను నిన్ను చంపినందుకు సంతోషిస్తున్నాను,
నేను చనిపోవడం సంతోషంగా ఉంది,

కోసం పూర్తిగా జీవించాలి,
వారి కోసం మన సర్వస్వం ఇవ్వాలి
మరియు వారి కోసం మనం దురదృష్టానికి వ్యతిరేకంగా పోరాడాలి.

"మొరోజోవ్"

నన్ను విడిపించడానికి రండి

చివరికి ప్రజలు నన్ను
విడిపించడానికి వచ్చారు;
నేను ఎందుకు అడగలేదు మరియు
ఎక్కడ ఆలోచించలేదు, నాకు ఇది ఒకేలా ఉంది,
కట్టుబడి ఉండటం లేదా స్వేచ్ఛగా ఉండటం,
నేను నిరాశలను ప్రేమించడం నేర్చుకున్నాను,
చివరికి అవి కనిపించాయి మరియు
నా బంధాలన్నింటినీ తొలగించాయి,
ఈ భారీ గోడలు నాకు సన్యాస-ఆశ్రమంగా
మారాయి - పూర్తిగా నా స్వంతం.

"ది ప్రిజనర్ ఆఫ్ చిల్లోన్"

పేజీ 32 (29)

మరియు మేము ఒక మిషన్ ఇవ్వడం ద్వారా గౌరవించబడ్డాము!
మేము కష్టతరమైన పాఠశాలలో ఉత్తీర్ణత సాధించాము,
కానీ అధిక జ్ఞానాన్ని పొందాము. బహిష్కరణ,
జైలు మరియు కష్టమైన రోజులకు ధన్యవాదాలు,
యొక్క విలువను తెలుసుకున్నాము మరియు అర్థం చేసుకున్నాము.

"ప్రిజనర్ ఆఫ్ ష్లుసెల్‌బర్గ్"[7]

శిశువు యొక్క మరణం మరియు బాధ

"ఒక బిడ్డ పుట్టింది. అతను స్పృహతో ఏ చెడు లేదా మంచి పని చేయలేదు. అతను అనారోగ్యానికి గురయ్యాడు, చాలా కాలం పాటు చాలా బాధపడ్డాడు, అతను భరించలేని నొప్పితో మరణించాడు. ఎందుకు? కారణం ఏమిటి? ఇది తత్వవేత్తకు శాశ్వతమైన పజిల్."[8]

---

[7] లెనిన్గ్రాడ్ ప్రాంతంలో ఉన్న ష్లుసెల్బర్గ్ పట్టణానికి సమీపంలో ఉన్న ఒక ద్వీపంలో పీటర్ ది గ్రేట్ సైన్యం 1702లో కోటను నిర్మించింది.తర్వాత జైలుగా మార్చారు. ఈ జైలులో చాలా మంది డిసెంబరు విప్లవకారులు, అరాచక వాకునిన్,పోలిష్ దేశభక్తులు, మార్షల్ మరియు లెనిన్ సోదరుడు అలెగ్జాండర్ ఖైదు చేయబడ్డారు. (లెనిన్ సోదరుడిని ఇక్కడే ఉరితీశారు.)

[8] మూలం తెలియదు

విప్లవకారుడి మనస్సు యొక్క నిర్మాణం

"ఏసుక్రీస్తు జీవితం నుండి ప్రేరణ పొందిన ఎవరైనా, ఒక ఆదర్శం పేరుతో బాధలు, అవమానాలు మరియు మరణాలను భరించారు; ప్రజల స్వేచ్ఛ కోసం పనిచేసినందుకు శిక్షించబడి సజీవ సమాధిలో సమాధి చేయబడిన ఒక విప్లవకారుడి మనస్సు యొక్క నిర్మాణాన్ని ఎప్పుడూ ఆదర్శంగా మరియు అతని జీవితాన్ని అనుబంధించని ప్రేమ యొక్క స్వరూపంగా భావించిన వారు మాత్రమే అర్థం చేసుకోగలరు.

"వెరా ఎన్. ఫిగ్నర్"

హక్కులు

హక్కులను అడగవద్దు, ముందుకు సాగండి మరియు వాటిని తీసుకోండి. మరియు వాటిని మీకు ఇవ్వడానికి ఎవరినీ అనుమతించవద్దు. మీకు ఉచితంగా ఏదైనా హక్కు ఇచ్చినట్లయితే, అందులో ఖచ్చితంగా ఏదో రహస్యం ఉందని అర్థం చేసుకోండి. ఎక్కువగా, ఏదో తప్పు రివర్స్ చేయబడింది.[1]

పేజీ 33 (30)

శత్రువులు లేరా?

నీకు శత్రువులు లేరని అంటున్నావా?
అయ్యో ! నా మిత్రమా, ఈ ప్రగల్భాల వల్ల
ప్రయోజనం లేదు, కర్తవ్య యుద్ధంలో చేరినవాడు,
ధైర్యంగా పోరాడేవాడు, ఎల్లప్పుడూ శత్రువులు.
అది నీది కాకపోతే నువ్వు చేసిన పనికి విలువ లేదు.
నువ్వు ఏ ద్రోహుడి తుంటి మీద దాడి చేయలేదు,
అబద్ధపు ప్రమాణం చేసినవాడి
పెదవుల నుండి కప్పను లాక్కోలేదు,
ఏ తప్పను సరిదిద్దలేదు,
పోరాటంలో పిరికివాడిగా మిగిలిపోయావు.

"చార్లెస్ మాకే" (p. 747)[2]

బాల కార్మికులు

పిచ్చుక పిల్ల పిచ్చుకను పోషించదు,

---

[1] పేజీ చిరిగిపోయింది - మూలం తెలియదు.

[2] బహుశా స్కాట్స్ రచయిత మరియు కవి చార్లెస్ మాకే (1814–1889).

కోడిపిల్ల కోడిని పోషించదు,
పిల్లి పిల్లి కోసం ఎలుకను చంపదు –
ఈ గొప్పతనం కేవలం మనుషులకే.
మేము అత్యంత తెలివైన, బలమైన జాతి –
మేము ప్రశంసనీయమైనవి.
పిల్లల శ్రమతో బతికే ఏకైక జీవి.

"షార్లెట్ పెర్కిన్స్ గిల్మాన్"[3]

పేజీ 34 (31)

తరగతి లేదు! రాజీ లేదు!

సోషలిస్టు ఉద్యమంలో ఒక సమయం రాబోతుంది మరియు మెరుగైన పరిస్థితులు లేదా సర్దుబాటు వేతనాలు కార్మికుల డిమాండ్‌లకు సమాధానం ఇవ్వని సమయం ఆసన్నమైంది మరియు ఈ విషయాలు ఇంగితజ్ఞానానికి అవమానం తప్ప మరొకటి కావు. రుజువు అవుతుంది. నేడు ప్రపంచ వ్యాప్తంగా జరుగుతున్న సోషలిస్టు ఉద్యమం మెరుగైన వేతనాల కోసమో, పెట్టుబడిదారీ పరిస్థితులను మెరుగుపరుచుకోవడమో లేదా పెట్టుబడిదారీ లాభాల్లో భాగస్వామ్యం కోసం కాదు; ఇది వేతనాలు మరియు లాభాల ముగింపు కోసం మరియు పెట్టుబడిదారీ మరియు ప్రైవేట్ పెట్టుబడిదారుల ముగింపు కోసం జరుగుతోంది. మెరుగైన రాజకీయ సంస్థలు, మూలధనం మరియు కార్మికుల మధ్య రాజీ కుదుర్చుకోవడానికి కౌన్సిల్‌లు, దాతృత్వం మరియు ప్రత్యేకాధికారాలు పెట్టుబడిదారుల నుండి వచ్చిన కరదీపికలు తప్ప మరేమీ కాదు - దేవాలయాలలో, అధికార సింహాసనాల్లో మరియు పార్లమెంటులలో ఏమి జరుగుతుందనే ప్రశ్నకు ఏదీ సమాధానం ఇవ్వదు వణుకుతోంది. ఇప్పుడు అణగారిన ప్రజలకూ, వీపుపై స్వారీ చేస్తూ ముందుకు సాగుతున్న ప్రజలకూ మధ్య శాంతి ఉండదు. ఇతర తరగతుల మధ్య సయోధ్య ఉండదు; ఇప్పుడు తరగతులకు ముగింపు మాత్రమే ఉంటుంది. ముందు న్యాయం జరగాలి తప్ప, సద్భావన గురించి మాట్లాడడం పనికిరానిది మరియు ఈ ప్రపంచాన్ని సృష్టించిన వారి శ్రమపై యాజమాన్యం ఉంటే తప్ప, న్యాయం గురించి మాట్లాడటం పనికిరానిది. ప్రపంచంలోని కార్మికుల డిమాండ్‌కు వారి కష్టార్జిత సంపాదన తప్ప సమాధానం దొరకదు.

"జార్జ్ డి. హెర్సన్"[4]

---

[3] పేజీ యొక్క దిగువ భాగం చిరిగిపోయింది - మూలం చదవలేనిది.

[4] తెలియని

పేజీ 35 (32)

పెట్టుబడిదారీ విధానం యొక్క శిథిలాలు[5]

ఎకనామిక్ ఎస్టిమేట్స్ ఆఫ్ ఆస్ట్రేలియా, థియోడోర్ హెర్ట్జ్కా[6] (1886): ప్రతి కుటుంబం = 40 చదరపు అడుగుల విస్తీర్ణంలో ఉన్న 5-గది ఇల్లు, 50 ఏళ్లపాటు కొనసాగేందుకు[7] సరిపోతుంది.

'కార్మికుల పని వయస్సు = 16-50 (సంవత్సరాలు - సం.)

ఆ విధంగా మన దగ్గర 5,000,000 (కార్మికులు - సం.)

615,000 మంది కార్మికుల శ్రమ = 12.3 శాతం శ్రమ 22,000,000 మందికి ఆహారాన్ని ఉత్పత్తి చేయడానికి సరిపోతుంది.

రవాణా - రవాణా ఖర్చులతో సహా, విలాసాలకు 315,000 = 6.33 శాతం మంది కార్మికుల శ్రమ మాత్రమే అవసరం.

అంటే మొత్తం ఖండాన్ని ఆదుకోవడానికి అందుబాటులో ఉన్న శ్రమలో 20 శాతం మాత్రమే సరిపోతుంది. మిగిలిన 80 శాతం సమాజం యొక్క పెట్టుబడిదారీ వ్యవస్థ కారణంగా దోపిడీకి మరియు నాశనం చేయబడుతోంది.

పేజీ 36 (33)

జారిస్ట్ పాలన మరియు బోల్షెవిక్ పాలన[8]

బ్రజియర్ హంట్[9] వారి పాలనలో మొదటి పద్నాలుగు నెలల్లో బోల్షెవిక్‌లు, 4500 మందికి మరణశిక్ష విధించింది, వీరిలో ఎక్కువ మంది దొంగతనం మరియు బెట్టింగ్‌లకు పాల్పడ్డారు. 1905 విప్లవం తరువాత, జార్ యొక్క మంత్రి, స్టోలిపిన్[10], పన్నెండు నెలల్లో 32,773 మందిని ఉరితీశాడు.

(పే. 390 ఇత్తడి చెక్కు)[11]

పేజీ 37 (34)

సామాజిక సంస్థల స్థిరత్వం

"ప్రతి తరం యొక్క భ్రమలలో ఒకటి దాని క్రింద ఉన్న సామాజిక సంస్థలు అవి ఒక నిర్దిష్ట కోణంలో, "సహజమైనవి", మార్పులేనివి మరియు శాశ్వతమైనవి

---

[5] ఈ శీర్షిక పెద్ద అక్షరాలతో వ్రాయబడింది.

[6] మూలం తెలియదు.

[7] ఇంటి విస్తీర్ణంలో ఏదో తప్పు ఉంది, గణాంకాలు స్పష్టంగా లేవు.

[8] మూలం తెలియదు.

[9] తెలియదు.

[10] ప్యోటర్ అర్కాడెవిచ్ స్టోలిపిన్ (1862-1911) జార్ కౌన్సిల్ ఆఫ్ మినిస్టర్స్ ఛైర్మన్ మరియు 1906 నుండి 1911 వరకు అంతర్గత మంత్రి.

[11] తెలియదు. అటువంటి అనేక గమనికల వలె ఇది ఎగువ అంచు వైపు మార్జిన్‌లో వ్రాయబడింది.

అయినప్పటికీ, లెక్కలేనన్ని వేల సంవత్సరాలుగా సామాజిక సంస్థలు వరుసగా ఉత్పన్నమవుతున్నాయి, అభివృద్ధి చెందుతాయి మరియు సమకాలీన అవసరాలకు అనుగుణంగా మారుతున్నాయి మార్చండి, కానీ అది ఎలా మారుతుంది?

ఇది ఉద్దేశపూర్వక అనుసరణ ద్వారా, క్రమంగా మరియు నిశ్శబ్దంగా కొత్త రూపాన్ని తీసుకోవచ్చు. లేదా, అనుసరణకు బదులుగా తీవ్రమైన ప్రతిఘటన తలెత్తితే, అది ఒక చప్పుడుతో కూలిపోతుంది మరియు మునుపటి వ్యవస్థలోని చెడులను మాత్రమే కాకుండా సామాజిక అరాచకం మరియు రుగ్మత యొక్క దిగువ స్థితి నుండి కొత్త నాగరికతను నిర్మించే కష్టమైన పనిని వదిలివేయవచ్చు కానీ దాని భౌతిక, మేధో మరియు నైతిక విజయాలు కూడా ఉండవు.

"పి.ఐ. డికే ఆఫ్ క్యాప్. సివిలైజేషన్"[12]

పేజీ 38 (35)

పెట్టుబడిదారీ విధానం మరియు వర్తకవాదం

జపాన్ విద్యార్థుల సమావేశంలో రవీంద్రనాథ్[13] ప్రసంగం-

“జపాన్‌లో మీకు మీ స్వంత పరిశ్రమ ఉంది; అతను ఎంత నిష్కపటంగా నిజాయితీగా మరియు నిజాయితీగా ఉండేవాడో అతని ఉత్పత్తుల నాణ్యత మరియు వివరాలపై అతని శ్రద్ధ నుండి చూడవచ్చు, దీని గురించి వ్యాఖ్యానించలేము. కానీ వ్యాపారం కేవలం వ్యాపారం మరియు నిజాయితీ మాత్రమే ఉత్తమమైన పాలసీగా పరిగణించబడే ప్రపంచంలోని ఆ భాగం నుండి అబద్ధాల తరంగం మీ భూమిని తుడిచిపెట్టింది. పట్టణ ప్రాంతమంతా అబద్ధాలు, అతిశయోక్తులతో నింపేయడమే కాకుండా, రైతులు నిజాయితీగా పని చేస్తున్న పచ్చని ప్రాంతాలపై దాడులు చేస్తూ, ఆ పర్వత శిఖరాలను కూడా టార్గెట్ చేస్తున్న ఆ వాణిజ్య ప్రకటనలను చూసినప్పుడు మీకు సిగ్గు లేదా? ఉదయపు మొదటి స్పష్టమైన కాంతిని స్వాగతించాలా?... అసభ్యకరమైన అలంకారాలతో కూడిన ఈ వాణిజ్యవాదం, సమస్త మానవాళికి ఒక భయంకరమైన విపత్తు, ఎందుకంటే ఇది సమర్థత కంటే బలాన్ని ఆదర్శంగా విధించింది. అది తన నగ్నమైన సిగ్గులేనితనంతో స్వయంభోగ అభ్యాసాన్ని కీర్తిస్తోంది. దాని కదలికలు హింసాత్మకంగా ఉంటాయి మరియు దాని శబ్దాలు అసహ్యకరమైనవి మరియు కఠినమైనవి. ఇది దాని స్వంత విధ్వంసం వైపు కదులుతోంది, ఎందుకంటే అది అది నిలబడే మానవత్వాన్ని అణిచివేయడం మరియు వక్రీకరించడం. ”

---

12 పెట్టుబడిదారీ నాగరికత యొక్క శుద్ధీకరణ మరియు శాశ్వతమైన క్షీణతపై బహుశా ఖచ్చితమైన మూలం మరియు సూచన తెలియదు.

13 రవీంద్రనాథ్ ఠాగూర్ (1861-1941) ప్రసంగం యొక్క స్థలం, సమయం మరియు ఇతర వివరాలు అందుబాటులో లేవు.

పేజీ 39 (36)

ఇది ఆనందం యొక్క ఖర్చుతో సంపదను సంపాదించడానికి కష్టపడి పని చేస్తోంది.... యూరప్ యొక్క ప్రస్తుత నాగరికత యొక్క ప్రధాన ఆశయం సాతానుపై ఏకైక అధికారాన్ని కలిగి ఉండటం.

* * *

పెట్టుబడిదారీ సమాజం

"రాజకీయ ఆర్థిక వ్యవస్థ యొక్క గొప్ప నిజం ఏమిటంటే, ప్రతి ఒక్కరూ వీలైనంత తక్కువ త్యాగంతో వ్యక్తిగత సంపదను పొందాలనుకుంటున్నారు!"

"నాసన్ సీనియర్"[14]

పేజీ 40 (37)

మతం గురించి కార్ల్ మార్క్స్ అభిప్రాయం:

మనిషి మతాన్ని సృష్టిస్తాడు; మతం మనిషిని తయారు చేయదు. మతం నిజానికి మనిషి యొక్క స్వీయ-స్పృహ మరియు స్వీయ-అనుభూతి, అతను ఇంకా తనను తాను కనుగొన్నాడు

అక్కడ లేడు లేదా (ఒకవేళ తనను తాను కనుగొన్నప్పటికీ) మళ్ళీ తనను తాను కోల్పోయాడు. కానీ మనిషి ప్రపంచం వెలుపల ఎక్కడో కాళ్లపై కాలు వేసుకుని కూర్చున్న అమూర్తమైన అస్తిత్వం కాదు. మనిషి ప్రపంచం మానవుల ప్రపంచం, రాష్ట్రం, సమాజం. ఈ స్థితి, ఈ సమాజం మతాన్ని సృష్టిస్తుంది, విలోమ ప్రపంచ స్పృహను సృష్టిస్తుంది, ఎందుకంటే ఇది విలోమ ప్రపంచం. మతం అనేది ఈ ప్రపంచం యొక్క సాధారణీకరించిన సిద్ధాంతం, దాని ఎన్సైక్లోపీడిక్ సంగ్రహం, దాని తర్కం ఒక ప్రసిద్ధ రూపంలో.... అందువల్ల మతానికి వ్యతిరేకంగా పోరాటం అనేది ఆధ్యాత్మిక సువాసనతో కూడిన ప్రపంచానికి వ్యతిరేకంగా ప్రత్యక్ష ప్రచారం.

పేజీ 41 (38)

మతం అనేది బాధలో ఉన్న జీవి యొక్క నిట్టూర్పు, హృదయం లేని ప్రపంచాన్ని సాక్షాత్కారం చేస్తుంది, అలాగే అది ఆత్మలేని పరిస్థితులకు ఆత్మ. ఇది జనాలకు నల్లమందు.

---

[14] తెలియదు.

మతాన్ని నిర్మూలించి, దాని తప్పుడు ఆనందాన్ని వదిలించుకుంటే తప్ప ప్రజలు నిజంగా సంతోషంగా ఉండలేరు. ఈ ఎండమావిలో ప్రజలు తమను తాము చూస్తారనే నిరీక్షణ

వారి స్వంత స్థితి కోసం వారిని విడిపించండి, ఈ ఎండమావికి అవసరమైన పరిస్థితిని వారు త్యాగం చేయాలని భావిస్తున్నారు.

ఆయుధాల విమర్శ స్థానంలో విమర్శ అనే ఆయుధం పట్టదు. భౌతిక శక్తులు తప్పనిసరిగా భౌతిక శక్తులచే పడగొట్టబడాలి; కానీ ఆ సూత్రం కూడా జనంలో స్థిరపడినప్పుడు, అది భౌతిక శక్తిగా మారుతుంది. [15]

పేజీ 42 (39)

విప్లవం ఆదర్శధామం కాదు

ఒక తీవ్రమైన విప్లవం, అంటే, మానవజాతి యొక్క సాధారణ విముక్తి, జర్మనీకి ఆదర్శధామ కల కాదు; ఆదర్శధామం అనేది పాక్షిక, పూర్తిగా రాజకీయ విప్లవం యొక్క భావన, ఇది భవనం యొక్క స్తంభాలను (పెట్టుబడిదారీ వ్యవస్థ - ed.) నిలబెట్టేలా చేస్తుంది."[16]

***

"గొప్పవారు గొప్పవారు
ఎందుకంటే మనం మోకాళ్లపై ఉన్నాము,
మనం లేచి నిలబడదాం!"[17]

[15] 'హెగెల్ యొక్క న్యాయం యొక్క తత్వశాస్త్రాన్ని విమర్శించే ప్రయత్నం' - కార్ల్ మార్క్స్, నుండి కోట్ చేయబడింది.

[16] మూలం స్పష్టంగా లేదు.

[17] అసలు ఈ పంక్తులు పేజీలో వికర్ణంగా వ్రాయబడ్డాయి.

పేజీ 43 (40)

రాష్ట్రం గురించి హెర్బర్ట్ స్పెన్సర్[1] అభిప్రాయం

"మనుష్యుడు అమాయకంగా పుట్టి పాపంలో మునిగిపోయాడనేది నిజమో కాదో, ప్రభుత్వం దురాక్రమణ నుండి మరియు దురాక్రమణ ద్వారా పుట్టిందనేది ఖచ్చితంగా నిజం."

* * *

మనిషి మరియు మానవజాతి

"నేను మనిషిని,

మరియు మానవజాతిని ప్రభావితం చేసే అన్ని విషయాల గురించి నేను ఆందోళన చెందుతున్నాను.

"రోమన్ నాటక రచయితలు[2]

ఇంగ్లాండ్‌లో పరిస్థితిని సమీక్షించారు

"మంచి మనుషులు, మంచి విషయాలు సర్వసాధారణం అయ్యే వరకు, మరియు పెద్దమనుషులతో పాటు దుష్టులు ఉన్నంత వరకు, ఇంగ్లండ్‌లో విషయాలు మెరుగ్గా ఉండవు. మనం ప్రభువులు అని పిలుస్తున్న వారే. ఏ హక్కు ద్వారా వారు మన కంటే గొప్పవారు? దేని ద్వారా వారు ఎందుకు సమర్థులు ఇది మనమందరం ఒకే తండ్రి మరియు తల్లి, ఆడమ్ మరియు ఈవ్ యొక్క పిల్లలు అయితే, వారు తమ స్వంత ప్రయోజనాల కోసం మమ్మల్ని పని చేయకపోతే, వారు మనకంటే గొప్పవారు లేదా మంచివారు అని ఎలా చెబుతారు లేదా రుజువు చేస్తారు? వారు తమ గొప్పతనాన్ని వెచ్చిస్తారా? ఇంకా మాకు కష్టాలు మరియు కష్టాలు ఉన్నాయి, పొలాల్లో వర్షం మరియు తుఫానులు ఉన్నాయి, దాని ఆధారంగా వారు పాలిస్తున్నారు."

"ఫ్రియార్ ఆఫ్ వాట్ టేలర్స్ రెబెల్"[3]

---

[1] హెర్బర్ట్ స్పెన్సర్ (1820-1903): ఆంగ్ల తత్వవేత్త; ముఖ్యమైన రచనలు: మనస్తత్వశాస్త్రం యొక్క సూత్రాలు మరియు మొదటిది ఇది సూత్రాలు మరియు దూకుడు ద్వారా జరిగింది.

[2] తెలియని.

[3] కొన్ని పదాలు స్పష్టంగా లేవు; మొదటి పేజీ చిరిగిపోయింది. మూలం తెలియదు.

పేజీ 44 (41)

విప్లవం మరియు తరగతి

అధికారాన్ని పొందేందుకు మరియు సమానత్వం గురించి మాట్లాడటానికి అన్ని తరగతులు విప్లవాత్మకమైనవి. మరియు అన్ని తరగతులు అధికారం పొందినప్పుడు, వారు సంకుచిత మనస్తత్వం కలిగి ఉంటారు మరియు సమానత్వం కేవలం రంగుల కల అని నమ్ముతారు. ఒక (శ్రామికవర్గం) మినహా అన్ని తరగతులు, ఎందుకంటే కామ్టే[1] చెప్పినట్లుగా - "నిజంగా చెప్పాలంటే, శ్రామికవర్గం అనేది ఒక వర్గం కాదు, కానీ అది సమాజంలోని ఒక భాగం." కానీ శ్రామిక వర్గానికి, అంటే ఉపయోగకరమైన ప్రజలందరూ సంఘటితమయ్యే సమయం ఇంకా రాలేదు.

ఆల్ఫ్రెడ్ బాటర్న్ రచించిన[2] "వర్ల్డ్ హిస్టరీ ఫర్ వర్కర్స్" (p. 47).

పేజీ 45 (42)

సర్ హెన్రీ మెయిన్[3] ఇలా అన్నాడు – "ఇంగ్లండ్‌లోని చాలా భూమి న్యాయవాదులతప్పుల ద్వారా ప్రస్తుత యజమానుల చేతుల్లోకి వెళ్ళింది, దీని ఫలితంగా చిన్న నేరస్థులకు కూడా మరణశిక్ష విధించబడింది."

* * *

"సామాన్యుడి కోళ్లను దొంగిలించిన పురుషుడు లేదా
స్త్రీని నేరస్థుడిగా చట్టం ప్రకటించింది,
కానీ పెద్ద నేరస్థులను విడిచిపెట్టింది.
కోళ్ల నుండి సామాన్యుడిని దొంగిలించే వారు."[4]

పేజీ 46 (43)

ప్రజాస్వామ్యం

ప్రజాస్వామ్యం, సూత్రప్రాయంగా, రాజకీయ మరియు చట్టపరమైన సమానత్వ వ్యవస్థ. కానీ నిర్దిష్ట మరియు ఆచరణాత్మక చర్యలో, ఇది తప్పు, ఎందుకంటే ఆర్థిక శక్తిలో సమానత్వం ఉంటే తప్ప రాజకీయాల్లో మరియు చట్టం ముందు సమానత్వం ఉండదు. అసమానత చెక్కుచెదరకుండా ఉంటుంది; శిక్షణ

---

[1] అగస్టే కామ్టే (1798-1857): ఫ్రెంచ్ ఆలోచనాపరుడు.

[2] తెలియని

[3] బహుశా సర్ హెన్రీ సమ్నర్ మెయిన్ (1822–1888), బ్రిటిష్ చరిత్రకారుడు మరియు న్యాయవాది, 1863 నుండి 1869 వరకు కౌన్సిల్ ఫర్ ఇండియా సభ్యుడు మరియు కలకత్తా విశ్వవిద్యాలయం వైస్-ఛాన్సలర్ కూడా.

[4] తెలియని.

పొందిన పబ్లిక్ ఎగ్జిక్యూటివ్‌లందరిపై తన గుత్తాధిపత్యాన్ని కొనసాగించినంత కాలం, పాలకవర్గం కార్మిక ఉపాధిపై, దేశంపై ప్రేమపై మరియు పాఠశాలలపై మరియు ప్రజల అభిప్రాయాన్ని రూపొందించే మరియు వ్యక్తీకరించే అన్ని మార్గాలపై తన పట్టును నిలుపుకున్నంత కాలం. సంస్థలు, మరియు ఎన్నికలను ప్రభావితం చేయడంలో, చట్టాలను పాలకవర్గం రూపొందించినంత కాలం మరియు న్యాయస్థానాలు ఒకే తరగతి సభ్యులచే అధ్యక్షత వహిస్తున్నంత వరకు, న్యాయవాదులు ప్రైవేట్ ప్రాక్టీషనర్లుగా ఉంటూ మరియు వారి న్యాయ నైపుణ్యాన్ని అత్యధిక రుసుము చెల్లించే వారికి విక్రయించినంత కాలం, అప్పటి వరకు, మరియు కోర్టు కార్యకలాపాలు సాంకేతికంగా మరియు ఖరీదైనవిగా ఉంటాయి, చట్టం ముందు ఈ నామమాత్రపు సమానత్వం కూడా కేవలం జోక్‌గా మిగిలిపోతుంది.

పెట్టుబడిదారీ వ్యవస్థలో, మెజారిటీ శ్రామిక వర్గాన్ని అణచివేయడం ద్వారా పాలక మైనారిటీని అధికారంలో ఉంచడానికి ప్రజాస్వామ్యం యొక్క మొత్తం యంత్రాంగం పని చేస్తుంది మరియు బూర్జువా ప్రభుత్వం ప్రజాస్వామ్య సంస్థలచే బెదిరింపులకు గురవుతుందని భావించినప్పుడు, అటువంటి సంస్థలు తరచుగా కలిసి నలిపివేయబడతాయి.

"మార్క్స్ నుండి లెనిన్ వరకు"
(మోరిస్ హిల్‌క్విట్ ద్వారా[5]) (పేజీ 58)

* * *

ప్రజాస్వామ్యం "ప్రతి తరగతి లేదా పార్టీకి చెందిన ప్రతి వ్యక్తికి సమాన హక్కులు మరియు అన్ని రాజకీయ హక్కులలో భాగస్వామ్యం" (కౌట్స్కీ) హామీ ఇవ్వదు. ఇది ఇప్పటికే ఉన్న ఆర్థిక అసమానతలకు బహిరంగ రాజకీయ మరియు చట్టపరమైన ఆటను అనుమతిస్తుంది.... అందువల్ల, పెట్టుబడిదారీ విధానంలో ప్రజాస్వామ్యం సాధారణ నైరూప్య ప్రజాస్వామ్యం కాదు, కానీ నిర్దిష్ట బూర్జువా ప్రజాస్వామ్యం... లేదా లెనిన్ పేరు పెట్టినట్లు, బూర్జువా వర్గానికి ప్రజాస్వామ్యం.[6]

పేజీ 47 (44)

విప్లవం అనే పదానికి నిర్వచనం

"విప్లవం అనే పదాన్ని ఆ పదం యొక్క పోలీసు వివరణ అర్థంలో తీసుకోకూడదు, అంటే సాయుధ తిరుగుబాటు. ఒక పార్టీకి ఇతర తక్కువ ఖరీదైన

[5] అమెరికన్ సోషలిస్ట్.

[6] చిరిగిన పేరా యొక్క మూలం మరియు సూచన భాగం. బహుశా మోరిస్ హిల్‌క్విట్ రాసిన అదే పుస్తకం నుండి ఉటంకించబడి ఉండవచ్చు.

మరియు సాపేక్షంగా సురక్షితమైన పద్ధతులను ఉపయోగించే అవకాశం ఉంటే మరియు ఇప్పటికీ సూత్రప్రాయంగా తిరుగుబాటు ఉంటే, అది అదే పద్ధతిని అవలంబిస్తుంది అప్పుడు అది వెర్రి అని పిలవబడుతుంది ఈ కోణంలో సామాజిక ప్రజాస్వామ్యం వెర్రి అని పిలవబడదు. సూత్రప్రాయంగా విప్లవాత్మకమైనది కూడా కాదు. ఇది కేవలం రాజకీయ అధికారాన్ని పొందిన తర్వాత, ప్రస్తుత వ్యవస్థను నిలబెట్టే ఉత్పత్తి విధానాన్ని నాశనం చేయడానికి తప్ప మరే ఇతర ప్రయోజనాల కోసం ఉపయోగించదని అది గుర్తించింది.

"కార్ల్ కౌట్స్కీ"[7]

యునైటెడ్ స్టేట్స్ గురించి కొన్ని వాస్తవాలు మరియు గణాంకాలు[8]

5 పురుషులు 1000 మందికి బ్రెడ్ ఉత్పత్తి చేయవచ్చు.

ఒక వ్యక్తి 250 మందికి కాటన్ క్లాత్ ఉత్పత్తి చేయవచ్చు.

ఒక వ్యక్తి 300 మందికి ఉన్ని గుడ్డను ఉత్పత్తి చేయగలడు.

1 మనిషి 18000 మందికి బూట్లు మరియు బూట్లు ఉత్పత్తి చేయగలడు.

"ఐరన్ హీల్" (పే. 78)

15,000,000 మంది ప్రజలు తీవ్ర పేదరికంలో జీవిస్తున్నారు, వారు తమ శ్రమ నైపుణ్యాలను కూడా కొనసాగించలేరు.

3,000,000 బాల కార్మికులు.

* * *

ఇంగ్లాండ్ యుద్ధానికి ముందు అంచనాలు[9]

ఇంగ్లండ్ మొత్తం

ఉత్పత్తి సంవత్సరానికి	£ 2000,000,000
విదేశీ పె ట్టుబడుల నుండి లాభం	£ 2000,000,000
	£ 2200,000,000

---

[7] కార్ల్ కౌట్స్కీ (1854 - 1938) జర్మన్ సోషల్ డెమోక్రటిక్ ఉద్యమం మరియు రెండవ అంతర్జాతీయ నాయకుడు. ప్రారంభంలో అతను మార్క్సిస్ట్, కానీ తరువాత మార్క్సిజానికి ద్రోహం చేశాడు మరియు కార్మిక ఉద్యమంలో ఉన్న అవకాశవాద ధోరణి (కౌత్స్కీయిజం) యొక్క సిద్ధాంతకర్త అయ్యాడు.

[8] ఇది మరియు ఇంగ్లండ్‌కు సంబంధించిన క్రింది శీర్షికలు బోల్డ్ అక్షరాలతో వ్రాయబడ్డాయి.

[9] జాక్ (జాన్) గ్రిఫిత్ లండన్ (1876-1916) రచించిన 'ఐరన్ హీల్' నవల 1908లో ప్రచురించబడింది. ఈ నవల పెట్టుబడిదారీ విధానం యొక్క రక్తపిపాసి మరియు అణచివేత స్వభావం మరియు దానికి వ్యతిరేకంగా కార్మికుల పోరాటం చాలా ఆకట్టుకునే వర్ణన ఉంది.

జనాభాలో 1/9వ వంతు
జనాభాలో 1/2, = £1100,000,000
జనాభాలో 2/9వ వంతు
మంది మిగిలిన = £1100,000,000
1/3 భాగాన్ని తీసుకున్నారు అంటే = £ 300,000,000
(మిగిలిన వివరణ చిరిగిపోయింది - లేదు...)

పేజీ 48 (45)

అంతర్జాతీయ[10]

అణచివేతకు గురైన
భూమిని మేల్కొలపండి,
ఆకలి ఖైదీలను మేల్కొలపండి,
న్యాయం యొక్క యుద్ధ
ఘోష మోగనివ్వండి,
మంచి ప్రపంచం పుట్టండి.
ఇప్పుడు మనం సంప్రదాయపు సంకెళ్లతో బంధించలేము!
లే! మేలుకో! ఇక బానిసత్వం లేదు!
ఇప్పుడు ప్రపంచం కొత్త పునాదిపై నిర్మించబడుతుంది,
ఇప్పటివరకు మనం ఏమీ కాదు, ఇప్పుడు మనం ప్రతిదీ అవుతాము.

(తీసుకోవడం)

ఇదే చివరి పోరాటం,
అందరం కలిసి వెళ్దాం,
రేపు మానవ జాతి అంతర్జాతీయం అవుతుంది.
రైల్వేలు, గనులు మరియు భూమి యొక్క
కీర్తింపబడిన రాజులను కూర్చున్న వారిని చూడండి!
వారు శ్రమను దోచుకుంటూ ఉంటారు
మరియు వారు ఇంకా ఏమి చేసారు?
ప్రజల శ్రమ ఫలాలు కొందరి
బలమైన ఇనప్పెట్టెలలో పాతిపెట్టబడ్డాయి;
ఇది తిరిగి ఇవ్వడానికి
ప్రజల హక్కు.

(అదే టేక్)

---

[10] పారిస్ కమ్యూన్ (1871) సమయంలో యూజీన్ పోయిటియర్ ఫ్రెంచ్ భాషలో రాసిన ఈ పాట 'ఇంటర్నేషనల్' పేరుతో ప్రపంచ శ్రామికవర్గ పోరాట గీతంగా మారింది.

కర్మాగారాలు మరియు పొలాల కార్మికులు
ఐక్యమై మనందరి పని చేయాలి;
ఈ భూమి మనది, ప్రజలది,
ఇక్కడ సోమరిపోతులకు స్థానం లేదు,
ఎంతమంది మా మాంసం
మీద లావు అయ్యారు?
కానీ ఈ అసహ్యకరమైన
వేట పక్షులు ఒక ఉదయం మన
ఆకాశం నుండి అదృశ్యమైతే,
సూర్యుని కాంతి ఇప్పటికీ అలాగే ఉంటుంది.
(మళ్లీ అదే)

పేజీ 49 (46)

మార్సీస్[11]

ఓ శ్రమ పుత్రులారా!
మేల్కొలపండి, గర్వించండి. వినండి,
వినండి, మీరు మేల్కొనే ఆ మిలియన్ల స్వరాలు,
మీ పిల్లలు, మీ భార్య మరియు మీ పూర్వీకులు,
మీరు వారి కన్నీళ్లను చూస్తారు మరియు మీరు
వారి అరుపులను వింటారు!
తుచ్ఛమైన నిరంకుశ పాలకులు,
వారి కిరాయి పోనీలు మరియు
వారి గూండాల ముఠాలు అల్లర్లు చేస్తూ,
శాంతి మరియు స్వేచ్ఛల రక్తం ప్రవహిస్తూనే
భూమిని పీడించి, నిర్జనంగా ఉంచాలా?
(లాగు)
మన ఆయుధాలు పట్టుకుందాం,
వరుసలో నిలబడి పొలాలకు
నీరందిస్తూ వారి రక్తంతో ముందుకు సాగుదాం.

---

[11] లా మార్సెలైస్: ఫ్రాన్స్ జాతీయ గీతం. ఏప్రిల్ 24, 1792న రూపొందించబడింది. ఫ్రెంచ్ విప్లవాన్ని రక్షించడానికిఇది యుద్ధంలో ఉన్న దళాల కోసం ఫ్రెంచ్ కెప్టెన్ క్లాడ్ జోసెఫ్ ది లిటిల్ చేత కంపోజ్ చేయబడింది. మార్సెయిల్స్ నగరం నుండి పారిస్ వైపు కవాతు చేస్తున్న సైనికులు మొదటిసారిగా పాడినప్పుడు, అది ప్రజలను ఆకర్షించేంత ప్రేరణ మరియు ఉత్సాహాన్ని సృష్టించింది. ఒక ఫ్రెంచ్ అనేక బెటాలియన్ల బలం కంటే దాని బలం ఎక్కువగా ఉన్నందున, మార్సెయిల్స్‌ను వెంటనే పంపించమని కోరుతూ జనరల్ ఒకసారి అతనికి సందేశం పంపాడు.సమానం

నిరాడంబరమైన, తృప్తి చెందని
నిరంకుశులు హద్దులేని దుర్మార్గం
మరియు గొప్పతనం, బంగారం
మరియు అధికారం కోసం వారి ఆకలి,
వారు ధూపం మరియు గాలిని కూడా
ఆనందిస్తారు మరియు విక్రయిస్తారు;
మేము వారి భారాన్ని రక్తపు గుర్రాలలా మోస్తాము,
వారి బానిసలు వారిని దేవుళ్లుగా పరిగణించాలని
వారు అనవచ్చు, కాని మనిషి కంటే గొప్పవాడు ఎవరు?
అలాంటప్పుడు వాళ్ళు ఎంతకాలం ఉంటారు,
ఎంతకాలం మనల్ని చంపుతారు?

(మళ్ళీ అదే బృందగానం)

హే స్వేచ్ఛ! నీ మనోహరమైన జ్వాలని
అనుభవించిన తర్వాత మానవుడు నిన్ను
ఎలా విడిచిపెట్టగలడు?
సెల్లార్ల ద్వారాలు మరియు కడ్డీలు మిమ్మల్ని
ఆపగలవా లేదా కొరడాలు మీ గొప్ప
స్ఫూర్తిని బంధించగలవా?
ప్రపంచం చాలా కాలంగా ఏడుస్తోంది,
నిరంకుశులు అబద్ధాల కత్తిని పట్టుకుంటున్నారు,
కానీ స్వేచ్ఛ మాకు కత్తి మరియు డాలు,
మరియు వారి కళలన్నీ వృధా.

(మళ్ళీ అదే బృందగానం)

పేజీ 50 (47)

అవకాశవాదం పుట్టుక

చట్టం యొక్క చట్రంలో పని చేసే అవకాశం రెండవ అంతర్జాతీయ సమయంలో కార్మిక పార్టీలలో అవకాశవాదానికి దారితీసింది.

"లెనిన్, II కుప్పకూలింది."[12]

---

[12] లెనిన్ పుస్తకం, ది ఫాల్ ఆఫ్ ది సెకండ్ ఇంటర్నేషనల్

చట్టవిరుద్ధమైన చర్య

"బూర్జువా లేదా ప్రతి-విప్లవాత్మక సామాజిక ప్రజాస్వామ్యం అధికారంలో ఉన్న దేశంలో, కమ్యూనిస్ట్ పార్టీ తన చట్టపరమైన మరియు చట్టవిరుద్ధమైన పని మధ్య సమతుల్యతను కొనసాగించడం నేర్చుకోవాలి మరియు చట్టపరమైన పని ఎల్లప్పుడూ మరియు ఖచ్చితంగా చట్టవిరుద్ధమైన పార్టీకి లోబడి ఉండాలి. సమర్థవంతమైన నియంత్రణలో ఉండాలి."

"బుఖారిన్"[1]

* * *

రెండవ అంతర్జాతీయ లక్ష్యాల ద్రోహం

సోషలిజం మరియు శ్రమతో కూడిన ఈ విస్తారమైన సంస్థ అటువంటి శాంతికాల కార్యకలాపాలకు అనుగుణంగా మారింది, మరియు సంక్షోభం వచ్చినప్పుడు చాలా మంది నాయకులు మరియు జనాభాలోని పెద్ద వర్గాల వారు కొత్త పరిస్థితికి అనుగుణంగా మారలేకపోయారు. ఇది అనివార్య పరిస్థితి, ఇది చాలా వరకు, రెండవ అంతర్జాతీయ ద్రోహానికి కారణం.

మార్క్స్ టు బట్, (పే. 140) మోరిస్ హిల్‌క్విట్[2]

* * *

"ది సినిక్స్ వర్డ్ బుక్" (1906)లో[3]

ఆంబ్రోస్ ప్రయర్[4] వ్రాసాడు - 'గ్రేప్ షాట్'[5] - (నామవాచకం) - అమెరికన్ సోషలిజం డిమాండ్లకు ప్రతిస్పందనగా భవిష్యత్తు చేస్తున్న వాదన."

పేజీ 51 (48)

మతం, స్థాపించబడిన క్రమంలో మద్దతుదారు

బానిసత్వం - 1835లో, ప్రెస్బిటేరియన్ చర్చి యొక్క జనరల్ అసెంబ్లీ ఒక తీర్మానాన్ని ఆమోదించింది - "బానిసత్వం పాత మరియు కొత్త నిబంధనలు రెండింటిలోనూ ఆమోదించబడింది మరియు దైవిక అధికారం ద్వారా నిషేధించబడలేదు."

---

[1] నికోలాయ్ అలెగ్జాండ్రవిచ్ బుఖారిన్ (1888-1938) - రష్యన్ సోషల్ డెమోక్రటిక్ వర్కర్స్ పార్టీ సభ్యుడు. రాష్ట్రంపై లెనినిస్ట్ వ్యతిరేక అభిప్రాయాలు, శ్రామికవర్గం యొక్క నియంతృత్వం, జాతీయతలకు స్వయం నిర్ణయాధికారం మరియు ఇతర ప్రశ్నలు దత్తత తీసుకుంటూ ఉండండి. అక్టోబర్ సోషలిస్టు విప్లవం తర్వాత పదే పదే లెనినిస్ట్ పార్టీ విధానాన్ని వ్యతిరేకించారు. 1937లో పార్టీ వ్యతిరేక కార్యకలాపాల కారణంగా పార్టీ నుండి బహిష్కరించబడ్డాడు.

[2] అమెరికన్ సోషలిస్ట్.

[3] మరో.

[4] తెలియని

[5] తుపాకీ గుళికలు.

చార్లెస్టన్ బాప్టిస్ట్ అసోసియేషన్ 1835లో ఈ క్రింది డిక్రీని జారీ చేసింది: "యజమానులు తమ బానిసల సమయాన్ని ఉపయోగించుకునే హక్కును అన్ని విషయాల సృష్టికర్త స్పష్టంగా గుర్తించాడు, అతను తనకు నచ్చిన దానిలో ఆస్తి హక్కును ఉపయోగించుకోవచ్చు. ,

మెథడిస్ట్ కాలేజ్ ఆఫ్ వర్జీనియాలో ప్రొఫెసర్ అయిన రెవరెండ్ E. D. సైమన్, డాక్టర్ ఆఫ్ డివినిటీ ఇలా వ్రాశాడు: "హోలీ రిట్ (క్రిస్టియన్ థియాలజీ - ఎడి.)లోని పాసేజెస్ బానిసత్వంపై ఆస్తి హక్కును మరియు ఆ హక్కుతో ముడిపడి ఉన్న రోజువారీ విషయాలను స్పష్టంగా పేర్కొన్నాయి. చేయబడినది కొనుగోలు మరియు అమ్మకం హక్కు స్పష్టంగా పేర్కొనబడింది. మొత్తం విషయం ఏమిటంటే, మనం దేవుడే స్థాపించిన యూదుల విధానాన్ని, లేదా అన్ని యుగాలలో మానవజాతి యొక్క ఏకరీతి ఆలోచన మరియు ప్రవర్తనను లేదా కొత్త నిబంధన మరియు నైతిక చట్టం యొక్క సూచన సూచనలను చూసినా; బానిసత్వం అనైతికం కాదని మేము అదే నిర్ధారణకు వచ్చాము. ఆఫ్రికన్ బానిసలను చట్టబద్ధంగా కొనుగోలు చేసి బానిసలుగా మార్చుకున్నారని రుజువైనప్పుడు, వారి పిల్లలను బానిసలుగా ఉంచే విషయం కూడా అనివార్యంగా నిరూపించబడింది. అమెరికాలో బానిసత్వం సరిగ్గా స్థాపించబడిందని మేము చూస్తాము.

పెట్టుబడిదారీ విధానానికి మద్దతు ఇవ్వండి

హెన్రీ వాన్ డైక్[6] "ఎస్సే ఇన్ అప్లికేషన్" (1905)లో ఇలా వ్రాశాడు – "దేవుడే ప్రపంచానికి యజమాని అని బైబిల్ బోధిస్తుంది. అతను తన స్వంత ఇష్టానుసారం సాధారణ నియమాల ప్రకారం ప్రతి మనిషికి తన వాటాను ఇస్తాడు.

పేజీ 52 (49)

యునైటెడ్ స్టేట్స్ గురించి గణాంకాలు

సైన్యం బలం 50,000
ఇప్పుడు అది 300,000.

* * *

అత్యంత సంపన్నుల వద్ద రూ.67 బిలియన్ల సంపద ఉంది.
వ్యాపారాలలో నిమగ్నమైన మొత్తం
వ్యక్తులలో 9/10 శాతం మాత్రమే ప్లూటోక్రసీలో
చేర్చబడ్డారు. ఇంకా మొత్తం సంపదలో 70 శాతం
వారి వద్దే ఉన్నాయి. వ్యాపారాలలో నిమగ్నమై
ఉన్న మొత్తం వ్యక్తులలో 29 శాతం
మంది మధ్యతరగతికి చెందినవారు
వారి వద్ద మొత్తం సంపదలో 25 శాతం = 24 బి
లియన్ల మంది వ్యాపారాల్లో నిమగ్నమై ఉన్నారు,

---

[6] తెలియదు.

మిగిలిన 70 శాతం మంది శ్రామికవర్గానికి చెందినవారు మరియు మొత్తం సంపదలో 4 శాతం మాత్రమే ఉన్నారు. లూసీన్ సానియల్ ప్రకారం, 1900లో వ్యాపారంలో నిమగ్నమైన మొత్తం వ్యక్తులలో

= 250,251 మంది బూర్జువా వర్గానికి చెందినవారు

= 8,429,845 మంది మధ్యతరగతికి చెందినవారు

= 20,395,137 మంది శ్రామిక వర్గానికి చెందినవారు.

"ఐరన్ హీల్"[7]

* * *

రైఫిల్స్

"పార్లమెంట్లో, ప్రభుత్వ పదవుల్లో మీకు మెజారిటీ ఉంటుందని మీరు అంటున్నారు, అయితే మీ వద్ద ఎన్ని రైఫిళ్లు ఉన్నాయి? మీకు తగినంత సీసం ఎక్కడ లభిస్తుందో మీకు తెలుసా? గన్పౌడర్ విషయానికొస్తే, యాంత్రిక మిశ్రమాల కంటే రసాయన మిశ్రమాలు మంచివి, దాని కోసం నా మాట తీసుకోండి.

"ఐరన్ హీల్", (p. 198)[8]

పేజీ 53 (50)

శక్తి...[9]

ఒక సోషలిస్ట్ నాయకుడు ప్లూటోక్రసీ సమావేశంలో ప్రసంగించారు మరియు అతను సమాజం యొక్క తప్పు నిర్వహణకు వారిని నిందించాడు మరియు తద్వారా మానవత్వం ఎదుర్కొంటున్న అన్ని కష్టాలు మరియు బాధలకు పూర్తి బాధ్యతను వారిపై ఉంచాడు.[10]

తరువాత ఒక పెట్టుబడిదారుడు (మిస్టర్ విక్సన్) లేచి నిలబడి అతనిని ఇలా సంబోధించాడు. 10 దీనికి మా సమాధానం ఇది. మిమ్మల్ని వృధా చేయడానికి మా వద్ద మాటలు లేవు. మీరు మా రాజభవనాలు మరియు వైభవం వైపు మీ గర్వించదగిన బలమైన చేతులు చాచినప్పుడు, మా బలం ఏమిటో మేము మీకు చూపిస్తాము. మేము బాంబుల ఉరుములతో మరియు మెషిన్ గన్ల ఉరుములతో ప్రతిస్పందిస్తాము. మేము మిమ్మల్ని విప్లవకారులను మా మడమల కింద అణిచివేస్తాము మరియు మీ ముఖాలను చితకబాదారు. ఈ ప్రపంచం మనది. మనం దాని యజమానులం మరియు అది మనదే అవుతుంది. శ్రమ విషయానికొస్తే, చరిత్ర మొదలైనప్పటి నుండి దుమ్ము దులుపుతోంది, నేను చరిత్రను సరిగ్గా చదివాను. మనం, మన వారసులు అధికారంలో ఉన్నంత కాలం అది దుమ్ము

---

[7] మరిన్ని

[8] జాక్ లండన్ నవల.

[9] టైటిల్ యొక్క మిగిలిన భాగం నలిగిపోతుంది.

[10] భగత్ సింగ్ మాటలు

76

రేపుతూనే ఉంటుంది."ఒక పదం ఉంది - శక్తి. ఇది అన్ని పదాలకు రాజు. దేవుడు కాదు, సంపద మరియు కీర్తి కాదు, కానీ శక్తి. మీ నాలుక మీద పెట్టుకుని, అది జలదరించే వరకు అలాగే ఉంచండి.

"నేను సమాధానం కనుగొన్నాను," ఎర్నెస్ట్ (సోషలిస్ట్ నాయకుడు)[11] ప్రశాంతంగా చెప్పాడు. సమాధానం చెప్పగలిగేది అధికారం మాత్రమే. శ్రామిక వర్గానికి చెందిన మేము ప్రబోధించేది ఇదే. సత్యానికి, న్యాయానికి, మానవత్వానికి సంబంధించిన ఏ విజ్ఞప్తి కూడా మిమ్మల్ని తాకదని మా చేదు అనుభవం నుండి మాకు బాగా తెలుసు మరియు తెలుసు. పేదల ముఖాలను చితకబాదిన మీ మడమల వలె మీ హృదయాలు కూడా కఠినంగా ఉన్నాయి. అందుకే అధికారాన్ని ప్రచారం చేశాం. కానీ, ఎన్నికల రోజున, మా బ్యాలెట్ పేపర్ల శక్తి మీ ప్రభుత్వాన్ని మీ నుండి దూరం చేస్తుంది...

ఎన్నికల రోజున మీకు మెజారిటీ వచ్చినా, భారీ మెజారిటీ వచ్చినా, దాని వల్ల ఎలాంటి తేడా వస్తుంది Mr. విక్సన్ కోపంగా అన్నాడు.

"ఎన్నికలలో మీరు గెలిచినప్పటికీ మేము మీకు అధికారం అప్పగించడానికి నిరాకరిస్తే?"

పేజీ 54 (51)

"మేము దాని గురించి కూడా ఆలోచించాము," అని ఎర్నెస్ట్ బదులిచ్చారు. "మరియు మేము మీకు బుల్లెట్లతో సమాధానం ఇస్తాము. శక్తి, మీరు దానిని పదాల రాజు అని పిలిచారు. చాలా బాగుంది! అది చూస్తారు. మరియు మేము ఎన్నికల్లో గెలిచిన రోజు మరియు మీరు మా రాజ్యాంగబద్ధమైన మరియు శాంతియుతంగా సంపాదించిన అధికారాన్ని అప్పగించడానికి నిరాకరించిన రోజు, మేము ఏమి చేస్తాం అనే మీ ప్రశ్నకు సమాధానంగా, మేము మీకు సమాధానం ఇస్తాము, మేము మీకు సమాధానం ఇస్తాము. బాంబుల ఉరుములతో మరియు మెషిన్ గన్ల ఉరుములతో మా సమాధానం ఇస్తుంది.

"మీరు మమ్మల్ని తప్పించుకోలేరు. మీరు చరిత్రను సరిగ్గా చదివారనేది నిజం. చరిత్ర ప్రారంభం నుంచి శ్రమ దుమ్ము రేపుతున్న మాట నిజం. మరియు మీ మరియు మీ వారసుల చేతిలో అధికారం ఉన్నంత వరకు, శ్రమ దుమ్ము దులుపుతూనే ఉంటుంది అనేది కూడా నిజం. నేను మీతో ఏకీభవిస్తున్నాను. మీరు చెప్పిన ప్రతిదానితో నేను ఏకీభవిస్తున్నాను. ఎప్పటిలాగే అధికారం నిర్ణయాత్మకంగా ఉంటుంది; ఇది వర్గాల పోరాటం. మీ వర్గం పాత భూస్వామ్య వ్యవస్థను నాశనం చేసినట్లే, అదే విధంగా నా వర్గం, శ్రామిక వర్గం మీ వర్గాన్ని నాశనం చేస్తుంది. మీరు మీ జంతు శాస్త్రాన్ని మరియు మీ సామాజిక శాస్త్రాన్ని అదే స్పష్టతతో చదివితే మీరు చరిత్ర చదివితే, నేను వివరించిన విధి అనివార్యమని మీరు చూస్తారు. దీని నుంచి ఒక సంవత్సరం పడుతుందా, పదేళ్ళు పడుతుందా, వెయ్యి సంవత్సరాలు పడుతుందా అన్నది ఖాయం మీ క్లాస్ దుమ్ముగా మారుతుందని. మరియు ఇది శక్తి

---

[11] బ్రాకెట్లలో భగత్ సింగ్ మాటలు

ద్వారా మాత్రమే జరుగుతుంది. మేము కష్టపడి పనిచేసే వ్యక్తులు ఈ పదం మన మెదళ్ళు జుర్రుకునేంతగా మననం చేసుకున్నాం. చౌక ! ఇది రాజ పదం."

"ది ఐరన్ హీల్ బై జాక్ లండన్" (పే. 88)

పేజీ 55 (52)

గణాంకాలు [12]

ఇంగ్లాండ్:

1922- నిరుద్యోగుల సంఖ్య = 1,135,000

1926- ఇది 1 నుండి 1½ మిలియన్ల మధ్య ఉంది

అంటే 1,250,000 నుండి 1,500,000.

బ్రిటిష్ కార్మిక నాయకులకు ద్రోహం

1911 నుండి 1913 సంవత్సరాలలో సాధారణంగా మైనర్లు, రైల్వే కార్మికులు మరియు రవాణా కార్మికుల మధ్య అపూర్వమైన వర్గ పోరాటాల కాలం. ఆగష్టు 1911లో జాతీయంగా చెప్పాలంటే రైల్వేల సార్వత్రిక సమ్మె జరిగింది. ఆ రోజుల్లో, బ్రిటన్‌పై విప్లవం యొక్క మసక నీడ ఆవరించింది. కానీ నాయకులు తమ శక్తినంతా ఉపయోగించి ఈ ఉద్యమాన్ని స్తంభింపజేశారు. అతని ఉద్దేశ్యం "దేశభక్తి; జర్మనీతో యుద్ధానికి ముప్పు తెచ్చిన అగాదిర్ సంఘటన సమయంలో ఈ చర్య తీసుకోబడింది. ఈరోజు అందరికీ తెలిసిన విషయమే, ప్రధానమంత్రి కార్మిక నాయకులను రహస్య సమావేశానికి పిలిచి, జన్మభూమిని కాపాడాలని విజ్ఞప్తి చేశారు. మరియు నాయకులు బూర్జువాను బలోపేతం చేయడానికి తమ శక్తి మేరకు ప్రతిదీ చేసారు, తద్వారా సామ్రాజ్యవాద మారణహోమానికి మార్గం సుగమం చేశారు.

బ్రిట్నీ ఎక్కడికి వెళుతోంది? (పే. 3)[13]
ట్రోత్స్కీ[14]

[12] మూలం తెలియదు.

[13] ట్రోత్స్కీ రచన బ్రిటన్ ఎక్కడికి వెళుతోంది?

[14] లియోన్ ట్రోత్స్కీ: లెవ్ డేవిడోవిచ్ ట్రోత్స్కీ (1879-1940) - లెనినిజం యొక్క గట్టి ప్రత్యర్థి. రష్యన్ సోషల్-డెమోక్రటిక్ వర్కర్స్ పార్టీ (బోల్షెవిక్) (1917) యొక్క ఆరవ కాంగ్రెస్‌లో బోల్షెవిక్ పార్టీలో సభ్యుడిగా మారారు. అక్టోబర్ విప్లవంలో ముఖ్యమైన పాత్ర. విప్లవం తర్వాత అనేక ప్రభుత్వ పదవులు నిర్వహించారు. 1923లో, అతను పార్టీ యొక్క సాధారణ విధానానికి మరియు సోషలిజం నిర్మాణానికి లెనిన్ యొక్క కార్యక్రమానికి వ్యతిరేకంగా ఒక వర్గ పోరాటాన్ని ప్రారంభించాడు మరియు సోవియట్ యూనియన్‌లో సోషలిజం విజయం అసాధ్యం అనే ఆలోచనను ప్రచారం చేశాడు. కమ్యూనిస్ట్ పార్టీ ట్రోత్స్కీయిజాన్ని పార్టీలో చిన్న పెట్టుబడిదారీ ధోరణిగా బట్టబయలు చేసింది మరియు సంస్థ మరియు భావజాలం కోణం నుండి దానిని ఓడించింది. సోవియట్ వ్యతిరేక కార్యకలాపాల కారణంగా 1927లో ట్రోత్స్కీ పార్టీ నుండి బహిష్కరించబడ్డాడు మరియు 1929లో బహిష్కరించబడ్డాడు.

పేజీ 56 (53)

ద్రోహం

1920లో 'బ్లాక్ ఫ్రైడే' తర్వాత మాత్రమే ఉద్యమం దాని సరిహద్దులకు తిరిగి వచ్చింది, మైనర్లు, రైల్వే కార్మికులు మరియు రవాణా కార్మికులతో కూడిన త్రైపాక్షిక కూటమి నాయకులు సార్వత్రిక సమ్మెకు ద్రోహం చేశారు.

(పే. 03)

* * *

సంస్కరణకు విప్లవ ముప్పు అవసరం

...ఇటువంటి చర్యలు (సంస్కరణలు) ద్వారా విప్లవాన్ని నివారించవచ్చని బ్రిటిష్ బూర్జువా అర్థం చేసుకున్నారు. అందువల్ల, సంస్కరణలను కూడా అమలు చేయడానికి, క్రమబద్ధీకరణ సూత్రం మాత్రమే సరిపోదు మరియు విప్లవం యొక్క నిజమైన ముప్పు అవసరమని ఇది అనుసరిస్తుంది.

(పేజీ 29)[1]

* * *

సామాజిక ఐక్యత

...వేదికను విడిచిపెట్టడానికి ఇష్టపడని ప్రత్యేక వర్గాన్ని నిర్మూలించడానికి మనం ఒక్కసారి నిలబడితే, వర్గపోరాటంలోని ప్రాథమిక అంశాలు అందులో దాగి ఉన్నట్లు కనిపించవచ్చు. కానీ కాదు. మక్డోనాల్డ్[2] సామాజిక ఐక్యత యొక్క స్పృహను "మేల్కొల్పాలని" కోరుకుంటాడు, అయితే శ్రామికవర్గం యొక్క ఐక్యత అనేది బూర్జువా వర్గానికి వ్యతిరేకంగా చేసే సామాజిక ఐక్యతను దోపిడిదారులతో బోధిస్తుంది .ఐక్యత, లేదా మరో మాటలో చెప్పాలంటే, దోపిడీని కొనసాగించడం తప్ప మరొకటి కాదు.[3]

విప్లవం ఒక విపత్తు

మక్డోనాల్డ్ ప్రకారం, రష్యన్ విప్లవం మనకు గొప్ప పాఠాన్ని నేర్పింది. విప్లవం అనేది వినాశనం మరియు విపత్తు తప్ప మరొకటి కాదని ఇది చూపించింది.

* * *

---

[1] ఐబిడ్.

[2] బహుశా జేమ్స్ రామ్సే మెక్డొనాల్డ్ (1866–1937): బ్రిటిష్ లేబర్ పార్టీ నాయకుడు మరియు రెండుసార్లు ప్రధానమంత్రి.

[3] బ్రిటన్ ఎక్కడికి వెళుతోంది?

విప్లవం విపత్తుకు జన్మనిస్తుంది, కానీ బ్రిటీష్ ప్రజాస్వామ్యం సామ్రాజ్యవాద యుద్ధానికి జన్మనిచ్చింది... దీని విధ్వంసం ఖచ్చితంగా విప్లవ వైపరీత్యాలతో కనీసం పోల్చలేము. అయినప్పటికీ, జారిజం, కులీనులు మరియు బూర్జువాలను పడగొట్టిన విప్లవం చర్చిని కదిలించింది, విప్లవం ఒక విపత్తు తప్ప మరొకటి కాదని దాని ముందు ప్రకటించడానికి 130 మిలియన్ల జనాభా లేదా మొత్తం దేశాల కుటుంబంలో కొత్త జీవితాన్ని నింపింది. సిగ్గులేని ముఖాలు కావాలి.

(పే. 64)[1]

శాంతియుతమా?

శాంతియుత ఓటింగ్ ద్వారా అధికారాన్ని, సంపదను పాలకవర్గం ఎప్పుడు ఎక్కడ అప్పగించింది, అది కూడా ముఖ్యంగా శతాబ్దాలుగా ప్రపంచాన్ని దోచుకున్న బ్రిటిష్ బూర్జువా వర్గానికి?

(పే.66)[2]

***

సోషలిజం లక్ష్యం: శాంతి

సోషలిజం యొక్క లక్ష్యం, మొదటి స్థానంలో, అత్యంత అసభ్యమైన మరియు రక్తపాతమైన అధికార రూపాలను తొలగించడం, ఆపై దాని మరింత దాచిన రూపాలను కూడా తొలగించడం అనేది పూర్తిగా కాదనలేని నిజం.

(పే 80)

"బ్రిటన్ ఎక్కడికి వెళుతోంది?", ట్రోత్స్కీ

***

ప్రపంచ విప్లవం యొక్క లక్ష్యం

1. పెట్టుబడిదారీ విధానాన్ని కూలదోయండి.

2. మానవాళి సేవ కోసం ప్రకృతిని నియంత్రించడం. బుఖారిన్ ఈ విధంగా నిర్వచించాడు.

---

[1] అదే.

[2] పైన చెప్పబడింది.

పేజీ 58 (55)

మనిషి మరియు యంత్రాలు

యునైటెడ్ స్టేట్స్ బ్యూరో ఆఫ్ లేబర్ చెప్పారు-

- మెషీన్‌పై పని చేయడం ద్వారా, ఒక వ్యక్తి 1 గంట 34 నిమిషాలలో 12 పౌండ్ల పిన్‌ల ప్యాకెట్‌ను సిద్ధం చేయవచ్చు.
- మనిషి యంత్రాలపై కాకుండా సాధనాలతో మాత్రమే పని చేస్తే, 140 ద్వారా అదే మొత్తంలో పని చేయవచ్చు.

  ఇది 1 గంట 55 నిమిషాలు పడుతుంది.

  (నిష్పత్తి – 1.34 : 140.55 నిమిషాలు)
- యంత్రాన్ని ఉపయోగించి 100 జతల బూట్లు తయారు చేయడానికి 234 గంటల 25 నిమిషాలు పడుతుంది.
- చేతితో ఇది 1,831 గంటల 40 నిమిషాలు పడుతుంది.
- యంత్రంపై లేబర్ ధర $69.55.
- చేతితో... $457.79కి వస్తుంది.
- యాంత్రిక శ్రమ ద్వారా 500 గజాల చెకర్డ్ క్లాత్‌ను సిద్ధం చేయడానికి 73 గంటలు పడుతుంది.
- చేతి పనితో, దీనికి 5,844 గంటలు పడుతుంది.
- యాంత్రిక శ్రమ ద్వారా, 100 పౌండ్ల కుట్టు పత్తి దారం 39 గంటల్లో తయారు చేయబడుతుంది.
- ఇది చేతితో 2,895 గంటలు పడుతుంది.

వ్యవసాయం

- ఆరోగ్యవంతమైన మనిషి ఒక ఎకరం పంటను ఒక రోజులో (12 గంటలు) కొడవలితో కోయవచ్చు.
- ఒక యంత్రం అదే పనిని 20 నిమిషాల్లో చేయగలదు.
- ఆరుగురు పురుషులు అరగంటలో 60 లీటర్ల గోధుమలను రోకలితో నూర్పిడి చేయవచ్చు.
- ఒక థ్రెషర్ యంత్రం అదే సమయంలో 12 రెట్లు ఎక్కువ పనిని చేయగలదు.

"యంత్రాల వినియోగం ద్వారా మానవ శ్రమ సామర్థ్యంలో పెరుగుదల... రై విషయంలో 150 శాతం, బార్లీ విషయంలో 2,244 శాతం వరకు...!"[1]

---

[1] మూలం తెలియదు

పేజీ 59 (56)

యు.ఎన్.ఎ. మరియు దాని జనాభా సంపద: (1850-1912)[1]

1850లో మొత్తం సంపద		ఒక్కొక్కరికి	మొత్తం జనాభా
	$ 7,135,780,000	$ 308	= 23,191,876
1860	$ 16,159,616,000	$ 514	= 31,443,321
1870	$ 30,068,518,000	$ 780	= 38,558,371
1880	$ 43,642,000,000	$ 870	= 50,155,783
1890	$ 65,037,091,000	$ 1,036	= 62,947,714
1900	$ 88,517,307,000	$ 1,165	= 75,994,575
1904	$ 107,104,202,000	$ 1,318	= 82,466,551
1912	$ 187,139,071,000	$ 1,965	= 95,40513

యంత్రాల వినియోగం కారణంగా.

* * *

యంత్రం దాని స్వభావంలో సామాజికమైనది, సాధనం వ్యక్తిగతమైనది.[2]

* * *

"మాకు అధ్వాన్నమైన బట్టలు ఇవ్వండి, కానీ మాకు మంచి పురుషులను ఇవ్వండి" అని ఎమర్సన్[3] చెప్పాడు, "వెనెరియల్ వ్యాధితో చనిపోతున్న శిశువుల జీవితాలను రక్షించండి, ఆపై వస్త్ర వ్యాపారానికి ప్రాధాన్యత ఇవ్వండి."

(పేజీ 81)

* * *

యంత్రం కోసం మనిషిని బలి ఇవ్వలేం. యంత్రం ఖచ్చితంగా మానవజాతి సేవకు అందించబడాలి, అయితే ప్రస్తుతం ఈ పారిశ్రామిక వ్యవస్థలో మానవజాతిపై వినాశనం కలిగించే ప్రమాదం పొంచి ఉంది.

పేదరికం మరియు సంపద (పే. 81), స్కాట్ నియరింగ్[4]

---

[1] మూలం తెలియదు.

[2] తెలియని.

[3] బహుశా ప్రసిద్ధ ఆంగ్ల కవి, ఆలోచనాపరుడు, వ్యాసకర్త రాల్ఫ్ వాల్డో ఎమర్సన్ (1803-1882)

[4] మరియు.

పేజీ 60 (57)

మనిషి మరియు యంత్రాలు

సి. నాన్‌ఫోర్డ్ హెండర్సన్ తన రచన "రే డే"లో ఇలా వ్రాశాడు - "ఈ పరిశ్రమ యొక్క సంస్థ, అన్ని సంస్థలలో పురాతనమైనది, మానవజాతిని విషయాల దౌర్జన్యం నుండి విముక్తి చేసే ఉద్దేశ్యంతో నిర్వహించబడింది మరియు అభివృద్ధి చేయబడింది, కానీ ఇప్పుడు అది ఒక గొప్ప నిరంకుశత్వం అభివృద్ధి చెందింది, ఇది చాలా మంది ప్రజలను బానిసలు, బానిసల స్థితికి నెట్టివేస్తుంది, ఎక్కువసేపు మరియు అలసిపోయిన గంటలు పని చేయడాన్ని ఖండించింది, భారీ వస్తువులను ఉత్పత్తి చేస్తుంది, ఆ వస్తువులు ఉత్పత్తి చేస్తున్నప్పుడు, వాటి కొరతతో బాధపడవలసి వస్తుంది.

"పా. రిచెస్" (పేజీ 87)[1]

***

మనిషి యంత్రాల కోసం కాదు

ఉక్కు మరియు అగ్ని కలయికతో మనిషి సృష్టించిన మరియు యంత్రం అని పిలువబడే వస్తువు ఖచ్చితంగా ఎల్లప్పుడూ మనిషి యొక్క సేవకుడిగా ఉండాలి మరియు అతని యజమాని కాదు. మానవజాతిని పరిపాలించే హక్కు యంత్రానికి లేదా యంత్ర యజమానికి లేదు.

(పేజీ 88)

***

సామ్రాజ్యవాదం

"సామ్రాజ్యవాదం అనేది పెట్టుబడిదారీ విధానం యొక్క అభివృద్ధి దశ, దీనిలో గుత్తాధిపత్యం మరియు ఆర్థిక మూలధనం ఆధిపత్య ప్రభావాన్ని పొందాయి, ఎగుమతి మూలధనం అపారమైన ప్రాముఖ్యతను పొందింది, అంతర్జాతీయ ట్రస్ట్‌లు ప్రపంచాన్ని విభజించడం ప్రారంభించాయి మరియు అతిపెద్ద పెట్టుబడిదారులు "దేశాలు మొత్తం విభజనను పూర్తి చేశాయి. తమలో తాము భూమి యొక్క భౌగోళిక ప్రాంతం."

"లెనిన్"[2]

పేజీ 61 (58)

నియంతృత్వం

నియంతృత్వం అనేది ప్రత్యక్ష శక్తిపై ఆధారపడిన అధికారం మరియు ఏ చట్టానికి కట్టుబడి ఉండదు.

---

[1] తెలియని.

[2] లెనిన్, 'ఇంపీరియలిజం, పెట్టుబడిదారీ విపరీత దశ'.

శ్రామికవర్గం యొక్క విప్లవాత్మక నియంతృత్వం అనేది శ్రామికవర్గం బలవంతంగా మరియు బూర్జువాపై బలవంతంగా విధించిన మరియు ఏ చట్టానికి కట్టుబడి ఉండదు.

"ప్రోల్. రెవో."[3] (పే. 18) లెనిన్

***

విప్లవాత్మక నియంతృత్వం

విప్లవం అనేది రైఫిల్స్, బయోనెట్‌లు, మస్కెట్‌లు మరియు ఇతర అత్యంత నిరంకుశ చర్యల ద్వారా జనాభాలోని ఒక వర్గం జనాభాలోని మరొక వర్గంపై తన ఇష్టాన్ని విధించే చర్య. మరియు విజయం సాధించిన పక్షం తన ఆయుధాలు ప్రతిచర్యలకు ప్రేరేపించే భయం ద్వారా తప్పనిసరిగా తన పాలనను ఏర్పాటు చేసుకుంటుంది. పారిస్ కమ్యూన్ బూర్జువా వర్గానికి వ్యతిరేకంగా సాయుధమైన ప్రజానీకంపై ఆధారపడకపోతే, అది ఇరవై నాలుగు గంటలకు పైగా తనని తాను కాపాడుకోగలిగేది? దీనికి విరుద్ధంగా, కమ్యూన్ ఈ అధికారాన్ని చాలా తక్కువగా ఉపయోగించిందని విమర్శించడం మనం సమర్థించబడదా?

"ఎఫ్. దేవదూతలు[4]

***

బూర్జువా ప్రజాస్వామ్యం

బూర్జువా ప్రజాస్వామ్యం, ఫ్యూడలిజంతో పోలిస్తే గొప్ప చారిత్రక పురోగతి అయినప్పటికీ, ఇది చాలా పరిమితమైన, చాలా కపటమైన సంస్థ, ధనవంతులకు స్వర్గం మరియు దోపిడీకి మరియు పేదలకు వల మరియు మోసం తప్ప మరొకటి కాదు

"లెనిన్" (పే. 28)[5]

వాడుకలో, ఈ రెండింటి మధ్య నిజమైన మరియు సన్నిహిత సంబంధం తరచుగా వీక్షణ నుండి అదృశ్యమవుతుంది.

మరియు ఖండంలో

[రాచెట్: కుడి = డ్రాయిట్: చట్టం]

కాంటినెంటల్ భాషా శైలి "చట్టం" మరియు "హక్కులు" మధ్య వ్యత్యాసాన్ని దాచిపెడుతుంది, అయితే ఆంగ్ల భాషా శైలి వాటి మధ్య సంబంధాన్ని దాచిపెడుతుంది.

---

[3] లెనిన్ రచన, 'శ్రామికుల విప్లవం మరియు దేశద్రోహి కౌట్స్కీ' నుండి

[4] ఫ్రెడరిక్ ఎంగెల్స్ (1820-1895) రచించిన 'ఆన్ పవర్' నుండి.

[5] 'శ్రామికుల విప్లవం మరియు దేశద్రోహి కౌట్స్కీ' నుండి.

పేజీ 107 (80)

చట్టం

"చర్యలు నిర్ణయించబడే ఏదైనా నియమం లేదా సూత్రాన్ని మేము చట్టం అని పిలుస్తాము."

"హుకర్"[6]

"చట్టం దాని అత్యంత సాధారణ అర్థంలో చర్య యొక్క నియమాన్ని నిర్దేశిస్తుంది మరియు ఇది హేతుబద్ధమైన లేదా అహేతుకమైన, జీవులకు లేదా నిర్జీవమైన వాటికి సంబంధించిన అన్ని రకాల చర్యలకు తేడా లేకుండా వర్తిస్తుంది. అందుకే మనం చలనం, గురుత్వాకర్షణ, కాంతి, భౌతికశాస్త్రం, ప్రకృతి మరియు దేశాల నియమాల గురించి మాట్లాడుతాము."

"బ్లాక్‌స్టోన్[7]

చట్టాల రకాలు

1. తప్పనిసరి చట్టం.
2. భౌతిక చట్టాలు లేదా శాస్త్రీయ చట్టాలు.
3. సహజ లేదా నైతిక చట్టం.
4. ప్రస్తుత చట్టం.
5. సంప్రదాయ చట్టం.
6. ప్రాక్టికల్ లేదా సాంకేతిక చట్టం.
7. అంతర్జాతీయ చట్టం.
8. పౌర చట్టం లేదా రాష్ట్ర చట్టం.

పేజీ 108 (81)

తప్పనిసరి చట్టం యొక్క లైసెన్స్ - 1. శిక్ష, యుద్ధం మొదలైనవి.)	1. తప్పనిసరి చట్టం - అంటే చర్య యొక్క నియమం, ఇది అటువంటి అధికారం ప్రజలపై విధించబడుతుంది. ఇది బలవంతంగా దాని సమ్మతిని అమలు చేస్తుంది.

[6] బహుశా ఆంగ్ల వేదాంతవేత్త రిచర్డ్ హుకర్ (1554–1600), ది లా ఆఫ్ ఎక్లెసియాస్టికల్ పాలసీలో ఆంగ్లికనిజం గురించి వ్రాసారు యొక్క సూత్రాలను క్రోడీకరించారు.

[7] బహుశా సర్ విలియం బ్లాక్‌స్టోన్ (1723-1780): ఇంగ్లీష్ న్యాయనిపుణుడు, ఇంగ్లాండ్ చట్టాలపై వ్యాఖ్యానాలు వ్రాసాడు.(1795-1769), ఇది ఆంగ్ల చట్టం యొక్క సిద్ధాంతంపై అధికారిక పుస్తకంగా పరిగణించబడుతుంది.

చట్టం అనేది ఒక వ్యక్తిని లేదా వ్యక్తులను ఒక నిర్దిష్ట మార్గంలో ప్రవర్తించేలా చేసే ఒక ఉత్తర్వు."

"ఆస్టిన్"[8]

సమాజం యొక్క ప్రత్యక్ష నైతికత కూడా తప్పనిసరి చట్టాల పరిధిలోకి వస్తుంది.

హోబ్స్ దృక్కోణం-

పురుషులు మరియు ఆయుధాలు చట్టాల శక్తి మరియు మద్దతు.

"హోబ్స్"[9]

2. భౌతిక చట్టం- కొనసాగుతున్న చర్యల యొక్క వ్యక్తీకరణ. (నైతిక చట్టం లేదా హేతుబద్ధమైన చట్టం అంటే చర్యలు ఎలా ఉండాలో అలా వ్యక్తీకరించడం).

3. సహజ లేదా నైతిక చట్టం అంటే సహజంగా సరైన లేదా తప్పు అనే సూత్రాలు, అంటే అన్ని సరైన చర్యలతో సహా సహజ న్యాయ సూత్రాలు.

న్యాయం రెండు రకాలు - సహజ మరియు ప్రత్యక్ష.

- సహజ న్యాయం అనేది వాస్తవంగా మరియు నిజంగా జరిగే న్యాయం.
- ప్రత్యక్ష న్యాయం అనేది న్యాయం యొక్క రూపాన్ని అర్థం చేసుకోవడం, అంగీకరించడం మరియు వ్యక్తీకరించడం.

పేజీ 109 (82)

4. సాధారణ చట్టం - ప్రజలు తమ ప్రవర్తనను నియంత్రించడానికి అంగీకరించే నియమాలు లేదా నియమాల వ్యవస్థ లేదు. అంగీకరించే పార్టీల సమ్మతి చట్టం.

5. కస్టమరీ లా - వాస్తవానికి మానవులు అనుసరించే ఏదైనా చర్య నియమం, ఇది స్వచ్ఛంద చర్య యొక్క కొంత నిజమైన ఏకరూపత యొక్క వ్యక్తీకరణ. సంప్రదాయం అంటే నమ్మేవారి చట్టం.

6. ప్రాక్టికల్ లేదా టెక్నికల్ లా - ఇది ఆచరణాత్మక లక్ష్యాలను సాధించడానికి ఉద్దేశించిన అటువంటి నియమాలను కలిగి ఉంటుంది. క్రీడలు 'కామన్ లా' మరియు 'ప్రాక్టికల్ లా' రెండింటినీ కలిగి ఉంటాయి, వీటిలో మొదటిది ఆటగాళ్ళు అంగీకరించిన నియమాలను కలిగి ఉంటుంది. మరియు రెండవ రకమైన చట్టాలు గేమ్‌ను విజయవంతం చేసే లేదా గేమ్‌ను విజయవంతంగా అమలు చేయడానికి ఉద్దేశించిన నియమాలను కలిగి ఉంటాయి.

---

[8] జాన్ ఆస్టిన్ (1911-1960): బ్రిటిష్ తాత్విక రాజకీయ ఆలోచనాపరుడు.

[9] థామస్ హోబ్స్ (1588-1689): ఆంగ్ల తత్వవేత్త-రాజకీయ ఆలోచనాపరుడు. రాష్ట్రం యొక్క మూలం యొక్క సామాజిక ఒప్పంద సిద్ధాంతం యొక్క తండ్రి. రాచరిక నిరంకుశత్వానికి మద్దతుదారు

7. అంతర్జాతీయ చట్టం- ఇందులో సార్వభౌమాధికార రాజ్యాల పరస్పర సంబంధాలు మరియు ప్రవర్తనను నియంత్రించే నియమాలు ఉంటాయి.

(i) ఎక్స్‌ప్రెస్ చట్టాలు (ఒప్పందాలు మొదలైనవి).

(ii) స్వాభావిక చట్టం (ఆచారం).

మళ్లీ రెండు రకాలుగా విభజించారు

(i) సాధారణ చట్టం (అన్ని దేశాల మధ్య).

(ii) ప్రత్యేక చట్టం (రెండు లేదా అంతకంటే ఎక్కువ నిర్దిష్ట దేశాల మధ్య).

8. పౌర చట్టం- ఒక రాష్ట్రం లేదా దేశం యొక్క చట్టం, ఇది న్యాయ న్యాయస్థానంలో ఉపయోగించబడుతుంది.

పేజీ 110 (83)

శిక్ష

రాజకీయ నేరాలు: అమలు చేయని నేరపూరిత కుట్రలో పాల్గొన్న వ్యక్తిపై సాధారణంగా కఠిన చర్యలు తీసుకోనప్పటికీ, ఈ నియమానికి మినహాయింపు ఇవ్వాలి అని అత్యధిక మంది చట్టసభ సభ్యులతో మేము అంగీకరిస్తున్నాము. రాష్ట్రానికి వ్యతిరేకంగా చేసిన ప్రధాన నేరాలకు సంబంధించి, నేరస్థుడు వాటిలో విజయం సాధిస్తే, అతను దాదాపుగా శిక్ష నుండి తప్పించుకుంటాడు. హంతకుడు హత్యకు ముందు కంటే హత్య తర్వాత చాలా ప్రమాదంలో ఉన్నాడు. కానీ ఒక దేశద్రోహి ప్రభుత్వాన్ని పడగొట్టినప్పుడు, అతను ప్రమాదం నుండి బయటపడతాడు. "విజయవంతమైన తిరుగుబాటుకు వ్యతిరేకంగా శిక్షా చట్టం నపుంసకత్వాన్ని రుజువు చేస్తుంది కాబట్టి, తిరుగుబాటు యొక్క మొదటి ప్రారంభానికి వ్యతిరేకంగా దానిని బలోపేతం చేయడం మరియు కఠినతరం చేయడం అవసరం..."

II తీర్పు 1906, (p.120)[10]

పేజీ 111 (84)

శిక్ష

మరణశిక్షకు దారితీసిన కల - అతను డయోనిసియస్[11] గొంతు కోసినట్లు మార్స్యాస్ కలలు కన్నప్పడు, నిరంకుశ పాలకుడు అతనికి మరణశిక్ష విధించాడు, దీని వెనుక కారణం

[10] మూలాలు మరియు వివరాలు అందుబాటులో లేవు.

[11] డయోనిసియస్ ది ఎల్డర్ (430-367): సిసిలీకి చెందిన గ్రీకు రాజకీయ నాయకుడు, 400 BCలో జీవించాడు. సిరక్యూస్ యొక్క నిరంకుశ పాలకుడు అయ్యాడు.

కారణం ఏంటంటే.. పగటిపూట ఇలా ఆలోచించి ఉండకపోతే రాత్రి పూట ఈ కలను చూసి ఉండేవాడు కాదు. మరణశిక్ష మరియు ట్రాకో చట్టం - డ్రాకో[12] చట్టం చిన్న దొంగతనం నుండి రాజద్రోహం మరియు హత్య వరకు దాదాపు అన్ని రకాల నేరాలకు ఏకరీతి మరణశిక్షను అందించింది మరియు డ్రాకో ఇచ్చిన ఏకైక వివరణ ఇది అని చెప్పబడింది. చిన్న నేరాలకు శిక్ష ఉండాలి మరియు పెద్ద నేరాలకు ఇంతకంటే గొప్ప శిక్ష గురించి అతను ఆలోచించలేడు. చాలా మంది తత్వవేత్తలు శిక్షను అవసరమైన చెడుగా భావించారు.

***

రాష్ట్రం మరియు మనిషి - రాష్ట్రం దానికదే ముగింపు కాదు, మరియు పురుషులు చట్టం లేదా రాష్ట్రం కోసం కాదు, కానీ వారు మనిషి కోసం.

***

పేజీ 112 (85)

న్యాయం - రాజ్యం యొక్క భౌతిక శక్తి ద్వారా రాజకీయ సమాజంలో హక్కులను నిర్వహించడం.

ప్రజలు తమ స్వంతంగా లేదా వారి బంధువుల సహాయంతో తప్పలకు ప్రతీకారం తీర్చుకునే వ్యక్తిగత ప్రతీకారాన్ని ఇది భర్తీ చేసింది. ఆ రోజుల్లో 'ఎవరి కర్ర తన గేదె' అనే సూత్రం పని చేసింది.

పౌర మరియు నేర న్యాయం

- పౌర న్యాయ హక్కులను అమలు చేస్తుంది. నేర న్యాయం తప్పలకు శిక్షిస్తుంది.
- ఒక వ్యక్తి తన బకాయిలు లేదా అతని నుండి తప్పగా నిలిపివేయబడిన ఆస్తిని తిరిగి పొందాలని క్లెయిమ్ చేస్తాడు. ఇది సివిల్ (న్యాయం విషయం).
- ఒక క్రిమినల్ కేసులో ప్రతివాది తప్ప చేసినట్లు ఆరోపణలు ఎదుర్కొంటారు. న్యాయస్థానం ఈ నిందితుడిని విధినిర్వహణ మరియు హక్కుల ఉల్లంఘన నేరానికి శిక్షిస్తుంది, ఇందులో నేరం హత్య అయితే అతనికి మరణశిక్ష మరియు నేరం దొంగతనం అయితే అతనికి జైలు శిక్ష విధించబడుతుంది.

---

[12] డ్రాకో క్రీ.పూ 7వ శతాబ్దపు ఎథీనియన్ రాజనీతిజ్ఞుడు (గ్రీస్) సాంప్రదాయ లిఖిత రాజ్యాంగాన్ని క్రోడీకరించాడు, అతని చట్టం (డ్రాకోనియన్ లా) మైనర్ నుండి మేజర్ వరకు అన్ని రకాల నేరాలకు మరణశిక్ష విధించడంలో అపఖ్యాతి పాలైంది, ఈనాటికీ అటువంటి చీకటి చట్టాలకు ఇడియమ్‌గా ఉపయోగించబడుతోంది.

పేజీ 113 (86)

- తప్పుల యొక్క ఫిర్యాదులు సివిల్ మరియు క్రిమినల్ ప్రొసీడింగ్స్ రెండింటిలోనూ దాఖలు చేయబడతాయి.
- పౌర (చర్య)లో హక్కులు దావా వేయబడతాయి.
- ఒక క్రిమినల్ చర్యలో తప్పు చేసినట్లు ఆరోపణ చేయబడుతుంది.
- పౌర న్యాయం ప్రధానంగా వాది మరియు అతని హక్కులకు సంబంధించినది.
- ప్రతివాది నుండి మరియు నేర న్యాయంలో అతనిపై అభియోగం.

***

నేర న్యాయం యొక్క లక్ష్యాలు

శిక్ష - రాజకీయ వ్యక్తుల వంటి తటస్థ 'నేరస్థుల' కేసులలో ఇది ఉపయోగకరంగా ఉండకపోవచ్చు. ఇది వారికి చెడ్డ ఒప్పందంగా నిరూపించబడవచ్చు.

1. **నిరోధకం** - నేరస్థుడిని ఉదాహరణగా చూపడం మరియు అతనిలాంటి వారందరికీ హెచ్చరిక ఇవ్వడం చట్టం యొక్క ప్రధాన లక్ష్యం. ఇది ప్రతి నేరాన్ని "అపరాధి యొక్క దురుద్దేశం" (ఉద్దేశాన్ని మార్చడం) ద్వారా రుజువు చేస్తుంది.
2. **ప్రివెంటివ్**- రెండవ సందర్భంలో, ఇది నివారణ లేదా అనర్హత. నేరస్థుడిని అడ్డుకోవడం మరియు అతను మళ్లీ తప్పు చేయకుండా నిరోధించడం దీని ప్రత్యేక లక్ష్యం.
3. **దిద్దుబాటు**- పాత్రపై ఉద్దేశాల ప్రభావంతో నేరాలు జరుగుతాయి మరియు అవి కూడా ఉంటాయి

పాత్రను మార్చడం ద్వారా లేదా పాత్రను మార్చడం ద్వారా నిరోధించవచ్చు. మొదటి కేసులో నివారణ శిక్ష ఇవ్వబడుతుంది. (కొన్ని పదాలు అస్పష్టంగా ఉన్నాయి - నం.) అయితే రెండవ సందర్భంలో దిద్దుబాటు (శిక్ష) ఇవ్వబడింది.

మరణశిక్షకు సమర్థన

మేము హంతకులని ఉరితీయము, అది ఇతరులను (చంపకుండా) నిరోధిస్తుంది, కానీ అదే కారణంతో మనం, ఉదాహరణకు, పాములను ఎందుకు చంపుతాము, ఎందుకంటే వారు ప్రపంచంలో జీవించే బదులు, దాని నుండి బయటపడటం మాకు మంచిది.

పేజీ 114 (87)

"దిద్దుబాటు సిద్ధాంతం" యొక్క ప్రతిపాదకులు నేరస్థులకు అవగాహన కల్పించడంలో మరియు క్రమశిక్షణలో ఉపయోగపడే శిక్షల రూపాలను మాత్రమే

సమర్థిస్తారు మరియు నిరోధకంగా లేదా అనర్హ్యులుగా మాత్రమే ఉపయోగపడే అన్ని ఇతర (శిక్షలను) తిరస్కరించారు. అతని దృష్టిలో మరణం సరైన శిక్ష కాదు, 'మన నేరస్థులకు మనం చికిత్స చేయాలి. వారిని చంపవద్దు!' పిరుదులపై కొట్టడం మరియు ఇతర శారీరక శిక్షలు అనాగరికతకు సంకేతాలుగా ఖండించబడ్డాయి. అలాంటి శిక్షలు శిక్షించేవారిని మరియు శిక్షించేవారిని కించపరిచేవిగా మరియు క్రూరమైనవిగా వారు భావిస్తారు.

కఠినమైన శిక్ష ఫలితం. అపాయకరమైన మరియు సాహసోపేతమైన నేరస్థుల తరగతి పుట్టింది.

రాజ్యం యొక్క బలవంతపు చర్య ఎంత సమర్ధవంతంగా ఉంటే, సాధారణ మానవులందరినీ ప్రమాదకరమైన మార్గాల్లోకి వెళ్లకుండా నిరోధించడంలో అది మరింత విజయవంతమవుతుంది, అయితే చట్టాన్ని ఉల్లంఘించేవారిలో అధోకరణం యొక్క నిష్పత్తి అంత ఎక్కువగా ఉంటుంది.

4. **ప్రతీకార శిక్ష** - అత్యంత భయపెట్టే సిద్ధాంతం! అటువంటి ఆలోచన ఉన్న వ్యక్తులు వాస్తవానికి పురాతన మరియు నాగరికత పూర్వ కాలపు అనాగరిక మానసిక స్థితికి మద్దతుదారులు.[13]

తప్పకు గురైన వ్యక్తిలో మాత్రమే కాకుండా, అతని పట్ల సానుభూతి రూపంలో సమాజంలో కూడా ఉండే సహజమైన ప్రతీకార ధోరణిని ఇది సంతృప్తిపరుస్తుంది.

ఈ దృక్కోణం ప్రకారం, చెడుకు చెడుతో ప్రతీకారం తీర్చుకోవడం సరైనది మరియు సరైనది. కంటికి కన్ను మరియు పంటికి పంటి అనేది సహజ న్యాయం యొక్క ప్రత్యక్ష మరియు పూర్తి నియమంగా పరిగణించబడుతుంది. శిక్ష అంతం అవుతుంది.

పేజీ 115 (88)

శిక్ష ఒక దుర్మార్గం

శిక్ష అనేది దానికదే చెడు, మరియు గొప్ప ప్రయోజనం కోసం ఒక సాధనంగా మాత్రమే సమర్థించబడుతుంది.

కానీ ప్రతీకార సిద్ధాంతం యొక్క మద్దతుదారులు ఈ పద్ధతిలో వాదించారు - "నింద, డబ్బు, శిక్ష అమాయకత్వంతో సమానం."

"అతను న్యాయ చట్టాన్ని ఉల్లంఘించిన తప్పు ద్వారా అతనికి రుణం ఉంది

ఇది ఆమోదించబడింది. అందువల్ల రుణాన్ని తిరిగి చెల్లించాలని న్యాయం కోరుతుంది... శిక్ష యొక్క మొదటి లక్ష్యం ఉల్లంఘించిన చట్టాన్ని శాంతింపజేయడం.

***

---

[13] మార్జిన్‌లో వ్రాయబడింది.

Pine forte et dure:చిత్రహింసల వల్ల మరణం... నిర్ణయం క్రింది విధంగా ఇవ్వబడింది-

మీరు ఎక్కడ నుండి వచ్చారో అదే జైలుకు, అంటే అదే పొడవైన చెరసాలలోకి, ఎటువంటి కాంతి ప్రవేశించలేని, ఆపై మిమ్మల్ని నగ్నంగా నేలపై పడుకోబెట్టాలి. మిగిలిన వారు నగ్నంగా ఉన్నప్పుడు మీ నడుము చుట్టూ గుడ్డ చుట్టి, మీరు భరించగలిగినంత బరువు మీ శరీరంపై ఉంచబడుతుంది, ఆపై ఇంకా ఎక్కువ బరువు ఉంటుంది, మీరు మొదట తినడానికి మందపాటి రొట్టె తప్ప మరేమీ ఉండకపోవచ్చు. రోజు, మరియు ఏమీ ఇవ్వకూడదు, రెండవ రోజు జైలు గేటుకు దగ్గరగా ఉన్న గొయ్యిలో సేకరించిన నీటిని మూడు గుంటలు ఇవ్వాలి, మూడవ రోజు మునుపటి మాదిరిగానే ఆహారం ఇవ్వాలి మరియు అలాంటి రొటీలు మరియు అలాంటి నీరు ఒక వద్ద ఇవ్వాలి. మీరు చనిపోయే వరకు ఒక రోజు విరామం ఇవ్వబడుతుంది."[14]

ఈ శిక్ష చిన్నది కాని అన్ని రకాల నేరాలకు పురుషులు మరియు మహిళలు ఇద్దరికీ సమానంగా ఇవ్వబడింది.[15]

పేజీ 116 (89)

విదేశీ లొంగడం-విదేశీ కాడికి లొంగడం అనేది దేశాల పతనానికి అత్యంత శక్తివంతమైన కారణాలలో ఒకటి.

"ప్రొఫె. ఎ.ఇ. రాస్"[16]

ప్రజాస్వామ్యం మరియు విదేశీ దేశం యొక్క ఆధిపత్యం విదేశీ ప్రజలకు వ్యతిరేకంగా ప్రజాస్వామ్యం యొక్క చర్యలు ఇతర పాలనల వలె వేగంగా మరియు నిర్దాక్షిణ్యంగా ఉంటాయి.

"లాలాజీ"[17]

వివాహం

డా. ఠాగూర్[18] ప్రాచీన కాలం నుండి నేటి వరకు, వివాహ వ్యవస్థ భారతదేశంలోనే కాకుండా ప్రపంచవ్యాప్తంగా స్త్రీ పురుషుల నిజమైన కలయికకు అడ్డంకిగా మిగిలిపోయిందని, ఇది సమాజం మారినప్పుడే సాధ్యమవుతుందని అభిప్రాయపడ్డారు. మహిళలు ఇంట్లో ఉండేందుకు వీలు కల్పించేంత సామర్థ్యం.

[14] మూలం తెలియదు.

[15] మార్జిన్‌లో గుర్తించబడింది మరియు అండర్‌లైన్ చేయబడింది.

[16] తెలియదు.

[17] లాలా లజపత్ రాయ్ (1865-1928), లాహోర్‌లో సైమన్ కమిషన్‌కు వ్యతిరేకంగా నిరసన తెలిపినందుకు, బ్రిటీష్ పోలీసులు క్రూరమైన లాఠీ ఛార్జ్‌కు గురయ్యారు మరియు ప్రాణాంతకమైన గాయం ఫలితంగా, లాలా జీ తరువాత మరణించారు. అతని మరణానికి మరియు పంజాబ్‌కు జరిగిన అవమానానికి ప్రతీకారం తీర్చుకోవడానికి, భగత్ సింగ్ మరియు అతని విప్లవ సహచరులు సాండర్స్ అనే బ్రిటిష్ పోలీసు అధికారిని కాల్చి చంపారు.

[18] రవీంద్రనాథ్ ఠాగూర్

సృజనాత్మక పని చేయకుండా అతన్ని ఆపకుండా, సృజనాత్మక పనిలో అతని ప్రత్యేక ప్రతిభను ఉపయోగించుకోవడానికి ఇది అతనికి విస్తృత రంగాన్ని అందిస్తుంది.

పేజీ 117 (90)

పౌరులు మరియు మానవులు

పెడ్రాక్టిస్, ఒక స్పార్టన్, కౌన్సిల్ ఆఫ్ త్రీ హండ్రెడ్‌లో ప్రవేశం కోసం హాజరయ్యాడు, కానీ వెనక్కి వెళ్ళాడు; తనకంటే 300 మంది స్పార్టాన్లు మంచివారని సంతోషించి వెళ్లిపోయాడు. అతను నిజాయితీపరుడని, అతను నిజమైన పౌరుడు అనడంలో సందేహం లేదని నేను భావిస్తున్నాను.

ఒక స్పార్టన్ తల్లికి సైన్యంలో ఐదుగురు కుమారులు ఉన్నారు. ఒక సేవకుడు వచ్చాడు. వణుకుతూ వార్త అడిగాడు. "మీ ఐదుగురు కుమారులు చంపబడ్డారు."

"నేను నిన్ను అడిగానా, తక్కువ బానిస?"

"మేము విజయం సాధించాము." దేవతలకు కృతజ్ఞతలు చెప్పడానికి ఆమె గుడికి పరిగెత్తింది.

ఆమె నిజమైన పౌరురాలు.

"ఎమిలీ" (పే. 8)[19]

జీవితం మరియు విద్య

ప్రజలు తమ పిల్లల జీవిత భద్రత గురించి మాత్రమే ఆలోచిస్తూ ఉంటారు, కానీ ఇది సరిపోదు, అతను మానవుడైతే, అతని స్వంత జీవిత భద్రత గురించి అతనికి అవగాహన కల్పించడం అవసరం, తద్వారా అతను విధి దెబ్బలను భరించగలడు. సంపద మరియు పేదరికం మధ్య ధైర్యంగా పోరాడగలడు మరియు అవసరమైతే, ఐస్లాండ్ యొక్క మంచు మధ్య లేదా మాల్ యొక్క వేడి రాళ్లపై జీవించగలడు. వృధాగా మీరు మరణానికి వ్యతిరేకంగా నిరసిస్తారు, అది చనిపోవాలి, మరియు మీ అప్రమత్తత వల్ల మీరు దానిని చనిపోవాలని అనుకోకపోయినా, ఇది మొఘలిజం. మృత్యువును తప్పించుకునే బదులు బ్రతకడం నేర్పండి! ప్రాణం శ్వాస కాదు చర్య. మీరు మీ ఇంద్రియాలు, మీ మనస్సు, మీ సామర్థ్యాలు మరియు మిమ్మల్ని స్పృహలో ఉంచే మీ ప్రతి భాగాన్ని ఉపయోగించాలి. జీవితం యొక్క అర్థం జీవిత పొడవులో తక్కువగా ఉంటుంది మరియు మెరుగైన జీవన విధానంలో ఉంటుంది. ఒక వ్యక్తి వంద సంవత్సరాలు జీవించిన తర్వాత సమాధికి వెళ్ళవచ్చు, కానీ అతనిది

జీవించడం కూడా అర్థరహితమే కావచ్చు. చిన్నప్పుడే చనిపోయి ఉంటే బాగుండేది.

"ఎమిలీ" (పేజీ 10)

---

[19] ఎమిలీ - ఫ్రెంచ్ తత్వవేత్త జీన్ జాక్వెస్ రూసో (1712-1778)చే నవల (1762), దీనిలో పిల్లవాడు నాగరికత యొక్క చెడు ప్రభావాల నుండి రక్షించడానికి సహజ వాతావరణంలో అభివృద్ధి చెందడానికి పూర్తి అవకాశం ఇవ్వాలి అనే సూత్రం వ్యక్తీకరించబడింది.

అథ్లెటిక్స్ 118 (91)

సత్యం - సత్యం ఏ ఖజానాను అందించదు మరియు ప్రజానీకం ఎటువంటి రాయబారి లేదా ప్రొఫెసర్‌షిప్ మరియు పెన్షన్‌ను అందించదు.

"రూసో" (పే. 22 SC)[20]

* * *

నేరం మరియు నేరం

"...రెడీమేడ్ కాన్సెప్ట్‌లు ఇవ్వడం ద్వారా నేరాన్ని అర్థం చేసుకోలేరు. దీని తత్వశాస్త్రం ప్రజలు అనుకున్నదానికంటే కొంచెం క్లిష్టంగా ఉంటుంది. జైలు శిక్ష, లేదా ఏ చెరసాల లేదా ఏ కఠిన శ్రమ వ్యవస్థ అయినా నేరస్థుడిని సంస్కరించలేవన్నది అంగీకరించబడిన వాస్తవం. శిక్షాస్మృతి యొక్క ఈ రూపాలు అతన్ని శిక్షించడమే కాకుండా అతను ఇకపై నేరాలు చేయనని సమాజానికి భరోసా ఇస్తాయి. జైలు శిక్ష, నియమాలు మరియు నిబంధనలు మరియు కఠినమైన పని అతనిపై ఎటువంటి ప్రభావాన్ని చూపదు, అలాంటి వ్యక్తులు తీవ్రమైన ద్వేషాన్ని, నిషేధించబడిన పనిని ఎక్కువ ఉత్సాహంతో చేయాలనే కోరిక మరియు భయంకరమైన అవిధేయతను పెంచుకుంటారు. అందుకే ఈ సాంప్రదాయ చెరసాల వ్యవస్థ సౌందర్య మరియు మోసపూరిత ఫలితాలను మాత్రమే ఇస్తుందని నేను గట్టిగా నమ్ముతున్నాను. ఇది నేరస్థుని బలాన్ని హరించివేస్తుంది, నిరాయుధులను చేస్తుంది మరియు అతనిని భయపెడుతుంది మరియు అతని ఆత్మను మందగింపజేస్తుంది, తద్వారా చివరికి అతనికి పశ్చాత్తాపం మరియు సంస్కరణల నమూనాగా కేవలం నిర్జీవమైన స్మృతి చిహ్నంగా మారుస్తుంది.

ది హౌస్ ఆఫ్ ది డెడ్ (పే. 17)

"ఫెడోర్ దోస్తోవ్స్కీ[21]

పేజీ 119 (92)

కోరిక \సంతృప్తి!

చేతన జీవి యొక్క శక్తులు దాని కోరికలతో సమానంగా ఉంటే, అది పూర్తిగా సంతోషంగా ఉంటుంది.చేస్తా.... కానీ మన కోరికలను పరిమితం చేయడం మాత్రమే సరిపోదు, ఎందుకంటే అవి మన శక్తి కంటే తక్కువగా ఉంటే, మన

---

[20] రూసో యొక్క పుస్తకం 'సోషల్ కాంట్రాక్ట్': ఇందులో, అటువంటి ఆదర్శ స్థితి వివరణ అందించబడింది. , ఇందులో సార్వభౌమాధికారం మొత్తం ప్రజానీకంపై ఉంచబడింది. అతని ఆలోచనలు 1789 ఫ్రెంచ్ విప్లవంలో ముఖ్యమైన చోదక శక్తిగా మారాయి.

[21] ది హౌస్ ఆఫ్ ది డెడ్, ఫ్యోడర్ మిఖైలోవిచ్ దోస్తోవ్స్కీ (1821–1881) రచించిన నవల, 1861లో తన స్వంత ఖైదు అనుభవాల ఆధారంగా వ్రాయబడింది.

సామర్థ్యాలలో కొంత భాగం వృధా అవుతుంది, మరియు అప్పుడు మనం మన ఉనికిని పూర్తిగా ఆస్వాదించలేము. అదేవిధంగా, మన అధికారాలను విస్తరించడం కూడా సరిపోదు, ఎందుకంటే మన కోరికలు కూడా పెరిగితే, మనం మరింత అసంతృప్తి చెందుతాము. ఒకరి కోరికలు మరియు శక్తుల మధ్య అంతరాన్ని తగ్గించుకోవడంలోనే నిజమైన ఆనందం ఉంది.

"ఎమిలీ" (పే. 44)

పేజీ 120 (93)

"బూర్జువా విప్లవం దాని మునుపటి పాలనలో ఇప్పటికే ఉన్న పరిపాలనా పరిస్థితి నుండి పుట్టింది."

"బూర్జువా విప్లవం సాధారణంగా అధికారాన్ని చేజిక్కించుకోవడంతో ముగుస్తుంది. కానీ అధికారాన్ని చేజిక్కించుకోవడం అనేది శ్రామికవర్గ విప్లవానికి ఒక ప్రారంభం మాత్రమే; అధికారాన్ని స్వాధీనం చేసుకున్న తర్వాత, అది పాత ఆర్థిక వ్యవస్థ యొక్క పరివర్తనకు మరియు కొత్త ఆర్థిక వ్యవస్థ యొక్క సంస్థకు ఒక లివర్‌గా ఉపయోగించబడుతుంది.

(పే. 20)[22]

* * *

"ఇంకా రెండు భారీ మరియు చాలా కష్టమైన పనులు మిగిలి ఉన్నాయి - (ఒక దేశంలో ఉన్న పాలనను పడగొట్టిన తర్వాత కూడా - అంటే రష్యా)."

"మొదటి పని అంతర్గత సంస్థ."

"ప్రపంచ విప్లవం యొక్క రెండవ ముఖ్యమైన సమస్య... అంతర్జాతీయ సమస్యలను పరిష్కరించడం, ప్రపంచ విప్లవాన్ని ముందుకు తీసుకెళ్లడం (దీనిని పరిష్కరించకుండా కమ్యూనిస్ట్ పాలన అంతర్జాతీయ పెట్టుబడిదారీ విధానం యొక్క ముప్పు నుండి సురక్షితంగా ఉండదు)."

(పేజీ 21-22)[23]

పేజీ 122 (94)

1. శ్రామికవర్గం తన పక్షాన ఉన్న మెజారిటీ జనాభాను గెలుచుకోవాలంటే, బూర్జువాను పడగొట్టి రాజ్యాధికారాన్ని చేజిక్కించుకోవడం మొదట అవసరం.

---

[22] మరియు.

[23] లెనిన్ రచనల నుండి సారాంశాలు

2. రెండవది, పాత ప్రభుత్వ యంత్రాంగాన్ని కూల్చివేసి, సోవియట్ అధికారాన్ని నెలకొల్పడం మరియు బూర్జువా మరియు చిన్న బూర్జువా వర్గ సహకార మద్దతుదారులు శ్రామిక (శ్రామికులేతర) ప్రజలపై కొనసాగిస్తున్న ప్రభావాన్ని ఒక్కసారిగా ముగించడం అవసరం.

3. బూర్జువా మరియు పెటీబూర్జువా రాజీదారులు మెజారిటీ శ్రామిక (శ్రామికులేతర) ప్రజలపై కొనసాగిస్తున్న ప్రభావాన్ని పూర్తిగా మరియు చివరకు నాశనం చేయడం మూడవ శ్రామిక వర్గానికి అవసరం. దోపిడీదారుల ఖర్చుతో ఈ వర్గాల ఆర్థిక అవసరాలను విప్లవాత్మకంగా సంతృప్తిపరచడం ద్వారా ఇది చేయాలి.

"నికోలాయ్ లెనిన్"[24]

(పేజీ 23)

* * *

"శ్రామికవర్గం యొక్క నియంతృత్వం అంటే కమ్యూనిస్ట్ పార్టీ ద్వారా ప్రజలకు మార్గదర్శకత్వం మరియు దిశానిర్దేశం. పార్టీ గణనీయమైన ప్రభావాన్ని లేదా నియంత్రణను కలిగి ఉన్నప్పటికీ, అదంతా కాదు. దాని మార్గదర్శకత్వంతో పాటు, ఒక నిర్దిష్ట లక్ష్యాన్ని సాధించడానికి ప్రజల 'సంకల్పం' కూడా అవసరం."

"వర్గ స్పృహతో కూడిన మైనారిటీ కార్మికుల విస్తృత సంఘాల నాయకత్వం మరియు మార్గదర్శకత్వం అవసరమని మనం అంగీకరించాలి. మరియు ఇది పార్టీ మాత్రమే కావచ్చు. పార్టీని శ్రామికవర్గ కార్మికులతో కలిపేందుకు పార్టీకి 'ట్రేడ్ యూనియన్లు' ఉన్నాయి....రాజకీయ రంగంలోని శ్రామిక జనులందరితో దానిని అనుసంధానించడానికి సోవియట్‌లు ఉన్నాయి.

పేజీ 122 (95)

ఆర్థిక రంగంలో, ముఖ్యంగా రైతు సంఘాలను అనుసంధానించడానికి 'సహకార సంఘాలు' ఉన్నాయి, పెరుగుతున్న తరానికి చెందిన కమ్యూనిస్టులకు శిక్షణ ఇవ్వడానికి 'యూత్ లీగ్‌లు' ఉన్నాయి. చివరకు పార్టీ శ్రామికవర్గమే నియంతృత్వ పాలనలో ప్రత్యేక మార్గదర్శక శక్తి. "[25]

పేజీ 123 (96)

ఆదాయ అసమానత:

ఉత్పత్తి:

యుద్ధానికి ముందు యునైటెడ్ కింగ్‌డమ్ (ఇంగ్లండ్) వార్షిక ఉత్పత్తి **£2000,000,000**

---

[24] మరియు.

[25] లెనిన్ రచనల నుండి.

విదేశీ పెట్టుబడుల ద్వారా £200,000,000 పొందారు

మొత్తం £2200,000,000

పంపిణీ:

మొత్తం జనాభాలో 1/9వ వంతు అంటే పెట్టుబడిదారీ లేదా బూర్జువా మొత్తం ఉత్పత్తిలో 1/2 వంతు- అంటే. £ 1100,000,000 (కనీసం సగటు ఆదాయం వార్షిక £160)

మొత్తం జనాభాలో 2/9 వంతు అంటే పెటీ బూర్జువా మిగిలిన సగంలో 1/3 వంతు లేదా మొత్తంలో 1/6 వంతు-అంటే. £300,000,000 (సగటు ఆదాయం సంవత్సరానికి £160 కంటే తక్కువ)

జనాభాలో 2/3వ వంతు అంటే మాన్యువల్ లేబర్ లేదా శ్రామికవర్గం మిగిలినది అంటే £800,000,000

(సంవత్సరానికి సగటు ఆదాయం £ 60)

యునైటెడ్ స్టేట్స్ అమెరికా : 1890లో మొత్తం ఉత్పత్తిలో 40% యజమానులు స్వీకరించారు, మొత్తం ఉత్పత్తిలో 60% కార్మికులందరికీ అందించబడింది.

యునైటెడ్ స్టేట్స్: 1890లో

మొత్తం ఉత్పత్తిలో 40 శాతం ఉత్పత్తి సాధనాల యజమానులకు మరియు మొత్తం ఉత్పత్తిలో 60 శాతం కార్మికులందరికీ ఇవ్వబడింది.[26]

పేజీ 124 (97)

జీవిత ప్రయోజనం

"జీవిత లక్ష్యం మనస్సును నియంత్రించడం కాదు, దానిని సామరస్యపూర్వకంగా అభివృద్ధి చేయడం, మరణానంతరం మోక్షాన్ని పొందడం కాదు, కానీ ఈ ప్రపంచంలోనే దానిని ధ్యానంలోనే కాకుండా, వాస్తవ అనుభవంలో కూడా సద్వినియోగం చేసుకోవడం. దైనందిన జీవితం, శివుడు మరియు సుందరులు గ్రహించబడాలి, సామాజిక పురోగతి కొంతమంది పురోగతిపై ఆధారపడి ఉంటుంది, కానీ సామాజిక-రాజకీయ మరియు పారిశ్రామిక రంగాలలో అవకాశం ఉన్నప్పడే ఆధ్యాత్మిక ప్రజాస్వామ్యం లేదా సార్వత్రిక సోదరత్వం సాధించబడుతుంది. జీవితం సమానత్వం ఉండాలి."[27]

నోట్‌బుక్‌లో పేజీ నం. 125 నుండి 164 కాదు.

మాకు అందుబాటులో ఉన్న ప్రతిలో, పి. తర్వాత (97) p. (100) - ఎడిటర్

---

[26] మరియు.

[27] మూలం తెలియదు.

పేజీ 165 (100)

రాష్ట్ర శాస్త్రం

ప్రాచీన రాజ్య వ్యవస్థ - రోమ్[28] మరియు స్పార్టా[29], అరిస్టాటిల్[30] మరియు ప్లేటో [31]- ఈ పురాతన రాష్ట్ర వ్యవస్థలైన స్పార్టా మరియు రోమ్‌ల యొక్క[32] ప్రధాన లక్షణం రాజ్యానికి వ్యక్తి యొక్క అధీనం. హెల్లాస్‌లో లేదా రోమ్‌లో పౌరుడికి కొన్ని వ్యక్తిగత హక్కులు మాత్రమే ఉన్నాయి. అతని ప్రవర్తన ఎక్కువగా పబ్లిక్ సెన్సార్‌షిప్‌కు లోబడి ఉంది మరియు అతని మతం రాష్ట్రంచే అమలు చేయబడింది. సార్వభౌమాధికార సంస్థలోని ఏకైక నిజమైన పౌరులు మరియు సభ్యులు, పౌర హక్కులు లేని బానిసలుగా మాన్యువల్ శ్రమను నిర్వహించే విశేష ఉన్నత వర్గాల స్వేచ్ఛా వ్యక్తులు.

సోక్రటీస్

సోక్రటీస్[33] వాదిస్తూ, ఏ పౌరుడైనా, రాష్ట్రానికి చేరుకున్న తర్వాత, స్వచ్ఛందంగా ఒక నగరంలో నివసిస్తుంటే, అతను ప్రభుత్వానికి లొంగిపోవాలి, దాని ప్రకారం అతను అన్యాయమైన శిక్ష కోసం వేచి ఉండటానికి సిద్ధంగా ఉన్నాడు అతను జైలు నుండి తప్పించుకుంటే, రాష్ట్రంతో అతని ఒప్పందం ఉల్లంఘించబడుతుందనే కారణంతో విధించబడింది.

ప్లేటో: (సామాజిక ఒప్పందం)

అతను సమాజం మరియు రాష్ట్రం యొక్క మూలాన్ని పరస్పర అవసరాలలో చూస్తాడు, ఎందుకంటే మానవులు విడివిడిగా జీవించడం ద్వారా వారి బహుళ అవసరాలను తీర్చుకోలేరు. అతను ఒక రకమైన ఆదర్శప్రాయమైన స్పార్టాను చిత్రించాడు, ఇలా చెప్పాడు - "ఆదర్శ స్థితిలో తత్త్వవేత్తలు పాలించాలి మరియు పౌరుల శరీరం ఈ ఒలిగార్కి లేదా అత్యుత్తమ ప్రభుత్వానికి స్థిరంగా విధేయత

---

[28] ప్రాచీన రోమన్ రిపబ్లిక్ మరియు సామ్రాజ్యం.

[29] గ్రీస్ పురాతన నగర-రాష్ట్రం.

[30] అరిస్టాటిల్ (384-322 BC): గ్రీకు తత్వవేత్త మరియు ప్లేటో యొక్క శిష్యుడు. అతను అనేక విషయాలపై రాశాడు, వాటిలో రాజకీయాలు మరియు కవిత్వం ముఖ్యంగా గుర్తించదగినవి.

[31] ప్లేటో (427-347 BC): గ్రీకు తత్త్వవేత్త మరియు సోక్రటీస్ యొక్క శిష్యుడు మరియు ది రిపబ్లిక్ రచయిత, ఒక ఆదర్శ రాష్ట్ర ఆదర్శధామం, దీనిలో అతను తాత్విక రాజు మరియు హేతుబద్ధమైన రాజకీయాన్ని ఊహించాడు.

[32] హెల్లాస్: ప్రాచీన గ్రీస్.

[33] సోక్రటీస్ (469-399 BC): గ్రీకు తత్వవేత్త, యువతను "అవినీతి" చేసినందుకు విషం కలిపిన కప్పు తాగి ఆత్మహత్యకు శిక్ష విధించబడింది.

చూపాలి." అతను పౌరులకు చేతన శిక్షణ ఇచ్చాడు మరియు విద్యకు ప్రాధాన్యతనిస్తుంది.

అరిస్టాటిల్

రాజకీయాలను నైతికత నుండి విముక్తం చేసిన మొదటి వ్యక్తి అతను, అయినప్పటికీ అతను ఒకదానికొకటి పూర్తిగా విడదీయకుండా జాగ్రత్త వహించాడు. అతని వాదన ఏమిటంటే - "చాలా మంది ప్రజలు కారణంతో కాకుండా వారి భావాలచే పరిపాలించబడ్డారు, అందువల్ల స్పార్టాలో వలె వారికి జీవితకాల క్రమశిక్షణలో శిక్షణ ఇవ్వడం రాష్ట్రానికి అవసరం." రాజకీయ సమాజం స్థాపించబడనంత వరకు, న్యాయం యొక్క పరిపాలన ఉండదు... (కానీ) దీని కోసం ఉత్తమ రాజ్యాంగాన్ని మరియు ఉత్తమ చట్టాన్ని రూపొందించే వ్యవస్థను కనుగొనడం అవసరం.

పేజీ 166 (107) సి

- "రాష్ట్రానికి బీజం కుటుంబంలో ఉంది. "గ్రామ సమాజం పితృస్వామ్య ప్రభుత్వానికి లోబడి ఉన్న అనేక కుటుంబాల (వీరి) సభ్యుల కలయిక నుండి ఉద్భవించింది."
- "అనేక గ్రామాలను కలపడం ద్వారా రాష్ట్రం ఏర్పడింది, ఇది సహజమైన, స్వతంత్ర మరియు స్వయం సమృద్ధి కలిగిన సంస్థ."
- "కానీ కుటుంబం ఒక వ్యక్తిత్వం ద్వారా పాలించబడుతుంది, రాజ్యాంగ ప్రభుత్వాలలో ప్రజలు స్వతంత్రులు మరియు వారి పాలకులతో సమానం.
- "సహజమైన సామాజిక స్నేహం మరియు పరస్పర ప్రయోజనం ద్వారా ఐక్యత ఏర్పడుతుంది. "మనిషి తన స్వభావంతో రాజకీయ (సామాజిక) జంతువు."
- "రాజ్యం అనేది ఒక సంఘం కంటే ఎక్కువ, ఇది వ్యక్తులు ఎటువంటి తేడా లేకుండా చేరవచ్చు లేదా విడిచిపెట్టవచ్చు, కానీ స్వేచ్ఛా లేదా స్థితి లేని వ్యక్తి నమ్మదగనివాడు, నాగరికత లేనివాడు మరియు పౌరుడి కంటే భిన్నమైనది."

ప్లేటో

రాష్ట్రం యొక్క ఈ భావనను ప్లేటో ఊహించాడు, దీని సభ్యులు ఒక ఉమ్మడి లక్ష్యం కోసం శ్రావ్యంగా ఐక్యంగా ఉంటారు.

అరిస్టాటిల్

అరిస్టాటిల్ స్వేచ్ఛ మరియు సమానత్వం ఉన్న చోట, ప్రత్యామ్నాయ పాలన మరియు అణచివేత ఉండాలని నమ్మాడు, అయితే వీలైతే, అదే వ్యక్తులు ఎల్లప్పుడూ పాలించడం ఉత్తమం.

ప్లేటో యొక్క కమ్యూనిజానికి వ్యతిరేకంగా అతని వాదన ఖచ్చితంగా నియంత్రించబడిన ప్రైవేట్ ఆస్తికి అనుకూలంగా ఉంది, దీని వెనుక ఆలోచన ఏమిటంటే రాష్ట్రంలో నైతిక ఐక్యత మాత్రమే సాధ్యమవుతుంది. లేదా కావాల్సినది.

(ప్రభుత్వ రకాలు)

అతను ప్రభుత్వాలను రాచరికాలు, ఒలిగార్చీలు మరియు రిపబ్లిక్‌లుగా వర్గీకరించాడు మరియు వరుసగా నిరంకుశత్వాలు, ఒలిగార్చీలు మరియు

ప్రజాస్వామ్యాలు వంటి వాటి వక్రీకరించిన రూపాలు, వీటిలో అత్యున్నత అధికారం ఒకటి లేదా కొంతమంది లేదా చాలా మంది చేతుల్లో ఉంటుంది మరియు వారి లక్ష్యం సాధారణ ఆసక్తి లేదా పాలకులకు వ్యక్తిగత ఆసక్తులు ఉంటాయి మరియు వీటిలో స్వేచ్ఛ, సంపద, సంస్కృతి మరియు ప్రభువులు ఉన్నాయి.

ప్రతి రాష్ట్ర వ్యవస్థ మూడు భాగాలను కలిగి ఉంటుంది: (1) చర్చాపరమైన (2) క్రియాత్మక మరియు (3) న్యాయవ్యవస్థ. పౌరసత్వం నివాసం ద్వారా లేదా చట్టపరమైన హక్కులను కలిగి ఉండటం ద్వారా నిర్ణయించబడుతుంది, కానీ న్యాయపరమైన అధికారం మరియు ప్రభుత్వ విధుల్లో పాల్గొనడం ద్వారా నిర్ణయించబడుతుంది.

నైతికత యొక్క ఒక నిర్దిష్ట ప్రమాణాన్ని సాధించిన తరువాత, అనేకులు తప్పనిసరిగా పాలించాలి, ఎందుకంటే వ్యక్తిగతంగా తక్కువ సామర్థ్యం ఉన్నప్పటికీ, సమిష్టిగా వారు ఎంచుకున్న కొద్దిమంది కంటే తెలివైనవారు మరియు ఎక్కువ ధర్మవంతులు. కానీ అన్ని చర్చాపరమైన మరియు న్యాయపరమైన విచారణలను నిర్వహించినప్పటికీ, వాటిని అత్యున్నత క్రియాత్మక స్థానాల నుండి దూరంగా ఉంచాలి. అత్యంత ధనవంతులు మరియు పేదల మధ్య మధ్యతరగతి ప్రభుత్వాన్ని నడిపించేది ఉత్తమమైన రాజకీయం, ఎందుకంటే ఈ తరగతి అత్యంత స్థిరమైన జీవితాన్ని కలిగి ఉంటుంది మరియు అత్యంత హేతుబద్ధమైనది, అలాగే రాజ్యాంగపరమైన చర్యలకు అత్యంత సామర్థ్యం కలిగి ఉంటుంది.

పేజీ 167 (102)

వాస్తవానికి, సార్వభౌమాధికారం మెజారిటీ పౌరులపై ఉండాలి అని చెప్పబడింది, ఇది బానిసలను కలిగి ఉండదు.

వ్యక్తిగత స్వేచ్ఛలో సమానత్వంపై ప్రజాస్వామ్యాలు అంగీకరిస్తాయి, ఇది పౌరులందరూ ప్రభుత్వ కార్యాలయాన్ని కలిగి ఉండటానికి లేదా ఎన్నుకోబడటానికి అర్హులని మరియు ప్రతి ఒక్కరిపై మరియు ప్రతి ఒక్కరిపైనా పాలించటానికి అర్హులని సూచిస్తుంది.

ప్లేటో వంటి అరిస్టాటిల్ ప్రజాస్వామ్యాన్ని వక్రీకరించిన ప్రభుత్వ రూపంగా పరిగణించాడు మరియు ఇతర రకాల రాష్ట్రాల కంటే పెద్ద రాష్ట్రాలకు ఇది చాలా అనుకూలంగా ఉంటుందని చెప్పాడు.

స్టోయిక్:   **సినిసిస్ట్:**
ఎపిక్యూరియన్ - ఎపిక్యురస్[34] ఇలా అన్నాడు - "న్యాయం దానిలో ఏమీ లేదు, ఇది కేవలం పరస్పరం "ఇది హానిని నిరోధించడానికి రాజీ సాధనం (న్యాయం ఆధారంగా)."

---

[34] ఎపిక్యురస్ (క్రీ. పూ. 341-270) గ్రీకు తత్వవేత్త, స్వీయ నియంత్రణ ద్వారా జీవితాన్ని సంతోషపెట్టవచ్చని నమ్మాడు. నైతికత అనేది సంతృప్తిని సాధించే సాధనం.

స్టోయిక్: (ఇజం) - తత్వవేత్త జెనో (క్రీ.పూ. 340-260)[35] శిష్యుడు, ఏథెన్స్‌లోని 'స్టోవా పోయికలైట్' (పెయింటెడ్ పోర్చ్) అనే తోటలో తన తాత్విక పాఠశాలను ప్రారంభించాడు. తరువాత, కాటో ది యంగర్[36] 3, సెనెకా[37] 4, మార్కస్ ఆరేలియస్[38] రోగన్ స్టోయిక్స్ అయ్యారు. స్టోయిక్ అనే పదానికి సాహిత్యపరమైన అర్థం: 'సంతోషం లేదా దుఃఖం పట్ల ఉదాసీనంగా ఉండే వ్యక్తి.'

స్టోయిసిజం అనేది పాత తత్వశాస్త్రం యొక్క ఒక శాఖ, ఇది జీవితం మరియు కర్తవ్యం యొక్క దృక్కోణంలో ఎపిక్యూరియనిజాన్ని తీవ్రంగా వ్యతిరేకిస్తుంది; మరియు సంతోషం లేదా దుఃఖం పట్ల ఉదాసీనంగా ఉంటుంది.

సినిసిజం

ఏథెన్స్‌కు చెందిన యాంటిస్తేనెస్[39] (b. 444 BC)చే స్థాపించబడిన తత్వవేత్తల విభాగం, సంపద, కళ, విజ్ఞానం మరియు ఆనందం పట్ల విపరీతమైన ద్వేషం కలిగి ఉంటుంది. వారి అసభ్య ప్రవర్తన కారణంగా వారిని సినిక్స్ అని పిలుస్తారు. మానవ స్వభావం పట్ల ధిక్కార భావనను సూచించడానికి కూడా కొన్నిసార్లు విరక్తిని ఉపయోగిస్తారు.

ఎపిక్యూరియన్లు

ఎపిక్యురస్ (క్రీ.పూ. 341-270) ఒక గ్రీకు తత్వవేత్త, అతను ఆనందమే అసలు విషయం అని బోధించాడు. ఎపిక్యూరియన్ అంటే తినడం, త్రాగడం మరియు ఆనందించడంపై నమ్మకం ఉన్నవాడు.

పేజీ 168 (103)

రోమన్ రాజకీయం

రోమన్లు ప్రత్యక్ష ప్రాముఖ్యత కలిగిన రాజకీయ సిద్ధాంతానికి కొంచెం అదనంగా జోడించారు, కానీ దగ్గరి సంబంధం ఉన్న న్యాయశాస్త్ర విభాగంలో, వారు లోతైన ఆసక్తి మరియు విలువను అందించారు.

---

35 జానో: గ్రీకు తత్వవేత్త, అతను స్వీయ నియంత్రణ మరియు ప్రకృతికి అనుగుణంగా జీవితాన్ని గడపడం యొక్క న్యాయవాది.

36 కాటో ది యంగర్ (95-46 BC): రోమన్ తత్వవేత్త, అతను స్టోయిక్స్ యొక్క పోషకుడుగా మారాడు.

37 సెనెకా: పూర్తి పేరు లూసియస్ అన్నీయస్ సెనెకా (4 BC - 65 AD): రోమన్ రచయిత మరియు రాజకీయవేత్త మరియు రోమన్ చక్రవర్తి నీరో., అతను స్టోయిసిజంపై అనేక వ్యాసాలు మరియు విషాద నాటకాలను కూడా వ్రాసాడు. అతను కొద్దికాలం పాటు రోమ్ పాలకుడిగా కూడా ఉన్నాడు, ఆపై ఆత్మహత్య చేసుకునేందుకు శిక్ష విధించబడింది.

38 మార్కస్ ఆరేలియస్ ఆంటోనియస్: (121-180 AD): రోమన్ తత్వవేత్త మరియు చక్రవర్తి (161-180 AD). అతను మెడిటేషన్స్ అనే శాస్త్రీయ స్టోయిక్ గ్రంథాన్ని రాశాడు.

39 (444-365 BC): సోక్రటీస్ చేత ప్రభావితమైన గ్రీకు తత్వవేత్త. అతని సాధారణ జీవితం మరియు బోధనలు పేదలను ఆకర్షించాయి.

జస్-సివిక్ జుస్-జెంటియమ్

రిపబ్లిక్ కింద, "సివిల్ లా" (జస్ సివిక్)తో పాటు, జస్ జెంటియం (దేశం యొక్క చట్టం) అని పిలువబడే అనేక నియమాలు మరియు సూత్రాలు ఉనికిలోకి వచ్చాయి, ఇది ఇటాలియన్ తెగలలో ప్రబలంగా ఉన్న సాధారణ లక్షణాలను ప్రతిబింబిస్తుంది.

జామ్ నేచురల్

గొప్ప రోమన్ న్యాయనిపుణులు (స్టోయిక్స్ ఆలోచనలచే ప్రేరణ పొందారు) క్రమంగా ప్రకృతి నియమాన్ని (జస్ నేచురల్) జస్ జెంటియమ్‌కు సమానమైనదిగా పరిగణించారు. వారి బోధన ఏమిటంటే, ఈ చట్టం దైవికమైనది మరియు శాశ్వతమైనది మరియు ఇది వ్యక్తిగత రాష్ట్రాల చట్టాల కంటే దాని గొప్పతనం మరియు చెల్లుబాటులో చాలా ఉన్నతమైనది.

సహజ చట్టం వాస్తవానికి ఉనికిలో ఉన్నట్లు పరిగణించబడింది మరియు ఇది పౌర చట్టానికి సంబంధించినదిగా పరిగణించబడింది.ఆంటోనియన్[40] కాలంలో, రోమన్ చట్టం దాని గొప్ప అభివృద్ధికి చేరుకున్నప్పుడు మరియు స్టోయిక్ సూత్రాలు అత్యంత ప్రభావవంతమైనవిగా మారినప్పుడు, న్యాయనిపుణులు రాజకీయ సూత్రంగా కాకుండా న్యాయశాస్త్రపరంగా "పురుషులందరూ పుట్టుకతో స్వేచ్ఛగా ఉన్నారు" అనే సూత్రాన్ని రూపొందించారు.

మరియు ప్రకృతి చట్టం ద్వారా "మనుష్యులందరూ సమానంగా సృష్టించబడ్డారు" - పౌర చట్టం వర్గ భేదాలను గుర్తించినప్పటికీ, ప్రకృతి చట్టం ముందు మానవాళి అంతా సమానమే.

రోమన్ పాలిటీలో సామాజిక ఒప్పందం

రోమన్ న్యాయనిపుణులు పౌర సమాజం యొక్క మూలంగా ఏ ఒప్పందాన్ని అంగీకరించనప్పటికీ, ఊహించిన కానీ ఉనికిలో లేని ఒప్పందం నుండి ఆమోదించబడిన హక్కులు మరియు బాధ్యతలను చేర్చే ధోరణి ఉంది.

సార్వభౌమాధికారం విషయంలో, పౌరులు 'కొమిటియా[41] ట్రిబురా'లో సమావేశమయ్యారు, ఇది రిపబ్లిక్ యొక్క ఉచ్ఛస్థితిలో, అత్యున్నత అధికారంగా పనిచేసింది.

సామ్రాజ్యం కింద, సార్వభౌమాధికారం చక్రవర్తికి అప్పగించబడింది మరియు తరువాత న్యాయమూర్తుల సలహాల ప్రకారం, ప్రజలు, లెక్స్[42] రెజియా ప్రకారం, ప్రతి చక్రవర్తికి అతని పాలన ప్రారంభమైన వెంటనే సర్వోన్నత ఆదేశాన్ని అందజేసారు మరియు తద్వారా పాలించడానికి వారి మొత్తం అధికారాన్ని

---

[40] రోమన్ చక్రవర్తి ఆంటోనియస్ పియస్ పాలన (86-161 AD) (138-161 AD). అతని పాలన శాంతి మరియు మంచి పరిపాలన యొక్క కాలంగా పరిగణించబడుతుంది.

[41] చక్రవర్తిచే ఏర్పాటు చేయబడిన రాయల్ లేదా రాయల్ కమిటీ.

[42] రాష్ట్ర చట్టం

ఉపయోగించారు. మరియు చట్టాలు చేయండి. ఆమె అతనికి అధికారాన్ని అప్పగించింది.

పేజీ 169 (104)

మధ్య యుగం

థామస్ అక్వినియస్[43] (126–1274) మధ్య యుగాలలో రాజకీయ సిద్ధాంతానికి ప్రధాన ప్రచారకర్తగా చెప్పబడింది. రోమన్ న్యాయనిపుణులను అనుసరించి, అతను మానవ హేతువు (ed.)లో దైవికంగా పెట్టుబడి పెట్టబడిన సహజ నియమాన్ని గుర్తించాడు మరియు అదే సమయంలో వేర్వేరు రాష్ట్రాల మధ్య ఉన్న ప్రత్యక్ష చట్టాలను కూడా అతను గుర్తించాడు.

సార్వభౌమాధికారం యొక్క ముఖ్యమైన లక్షణం అయిన చట్టాన్ని రూపొందించే అధికారం సాధారణ సంక్షేమం వైపు మళ్లించాలని మరియు ఈ లక్ష్యాన్ని సాధించడానికి, అది మెజారిటీ ప్రజలకు లేదా వారి ప్రతినిధి అయిన రాజుకు కేటాయించబడాలని ఆయన అభిప్రాయపడ్డారు. అతనికి రాజు, ప్రభువులు మరియు ప్రజలతో కూడిన సంయుక్త ప్రభుత్వం, పోప్ సర్వోన్నత అధికారంతో ఉత్తమంగా కనిపించింది.

పాడువా యొక్క మార్సిలియో[44]

(మరణం 1328)

ఒప్పందం యొక్క భావన

అతని పని డిఫెన్సర్ పాసిస్‌లో, పాడువాకు చెందిన మార్సిలియో ప్రముఖ సార్వభౌమాధికారం యొక్క సూత్రాన్ని సమర్థించాడు మరియు తప్పుడు డిక్రీల ఆధారంగా తాత్కాలిక అధికారానికి పాపల్ మతవిశ్వాశాలను వ్యతిరేకించాడు.

(ప్రజా సార్వభౌమాధికారం)

మనిషి తన పరస్పర ప్రయోజనం కోసం పౌర జీవితాన్ని స్వీకరించాడు కాబట్టి, పౌరుల శరీరం ద్వారా కూడా చట్టాలు చేయాలి; వారి ప్రయోజనాలను ప్రత్యక్షంగా ప్రభావితం చేసే వారిచే మరియు వారి అవసరాలు ఏమిటో తెలిసిన వారిచే చట్టాలు చేయబడితే తప్ప, అవి ఉత్తమమైనవిగా చెప్పబడవు లేదా వాటిని వెంటనే పాటించలేవు. చట్టాలను రూపొందించే అధికారం ప్రజలకే ఉందని, చట్టసభలదేనని తేల్చి చెప్పారు ఎగ్జిక్యూటివ్ యొక్క పని కార్యనిర్వాహకుడిని ఏర్పాటు చేయడం, కానీ అది మార్చవచ్చు లేదా రద్దు చేయవచ్చు.

---

[43] థామస్ అక్వినియస్ (1226-1274): ఇటాలియన్ తత్వవేత్త.

[44] 1. మార్సిలియో ఆఫ్ పాడువా (మ. 1328 AD): ఇటలీలోని పాడువా నగరానికి చెందిన రాజకీయ సిద్ధాంతకర్త, చర్చి మరియు రాష్ట్రం ఒకదానికొకటి వేరుచేయడంపై రాజు లూయిస్ IV కోసం డిఫెన్సర్ పాసిస్ అనే గ్రంథాన్ని రచించాడు, ఇది నిరూపించబడింది. చాలా వివాదాస్పదమైంది.

పునరుజ్జీవనం-సంస్కరణ!

పునరుజ్జీవనోద్యమంలో, జ్ఞానం యొక్క అన్ని రంగాలు మరియు వేల సంవత్సరాలుగా ఉనికిలో ఉన్న వారసత్వ తత్వశాస్త్రం గురించి తెలుసుకున్నారు.ప్రజలకు సేవ చేస్తున్న వేదాంతశాస్త్రం ఇప్పుడు ప్రకృతి మరియు మనిషి యొక్క కొత్త తత్వశాస్త్రంతో భర్తీ చేయబడింది, ఇది మరింత ఉదారమైనది, మరింత లోతైనది మరియు మరింత అర్థమయ్యేది.

అతీంద్రియవాదం నుండి ప్రకృతికి మరియు వాస్తవికతకు తిరిగి రావాలని బేకన్ మనిషికి[45] పిలుపునిచ్చారు.తత్వశాస్త్రం విశ్వవ్యాప్త సంశయవాదంతో ప్రారంభం కావాలి. కానీ త్వరలోనే వాస్తవం నిస్సందేహంగా కనుగొనబడింది: మనిషిలో ప్రతిబింబ సూత్రం ఉనికి. చైతన్యం ఉనికి!

కార్టేసియన్ తత్వశాస్త్రం

సంస్కరణ కాలంలో, ఆత్మాశ్రయ సత్యంపై నమ్మకం మరియు వ్యక్తి యొక్క శక్తి కోసం బలమైన విజ్ఞప్తి కార్టేసియన్ తత్వశాస్త్రం యొక్క ఆధారం.

కార్టేసియన్-ఫ్రెంచ్ తత్వవేత్త రెనే డి కార్టెస్[46] (1596–1650) మరియు అతని తత్వశాస్త్రానికి సంబంధించినది.

పేజీ 170 (105)

కొత్త యుగం

సంస్కరణ కాలం తరువాత, పోప్ యొక్క అధికారం కుప్పకూలింది, మరియు పాలకులు మరియు ప్రజల మనస్సులు స్వాతంత్ర్య కెరటంలో కొట్టుమిట్టాడడం ప్రారంభించాయి. అయితే గందరగోళ పరిస్తితి కూడా ఏర్పడింది. ఈ కొత్త పరిస్తితిని ఎదుర్కోవటానికి, చాలా మంది ఆలోచనాపరులు రాష్ట్ర ప్రశ్న గురించి ఆలోచించడం ప్రారంభించారు.

మాకియవెల్లి

ఆలోచనలో వివిధ శాఖలు పుట్టుకొచ్చాయి. ఈ ప్రసిద్ధ ఇటాలియన్ రాజకీయ ఆలోచనాపరుడు రిపబ్లికన్ ప్రభుత్వాన్ని ఉత్తమమైనదిగా అభివర్ణించాడు.

నిజమే, కానీ ఈ విధమైన ప్రభుత్వ స్థిరత్వంపై సందేహాలు ఉన్నందున, అతను బలమైన రాచరిక పాలనను కాపాడటానికి సూత్రాలను కూడా రూపొందించాడు మరియు అందుకే అతను "ది ప్రిన్స్"[47]ని రాశాడు.

---

[45] బహుశా: ఫ్రాన్సిస్ బేకన్ (1561-1626): ఆంగ్ల తత్వవేత్త మరియు రాజకీయవేత్త యొక్క పని నుండి కోట్ చేయబడింది.

[46] ఫ్రెంచ్ తత్వవేత్త మరియు గణిత శాస్త్రజ్ఞుడు. కార్టేసియన్ తత్వశాస్త్రం అనేది స్పృహ మరియు పదార్థం మధ్య వ్యత్యాసంపై ఆధారపడి ఉంటుంది, ఇది డెస్కార్టెస్ యొక్క ఫార్ములా నుండి అతని రచన డిస్కోర్స్ ఆన్ మ్యాటర్ (1673): కాగ్నిటో ఎర్గో సమ్ – అంటే. "నేను అనుకుంటున్నాను, అందుచేత నేను."

[47] ది ప్రిన్స్: 1527లో ఇటాలియన్ రాజకీయ ఆలోచనాపరుడు మాకియవెల్లి వ్రాసిన ఒక ప్రసిద్ధ పుస్తకం, దీనిలో రాజ్యాధికారాన్ని సాధించే పద్ధతులు వివరంగా చర్చించబడ్డాయి మరియు అతని పుస్తకం అతనిని ప్రభావితం చేసింది

ఇది అప్పటి రాజకీయాలపై మరియు తరువాతి యుగాలలో కూడా గొప్ప ప్రభావాన్ని చూపింది.

ఐరోపా రాజకీయ సిద్ధాంతం మరియు ఆచరణపై కేంద్రీకృత ప్రభుత్వం యొక్క అతని వాదన అపారమైన ప్రభావాన్ని చూపింది.

"రాజకీయాలను" పూర్తిగా లౌకిక దృక్కోణం నుండి పరిగణించిన మొదటి రచయిత మాకియవెల్లి.

ఇతర ఆలోచనాపరులు

ఒప్పందం మరియు రాజీ

ఇతర ఆలోచనాపరులు చాలా మంది ఒప్పందం లేదా రాజీ సిద్ధాంతానికి మద్దతు ఇచ్చారు. రోమన్ చట్టంలో ఒక ఒప్పందం అనేది వ్యక్తుల మధ్య జరిగిన ఒప్పందం యొక్క ఫలితం మరియు ఒక ఒప్పందం కంటే చిన్నదిగా ఉంటుంది, అయితే ఒక ఒప్పందం కట్టుబడి ఉండే బాధ్యత మరియు ఒప్పందం.

అలాంటి ఆలోచనాపరుల రెండు వేర్వేరు పాఠశాలలు ఉన్నాయి. మొదటి రకమైన శాఖ దేవుడు మరియు మానవుల మధ్య ఒడంబడిక యొక్క యూదుల భావనపై ఆధారపడిన ఒక సిద్ధాంతాన్ని ప్రతిపాదించింది, ఇది రోమన్ ఒప్పంద భావనతో పూర్తి చేయబడింది. ఇది ప్రభుత్వానికి మరియు ప్రజలకు మధ్య ఒక అలిఖిత ఒప్పందాన్ని సూచిస్తుంది.

వ్యక్తుల మధ్య ఒక ఒప్పందం ద్వారా రాజకీయ సమాజం యొక్క సంస్థాగతీకరణకు సంబంధించిన రెండవ లేదా ఆధునిక రకం సంఘం. ఈ ఆలోచనా విభాగం యొక్క ప్రధాన ఆలోచనాపరులు హుకర్[48], హోబ్స్[49], లకీ[50] మరియు రూసో[51]. ప్రజా స్వాతంత్ర్య న్యాయవాది

---

[48] **రిచర్డ్ హుకర్:** నోట్‌బుక్ పేజీ 107 (80) యొక్క సూచన 1 చూడండి

[49] **థామస్ హోబ్స్:** నోట్‌బుక్ పేజీ 108 (81) యొక్క రెఫరెన్స్ 2 చూడండి

[50] **జాన్ లాక్ (1632-1707):** ఆంగ్ల తత్వవేత్త మరియు ప్రముఖ వ్యావహారికసత్తావాది. అతను హాబ్స్ యొక్క సామాజిక ఒప్పందం యొక్క సిద్ధాంతాన్ని విమర్శించాడు, ఇది రాచరికానికి మద్దతు ఇచ్చేంత వరకు వెళ్ళింది; 1689లో తన ప్రసిద్ధ రచన టూ ట్రీటీసెస్ ఆన్ గవర్నమెంట్‌ను వ్రాసాడు, ఇది తరువాత అమెరికన్ రాజ్యాంగ నిర్మాతలను ప్రభావితం చేసింది; అతని రెండవ ప్రసిద్ధ పుస్తకం ఎస్సే కన్సర్నింగ్ హ్యూమన్ అండర్‌స్టాండింగ్, ఇది ఇంద్రియ అనుభవం ఆధారంగా జ్ఞానం యొక్క భావనకు మద్దతు ఇస్తుంది.

[51] **జీన్ జాక్వెస్ రూసో**: నోట్‌బుక్ పేజీ 119 (92) యొక్క సూచన 1 చూడండి

హ్యూగ్నోట్[52]

విండీస్ కాంట్రా టైరన్నస్[53] (1576) హ్యూగెనాట్ లాంగ్వెట్ రచించారు. రాజు తన అధికారాన్ని ప్రజల అభీష్టం నుండి పొందుతాడని మరియు రాజు చట్టాలను పాటిస్తే

అధికారికంగా ఏర్పాటు చేయబడిన అధికారిక సంస్థ ద్వారా మాత్రమే నిర్వహించబడాలి రాచరికం స్థాపన సమయంలో ప్రజలతో ఉమ్మడిగా కుదుర్చుకున్న ఒప్పందాన్ని ఉల్లంఘిస్తే, ప్రజలు కూడా రాష్ట్ర విధేయత నుండి విముక్తి పొందుతారు.

బుకానన్[54]

రాజు మరియు ప్రజలు ఒక ఒప్పందం ప్రకారం కట్టుబడి ఉన్నారని, రాజు దానిని ఉల్లంఘిస్తే, అతను తన హక్కులను కూడా కోల్పోతాడని బుకానన్ చెప్పాడు.

పేజీ 171 (106)

జెస్యూట్[55]-

జెస్యూట్స్ బెల్లార్మిన్[56] మరియు[57] మరియానా కూడా "రాజు తన శక్తిని ప్రజల నుండి పొందాలి; కానీ పోప్‌కి కూడా అతను అధీనంలో ఉండాలని అదే వాదనను కలిగి ఉన్నాడు.

---

52 **హ్యూగెనోట్**: ఈ పేరు పదహారవ శతాబ్దం మధ్యకాలం నుండి ఫ్రాన్స్‌లోని ప్రొటెస్టంట్‌లకు పెట్టడం ప్రారంభమైంది, ఎందుకంటే టూర్స్ నగరంలో స్థానిక ప్రొటెస్టంట్ క్రైస్తవులు కింగ్ హ్యూగో గేట్ వద్ద రాత్రిపూట కలుసుకునేవారు. ప్రజలు కింగ్ హ్యూగోను దైవిక శక్తిగా భావించారు.

53 **విండిసియా కాంట్రా టైరన్నస్**: హుబెర్ట్ లాంగ్వెట్ (1518 - 1581) యొక్క పని, దీనిలో నిరంకుశ పాలనకు వ్యతిరేకంగా ప్రతిఘటన సూత్రం ప్రతిపాదించబడింది; కానీ దీని కోసం అటువంటి ప్రతిఘటన సరైన పద్ధతిలో ఉండవలసిన అవసరం కూడా ఏర్పడింది.

54 స్కాట్స్ ఆలోచనాపరుడు జార్జ్ బుకానన్ (1506–1582), అతను తన రచన డి జురే రెగ్ని అపుడ్ స్కోటోస్ (1579)లో వ్రాసాడు.రాజు తనకు అత్యున్నత అధికారం ఇవ్వబడిన పరిస్థితులకు కట్టుబడి ఉంటాడు; మరియు నిరంకుశ పాలకులను ప్రతిఘటించడం మరియు శిక్షించడం కూడా అంతే.

55 జెస్యూట్ సొసైటీ ఆఫ్ జీసస్ సభ్యుడు, సెయింట్ ఇగ్నేషియస్ లయోలాచే 1540లో స్థాపించబడిన కాథలిక్ మత శాఖ.

56 **బెల్లార్మైన్ (ఇటాలియన్‌లో బెల్లార్మినో)** - రాబర్టో ఫ్రాన్సిస్కో రోమోలో (1542 – 1621) ఇటాలీయన్ వేదాంతి, అతను పోప్‌కు అనర్హమైన పాలకుడిని తొలగించే పరోక్ష హక్కు ఉందని నమ్మాడు.

57 **జువాన్ డి మరియానా (1536-1624)**: స్పానిష్ చరిత్రకారుడు మరియు జెస్యూట్; అతను నిరంకుశ పాలకుని పడగొట్టడం చట్టబద్ధమైనదని భావించాడు.

కింగ్ జేమ్స్[58] **(1609) -** జేమ్స్ I 1609లో పార్లమెంటుకు చేసిన ఒక ప్రకటనలో ఈ సూత్రాన్ని అంగీకరించాడు, "ఏర్పాటు చేయబడిన రాష్ట్రానికి చెందిన ప్రతి న్యాయమైన రాజు తన ప్రభుత్వ రాజ్యాంగంలో, ప్రజలు ఏ ఒప్పందాన్ని కుదుర్చుకుంటారో చూడాలి. భారతదేశంతో దాని చట్టాల ప్రకారం ప్రజలకు కూడా ఆమోదయోగ్యంగా ఉండాలి.

కన్వెన్షన్ పార్లమెంట్ (1688) - 1688లో కన్వెన్షన్ పార్లమెంట్. "రాజు మరియు ప్రజల మధ్య ఉన్న[59] అసలు ఒప్పందాన్ని ఉల్లంఘించడం ద్వారా రాజ్యాంగాన్ని తారుమారు చేయడానికి ప్రయత్నించినందుకు జేమ్స్ II సింహాసనాన్ని ఖాళీ చేయాల్సి వచ్చింది" అని ప్రకటించాడు.

బోడిన్"[60] **(1586) -** ఆధునిక కాలంలోని మొదటి సంపూర్ణ రాజకీయ తత్వవేత్త మరియు 'రిపబ్లిక్' (1577 మరియు 1586) రచయిత, బోడిన్ ఇలా అన్నాడు, "రాజీ ద్వారా కాదు, బలవంతంగా

రిపబ్లిక్ ఉనికిలోకి వచ్చింది. ఆదిమ పితృస్వామ్య ప్రభుత్వాలు విజయం ద్వారా పడగొట్టబడ్డాయి మరియు తద్వారా సహజ స్వేచ్ఛ ముగిసింది.

అతని దృష్టిలో, "పౌరులపై సార్వభౌమాధికారం సర్వోన్నత అధికారం." "సార్వభౌమాధికారం స్వతంత్రమైనది, విడదీయరానిది, శాశ్వతమైనది, బదిలీ చేయలేనిది మరియు సంపూర్ణ అధికారం" అని అతను నమ్మాడు. అతను తన సార్వభౌమాధికారాన్ని ఆ సమయంలో ఉన్న రాచరికంతో గందరగోళపరిచాడు.

అల్తుస్సియస్ (1557-1638)[61] – సార్వభౌమాధికారం ప్రజలపై మాత్రమే ఉందని స్పష్టంగా చెప్పడానికి ప్రసిద్ధి చెందాడు. రాజు దాని మేజిస్ట్రేట్ లేదా నిర్వాహకుడు మాత్రమే, మరియు సంఘం యొక్క సార్వభౌమాధికారం విడదీయరానిది.

గ్రోటియస్ (1625)[62] - "డి జురే బెల్లి ఎట్ ప్యారిస్" (1628)లో గ్రోటియస్ మనిషికి శాంతియుతమైన మరియు క్రమబద్ధమైన సమాజం కోసం బలమైన కోరిక ఉందని చెప్పాడు. కానీ అతను ప్రతిఘటన లేని సిద్ధాంతాన్ని అభివృద్ధి చేస్తాడు మరియు ప్రజలు ఎల్లప్పుడూ మరియు ప్రతిచోటా సార్వభౌమాధికారం కలిగి ఉంటారని లేదా అన్ని ప్రభుత్వాలు పాలించిన వారి కోసం ఏర్పాటు

---

[58] జేమ్స్ I (1602-1625): బ్రిటన్ రాజు. అతను రాజు యొక్క దైవిక హక్కును ప్రకటించాడు, దాని గురించి ప్రపంచం అతనితో ఘర్షణ పడింది.

[59] **జేమ్స్ II (1433-1701):** బ్రిటన్ రాజు. అతని కాథలిక్ అభిమానం మరియు నిరంకుశ పాలన కారణంగా, అతను 1688 యొక్క "గ్లోరియస్ రివల్యూషన్" తర్వాత సింహాసనాన్ని విడిచిపెట్టి ఫ్రాన్స్‌కు పారిపోవాల్సి వచ్చింది.

[60] **జీన్ బోడెన్ (1530-1596):** ఫ్రెంచ్ తత్వవేత్త. సార్వభౌమాధికారం గల పాలకుడి అధికారాన్ని ప్రజాస్వామ్య పార్లమెంటు సవరించగలదని ఆయన విశ్వసించారు

[61] జోహన్నెస్ అలూసియస్ (1557–1638): డచ్ రిపబ్లిక్ సరిహద్దులో ఉన్న ఇంపీరియల్ నగరం, ఎమర్సన్ యొక్క ఒక జర్మన్ న్యాయనిపుణుడు మరియు చీఫ్ మేజిస్ట్రేట్.

[62] హ్యూగో గ్రోటియస్ (1583-1645): డచ్ న్యాయవాది మరియు రాజకీయవేత్త. అతని పుస్తకం అంతర్జాతీయ చట్టం యొక్క తొలి సూత్రీకరణగా పరిగణించబడుతుంది.

చేయబడతాయని తిరస్కరించారు. సార్వభౌమాధికారం విజయం ద్వారా లేదా సమ్మతి ద్వారా వస్తుంది, అయితే అతను సార్వభౌమాధికారం ఒక విడదీయరాని అస్తిత్వం అనే భావనను నొక్కి చెప్పాడు.

హుకర్ - తన రచన 'ఎక్లెసియాస్టికల్ పాలిటీ' - వాల్యూమ్ 1 (1592-3)లో అతను మనుషులందరూ సమానమైన మరియు ఏ చట్టానికి లోబడి ఉండని అసలైన ప్రకృతి స్థితిని అంగీకరించాడు. మానవ గౌరవానికి అనుగుణంగా జీవించాలనే కోరిక మరియు ఒంటరితనం పట్ల అయిష్టత 'రాజకీయ సమాజాలలో' కలిసిపోవడానికి వారిని ప్రేరేపించాయి. 'సహజ ఒంపులు' మరియు వారి ఏకీకృత జీవన విధానంపై బహిరంగ లేదా రహస్య ఏకాభిప్రాయంపై ఆధారపడిన వ్యవస్థ ప్రస్తుత 'రాజకీయ సమాజాల' యొక్క రెండు ప్రాథమిక స్థావరాలుగా మారాయి. ఈ మైదానాల్లో రెండవది మనం "సాధారణ ఆసక్తి చట్టం" అని పిలుస్తాము.

పేజీ 172 (107) **రాష్ట్రం యొక్క మూలం**

సార్వభౌమత్వాన్ని: శాసన అధికారం ఎగ్జిక్యూటివ్‌పై కూడా నియంత్రణ.

'పరస్పర మనోవేదనలు, గాయాలు మరియు తప్పులన్నింటినీ సరిదిద్దడానికి ఏకైక మార్గం ఏదో ఒక రకమైన ప్రభుత్వం లేదా సార్వత్రిక న్యాయమూర్తిని అందించడం.'

ప్రభుత్వం రాచరికం నుండి ఉద్భవించిందని అతను అరిస్టాటిల్‌తో ఏకీభవించాడు. కానీ అతను 'చట్టాలు మంచితనాన్ని బోధించడమే కాకుండా, బంధించే శక్తిని కూడా కలిగి ఉంటాయి, ఇది పరిపాలించబడినవారి సమ్మతి నుండి వస్తుంది మరియు ఇది వ్యక్తిగతంగా లేదా ప్రతినిధుల ద్వారా వస్తుంది'.

"చట్టాలు, వారు ఎలాంటి మనుషుల కోసం అయినా సరే, వారి సమ్మతితో మాత్రమే అందుబాటులో ఉంటాయి (అంటే చెల్లుబాటు అయ్యేవి)."

"ఆ చట్టాలు ప్రజల ఆమోదంతో చేయని చట్టాలు కావు." ప్రజల సార్వభౌమాధికారం

కాబట్టి సార్వభౌమాధికారం లేదా చట్టాన్ని రూపొందించే అధికారం అంతిమంగా ప్రజలదేనని ఆయన స్పష్టంగా చెప్పారు.

1620 - మేఫ్లవర్‌లో "పిల్‌గ్రిమ్ ఫాదర్స్"[63] యొక్క ప్రసిద్ధ ప్రకటన (1620) - "దేవుని పేరిట సాక్షిగా మనమందరం కలిసి ఒకరితో ఒకరు ఒడంబడికను

---

[63] యాత్రికుల తండ్రులు" ప్యూరిటన్ తిరుగుబాటుదారుల సమూహం ఇంగ్లండ్ చర్చ్ ఎవరు, వేధింపులకు గురికాకుండా మరియు ఉత్తర అమెరికాలో స్థిరపడ్డారు, మేఫ్లవర్ అనే ఓడలో తప్పించుకున్నారు.

ప్రకటించుకుంటాము మరియు ఒక పౌర రాజకీయ సంస్థగా మనల్ని మనం ఏకం చేస్తాము."

1647 - ది ఒడంబడిక ఆఫ్ ది పీపుల్ ఆఫ్ ఇంగ్లాండ్: ఆర్మీ ఆఫ్ పార్లమెంట్[64] (1647) నుండి తీసుకోబడిన మరొక ప్రసిద్ధ ప్యూరిటన్ పత్రం ఈ ఆలోచనా ధోరణిని సూచిస్తుంది.

మిల్టన్[65]

1649 (ప్రజల సార్వభౌమాధికారం)[66]

"రాజులు మరియు న్యాయాధికారుల పదవీకాలం" (1649)లో అతను ఇలాంటి సూత్రాలను కూడా ప్రతిపాదించాడు. "మనుష్యులందరూ స్వతహాగా స్వేచ్ఛగా జన్మించారు" అని అతను నొక్కిచెప్పాడు, వారు "ఒకరినొకరు హాని చేసుకోకుండా ఉండేందుకు మరియు అలాంటి సమ్మతితో కలత లేదా సంఘర్షణకు కారణమయ్యే దేనికైనా వ్యతిరేకంగా తమను తాము రక్షించుకోవడానికి ఒక సాధారణ సంఘంలో కలిసి ఉండటానికి అంగీకరించారు. ఈ విధంగా పట్టణాలు, నగరాలు మరియు రాష్ట్రాలు ఉనికిలోకి వచ్చాయి, వాటిలో ప్రతి ఒక్కరికి మరియు ఉమ్మడిగా ఉన్న అధికారం డిప్యూటీలు మరియు కమిషనర్ల రూపంలో రాజులు మరియు న్యాయాధికారులకు అప్పగించబడింది.

"రాజులు మరియు న్యాయాధికారుల అధికారం వేరొకటి కాదు, అది ప్రజలచే వారికి అందించబడిన, బదిలీ చేయబడిన మరియు అప్పగించబడిన అధికారం, ఇది అందరి మంచి కోసం విశ్వాసంతో, ఇప్పటికీ ప్రాథమికంగా అతనికి (అంటే ప్రజలలో) ఉంది మరియు అతని సహజ జన్మ హక్కును ఉల్లంఘించకుండా లాక్కోలేము. అందువల్ల దేశాలు రాజులను ఎన్నుకోవచ్చు లేదా తొలగించవచ్చు, కేవలం స్వేచ్ఛగా జన్మించిన పురుషుల హక్కు మరియు స్వేచ్ఛ ఆధారంగా వారు ఎవరిని పరిపాలించాలో ఉత్తమంగా భావిస్తారు."

---

64 ప్రొటెస్టంట్ క్రైస్తవ శాఖ సభ్యుడు.

65 జాన్ మిల్టన్ (1608-1674): ఆంగ్ల కవి. 'ప్యారడైజ్ లాస్ట్' మరియు 'ప్యారడైజ్ రిగెయిన్డ్' రచయిత.

66 మార్జిన్‌లో బోల్డ్ అక్షరాలతో వ్రాయబడింది

పేజీ 173 (108)

రాజుల దైవిక హక్కు సిద్ధాంతం పితృస్వామ్య సిద్ధాంతం

అదే యుగంలో, అనేక మంది ఆలోచనాపరులు ఈ 'ప్రజా సార్వభౌమాధికారం' సూత్రాలను ప్రతిపాదించడంలో నిమగ్నమై ఉండగా, ఇతర సిద్ధాంతకర్తలు కూడా ఉన్నారు, వారు రాష్ట్రం ఒక పెద్ద కుటుంబం అని నిరూపించడానికి ప్రయత్నిస్తున్నారు, అందులో ఒక కుటుంబ సభ్యుడు ఒక అధినేత యొక్క పూర్వీకుల శక్తి. ఒక దేశాన్ని పాలించగల సామర్థ్యాన్ని నిరూపించుకున్న మునుపటి సార్వభౌమ పాలకుడి ప్రతినిధికి సీనియారిటీ లైన్‌లో బదిలీ చేయబడింది. అందుకే రాచరికం అజేయమైన అధికారం ఆధారంగా పరిగణించబడుతుంది మరియు రాజు దేవునికి మాత్రమే జవాబుదారీగా పరిగణించబడ్డాడు. దీనిని "రాజుల దైవిక హక్కు" అని పిలిచేవారు. దీనిని "పితృస్వామ్య సిద్ధాంతం" అని పిలుస్తారు[67]

థామస్ హోబ్స్

1642-1650-1651లో వ్రాసిన అతని వివిధ రచనలలో, అతను సార్వభౌమ పాలకుడు యొక్క అపరిమిత శక్తి యొక్క సిద్ధాంతాన్ని ప్రతిపాదించాడు; ప్రజల ప్రారంభ ఒప్పందాన్ని వ్యతిరేకించే సూత్రంతో కలిపి. కానీ నిరంకుశత్వం మరియు నిశ్శబ్ద విధేయత కోసం హోబ్స్ యొక్క న్యాయవాదం వేదాంతమైనది కాదు, కానీ లౌకిక మరియు హేతుబద్ధమైనది. సమాజం (మొత్తం జనాభా) సంతోషమే ప్రభుత్వ గొప్ప లక్ష్యంగా భావించాడు.

(మనిషి సామాజిక వ్యతిరేక జంతువు)

హోబ్స్ యొక్క తత్వశాస్త్రం సినిక్. అతని ప్రకారం, మనిషి యొక్క భావోద్వేగాలు సహజంగా అతని వ్యక్తిగత రక్షణ మరియు ఆనందం వైపు మళ్లించబడతాయి మరియు వాటిని సాధించడం తప్ప అతనికి వేరే లక్ష్యం లేదు. అందువల్ల, మనిషి స్వభావంతో సంఘవిద్రోహుడు. అతను చెప్పాడు - "ప్రకృతి స్థితిలో, ప్రతి మనిషి తన ఇష్టంతో యుద్ధంలో ఉంటాడు, మరియు ప్రతి మనిషి జీవితం ప్రమాదంలో ఉంది, ఒంటరిగా, నిస్సహాయంగా, అసురక్షితంగా, పశువైద్యంగా మరియు స్వల్పకాలికంగా ఉంటుంది." ఈ రకమైన జీవిత భయమే వారిని రాజకీయ ఐక్యతతో ఏకం చేయడానికి బలవంతం చేస్తుంది.

(నిరంతర ముప్పు వారిని రాష్ట్రాన్ని ఏర్పరచడానికి బలవంతం చేస్తుంది.)

కేవలం ప్యాకెట్ పని చేయదు కాబట్టి, **'ఒక సుప్రీం సార్వత్రిక అధికారం' - 'ప్రభుత్వం'** ఏర్పాటు.

---

[67] భగత్ సింగ్ ఒక పుస్తకం నుండి ఉల్లేఖనాలను పేర్కొన్నాడా లేదా ఇవి అతని స్వంత పరిశీలనలా అనేది స్పష్టంగా లేదు

("విజయం" లేదా "సముపార్జన" మరియు "సంస్థాగతీకరణ" అనేది అన్ని రాష్ట్రాలకు ఏకైక ఆధారం.) సమాజం "సముపార్జన" ద్వారా, అంటే విజయం ద్వారా లేదా "సంస్థాగతీకరణ" ద్వారా, అంటే పరస్పర ఒప్పందం లేదా ఒప్పందం ద్వారా స్థాపించబడింది. ఈ విధంగా, సార్వభౌమాధికారం స్థాపించబడిన తర్వాత, **[దానికి వ్యతిరేకంగా తిరుగుబాటు చేసే ప్రతి ఒక్కరూ నాశనం చేయబడాలి!].**

అతను[68] శాసనసభ, న్యాయవ్యవస్థ మరియు కార్యనిర్వాహక అధికారాలన్నింటినీ సార్వభౌమాధికారికి అప్పగిస్తాడు. అతను వ్రాశాడు - "ప్రభావవంతంగా ఉండాలంటే, సార్వభౌమాధికారం అపరిమితంగా ఉండాలి, బదిలీ చేయబడదు మరియు అవిభాజ్యమైనది. వాస్తవానికి, అపరిమిత శక్తి గందరగోళానికి దారి తీస్తుంది, కానీ దానిలోని చెత్త కూడా అంతర్యుద్ధం లేదా అరాచకం వలె చెడ్డది కాదు.

పేజీ 174 (109)

అతని దృష్టిలో, రాచరికం, ఒలిగార్కీ లేదా ప్రజాస్వామ్యం మధ్య అధికారంలో తేడా లేదు.

సాధారణ శాంతి మరియు భద్రతకు సంబంధించి వారి విజయాలు వారు పాలించే ప్రజలు లేదా ప్రజల విధేయతపై ఆధారపడి ఉంటాయి. ఇప్పటికీ అతనికి 'రాచరికం' అంటే చాలా ఇష్టం. అతని అభిప్రాయం ప్రకారం 'పరిమిత రాచరికం' ఉత్తమమైనది. కానీ సార్వభౌమాధికారి మతపరమైన మరియు పౌర వ్యవహారాలను నియంత్రించాలని మరియు శాంతి భద్రతల నిర్వహణకు ఏ సూత్రాలు అనుకూలంగా ఉంటాయో కూడా పరిగణించాలని అతను నొక్కి చెప్పాడు.

అందువల్ల, ఇది సార్వభౌమాధికారం యొక్క స్పష్టమైన మరియు చట్టబద్ధమైన సూత్రాన్ని సమర్థిస్తుంది, అయితే అదే సమయంలో రాజు లేదా సార్వభౌమాధికారాన్ని సృష్టించే సామాజిక ఒప్పందం యొక్క భావనను కలిగి ఉంటుంది.

స్పినోజా[69]: (1677)

(మనిషి యొక్క సంఘవిద్రోహము)

తన రచన ట్రాక్టేట్ పాలిటిక్స్ (1677)లో అతను ప్రారంభంలో మానవులకు అన్ని విషయాలపై సమాన హక్కులు ఉన్నాయని, కాబట్టి ప్రకృతి స్థితి యుద్ధ స్థితి అని నమ్ముతాడు. పురుషులు, వారి మనస్సాక్షి ద్వారా ప్రేరణ పొందారు, పౌర

---

[68] హాబ్స్

[69] స్పినోజా (1432-1677): డెస్కార్టెస్ చేత ప్రభావితమైన డచ్ తత్వవేత్త. తన పుస్తకం ఎథిక్స్ (1677)లో అతను మానవ జీవితం భగవంతునితో (లేదా ప్రకృతి) నింపబడిందనే ఆలోచనను వ్యక్తం చేశాడు. అసాధారణ అభిప్రాయాల కారణంగా 1656లో అతని అసలు శాఖ నుండి బహిష్కరించబడ్డాడు.

ప్రభుత్వాన్ని స్థాపించడానికి వారి బలగాలను కలిపారు. మానవులకు నిరంకుశ శక్తి ఉంది కాబట్టి, ఈ నిరాకరణ ద్వారా స్థాపించబడిన సార్వభౌమాధికారం కూడా నిరంకుశ శక్తి. అతని దృష్టిలో 'రైట్', 'పవర్' రెండూ ఒకటే. అందువల్ల, అధికారంతో ఆయుధాలు పొందిన తరువాత, సార్వభౌమాధికారం ఉన్న పాలకుడు స్వయంచాలకంగా అన్ని హక్కులను పొందుతాడు. అందువలన అతను 'సంపూర్ణవాదం' మద్దతు.

పఫెండర్:[70] (1672)

(లా ఆఫ్ నేచర్ అండ్ నేషన్స్)[71]

అతని దృష్టిలో, మనిషి ఒక సామాజిక జంతువు, అతను కుటుంబం మరియు ప్రశాంతమైన జీవితం పట్ల సహజమైన మొగ్గు కలిగి ఉంటాడు.

ఒక మనిషి వల్ల మరొకరికి కలిగే హాని అనుభవమే ఈ విధంగా ఏర్పడిన పౌర ప్రభుత్వానికి ప్రేరణ - 1. ఉమ్మడి రాష్ట్రాన్ని ఏర్పాటు చేయడానికి కొంతమంది మధ్య ఏకగ్రీవ పరస్పర ఒప్పందం ద్వారా, 2. సమ్మతి ద్వారా మెజారిటీ ఒక నిర్దిష్ట పాలకుడిని అధికారంలో ఉంచాలనే ప్రతిపాదన ద్వారా, 3. ప్రభుత్వం మరియు ప్రజల మధ్య ఒప్పందం ద్వారా ప్రభుత్వం పాలించాలి మరియు ప్రజలు చట్టబద్ధమైన ఆదేశాలను పాటించాలి.

పేజీ 175 (110)

తాళం-

(సివిల్ ప్రభుత్వం యొక్క రెండు సూత్రాలు - 1690)

"ఏ మనిషికి సహజంగా పాలించే హక్కు లేదు."

అతను ప్రకృతి స్థితిని, అంటే అధికారం మరియు ఆధిపత్యంలో స్వేచ్ఛ మరియు సమానత్వం యొక్క స్థితిని చిత్రీకరిస్తాడు, ఇది సహజ చట్టం లేదా కారణానికి మాత్రమే లోబడి ఉంటుంది, ఇది ఒకరినొకరు జీవితం, ఆరోగ్యం, స్వేచ్ఛ మరియు ఆస్తికి హాని కలిగించకుండా కాపాడుతుంది . నిషేధం లేదా పరిహారం రూపంలో శిక్ష విధించే హక్కు ప్రతి వ్యక్తి చేతిలో ఉంది.

సహజ స్థితి!

"ప్రకృతి స్థితి అంటే ప్రజలు తమలో తాము నిర్ణయించుకునే హక్కుతో, ఏ ఒక్క సార్వత్రిక పాలకుడు లేకుండా కలిసి జీవించడం."

---

[70] లేదా శామ్యూల్ బారన్ వాన్ (1632-1644): జర్మన్ న్యాయవాది మరియు చరిత్రకారుడు. అతని ఆలోచన రాష్ట్ర చట్టాలు సహజ చట్టంలో చేర్చబడ్డాయి.

[71] బహుశా పుస్తకం యొక్క ఆంగ్ల శీర్షిక.

వ్యక్తిగత ఆస్తి !

"ప్రతి వ్యక్తికి ఆస్తిని కలిగి ఉండటం మరియు సహజ పదార్థాలపై తన స్వంత శ్రమ ఉత్పత్తులను స్వంతం చేసుకోవడం సహజ హక్కు. ఒక మనిషి దున్నగల, విత్తిన, మెరుగుపరచగల మరియు వ్యవసాయానికి ఉపయోగించగల భూమి మరియు దాని నుండి అతను ఉపయోగించగల ఉత్పత్తులే అతని ఆస్తి

ఆస్తి మరియు పౌర సమాజం!

అతని ప్రకారం **"ఆస్తి" అనేది "పౌర సమాజం"** యొక్క పూర్వస్థితి.

పౌర సమాజానికి మూలం!

కానీ ప్రజలు ఒక రకమైన బెదిరింపు మరియు భయంతో జీవించినట్లు అనిపిస్తుంది మరియు అందువల్ల వారు పౌర స్వేచ్ఛకు అనుకూలంగా తమ సహజ స్వేచ్ఛను త్యాగం చేశారు. సంక్షిప్తంగా, అవసరం, సౌలభ్యం మరియు వంపు ప్రజలను సమాజంలో చేరేలా చేసింది.

పౌర సమాజానికి నిర్వచనం!

ఒక సంస్థగా వ్యవస్థీకృతమై, విశ్వవ్యాప్తంగా ఆమోదించబడిన చట్టం మరియు అప్పీలు చేసుకునే ట్రిబ్యునల్‌ను కలిగి ఉన్నవారు మరియు తమ మధ్య వివాదాలను పరిష్కరించుకునే మరియు దోషులను శిక్షించే అధికారం ఉన్న వ్యక్తులు పౌర సమాజంలో ఉంటారు.

ఒప్పందం

ఇతరులపై విజయం ప్రభుత్వానికి 'మూలం' కాదు. ఏదైనా చట్టబద్ధమైన ప్రభుత్వానికి సమ్మతి మూలం మరియు కావచ్చు.

చట్టాన్ని రూపొందించే అసెంబ్లీకి ప్రజల జీవితం, స్వేచ్ఛ మరియు ఆస్తిపై పూర్తిగా ఏకపక్ష అధికారం లేదు, ఎందుకంటే సమాజం యొక్క రాజ్యాంగానికి ముందు వ్యక్తిగత సభ్యులు కలిగి ఉన్న ఉమ్మడి అధికారం మాత్రమే దీనికి ఉంది మరియు వారు వారి ప్రత్యేకించి మరియు కేటాయించారు. పరిమిత ప్రయోజనాల కోసం.

చట్టం

"చట్టం యొక్క లక్ష్యం స్వేచ్ఛను నాశనం చేయడం లేదా పరిమితం చేయడం కాదు, దానిని సురక్షితంగా మరియు విస్తరించడం."

శాసన సభ

శాసనసభ అనేది కొన్ని ప్రయోజనాల కోసం విశ్వసించే అధికారం మాత్రమే, అది తనపై ఉన్న నమ్మకాన్ని ఉల్లంఘిస్తే ప్రజలు రద్దు చేయవచ్చు లేదా మార్చవచ్చు.

ప్రజల సార్వభౌమాధికారమే పరమావధి!

అందువల్ల సర్వోన్నత అధికారం లేదా సర్వోన్నత సార్వభౌమాధికారం ఎల్లప్పుడూ ప్రజల వద్దనే ఉంటుంది, అయితే ప్రభుత్వం రద్దు చేయబడే వరకు అది దానిని ఉపయోగించదు.

పేజీ 176 (111)

లెజిస్లేచర్ మరియు ఎగ్జిక్యూటివ్

వ్యక్తిగత ప్రయోజనాలపై ఉమ్మడి ప్రయోజనాలను త్యాగం చేయకుండా **నిరోధించడానికి**, శాసనసభ మరియు కార్యనిర్వాహక అధికారాలు వేర్వేరు చేతుల్లో ఉండటం మరియు కార్యనిర్వాహక వర్గం శాసనసభకు అధీనంలో ఉండటం అవసరం.

ఈ రెండు అధికారాలు ఒకే సంపూర్ణ చక్రవర్తికి అప్పగించబడిన చోట, పౌర ప్రభుత్వం ఉండదు, ఎందుకంటే రాజు మరియు అతని పౌరుల మధ్య విశ్వవ్యాప్తంగా ఆమోదించబడిన న్యాయపరమైన అధికారం లేదు.

స్వేచ్ఛా సమాజాలలో రాష్ట్రాలు, ప్రజాస్వామ్యం, ఒలిగార్కి లేదా ఎన్నుకోబడిన రాచరికం మరియు మిశ్రమ రూపాల వ్యవస్థలు ఉన్నాయి.

విప్లవ హక్కు!

"ఒప్పందం పట్ల తన బాధ్యతను నెరవేర్చడంలో ప్రభుత్వం విఫలమైనప్పుడు, అంటే వ్యక్తిగత హక్కులను పరిరక్షించడంలో, విప్లవం సమర్థించబడుతుంది."

రష్యా[72]

సమానత్వం - ఏ మనిషి మరొకరిని కొనగలిగేంత ధనవంతుడు కాకూడదు, అలాగే ఏ మనిషి కూడా తనను తాను అమ్ముకోవాల్సినంత పేదవాడు కాకూడదు. స్థూల అసమానతలు నిరంకుశత్వానికి మార్గం సుగమం చేస్తాయి.

ఆస్తి మరియు పౌర సమాజం - ఒక భూమిని చుట్టుముట్టాలని ఆలోచించి, 'ఇది నాది' అని చెప్పి, సాధారణ ప్రజలను నమ్మిన మొదటి వ్యక్తి పౌర సమాజానికి నిజమైన స్థాపకుడు.

ఈ మోసాన్ని ఎవరైనా బయటపెట్టి, భూమి ఎవరి సొత్తు కాదని, దాని ఫలాలు అందరికీ చెందుతాయని ప్రకటించి ఉంటే, మానవజాతి ఇన్ని యుద్ధాలు, నేరాలు మరియు భయాందోళనలకు గురికావలసి వచ్చేది కాదు.

పేజీ 177 (112)

"ధ్యానం చేసే మనిషి దుష్ట జీవి."[73]

---

[72] ఒరిజినల్‌లో గుర్తించబడింది, నోట్‌బుక్ p చూడండి. నం. 118 (91)కి సూచన.

[73] బహుశా రూసో నుండి కోట్ కావచ్చు

పౌర చట్టం

బలహీనుల అణచివేతను మరియు అందరిలోని అభద్రతాభావాన్ని ఎత్తి చూపుతూ, ధనవంతులు తెలివిగా అందరికీ యాజమాన్యానికి హామీ ఇవ్వడానికి న్యాయం మరియు శాంతి నియమాలను రూపొందించారు మరియు చట్టాలను అమలు చేయడానికి ఒక అత్యున్నత పాలకుడిని స్థాపించారు.

నిస్సందేహంగా ఈ విధంగానే సమాజం మరియు చట్టాలు ఉద్భవించి ఉండాలి, ఇవి పేదలకు కొత్త దిశను మరియు సంకెళ్లను అందించాయి మరియు ధనవంతులకు కొత్త శక్తిని అందించాయి, చివరకు సహజ స్వేచ్ఛను నాశనం చేశాయి మరియు కొంతమంది ప్రతిష్టాత్మక వ్యక్తుల ప్రయోజనం కోసం శాశ్వతంగా స్థిరపడ్డాయి ఆస్తి మరియు అసమానత చట్టం, మోసపూరిత దోపిడీని విడదీయరాని హక్కుగా మార్చింది మరియు తద్వారా మొత్తం మానవ జాతిని శ్రమ, బానిసత్వం మరియు కష్టాలకు ఎప్పటికీ తగ్గించింది.[74]

అసమానతలు

కానీ కొద్దిమంది ప్రజలు అపారమైన సంపదను అనుభవిస్తూనే ఉండటం సహజ చట్టానికి పూర్తిగా విరుద్ధం, అయితే విస్తారమైన ఆకలితో ఉన్న జనాభా జీవితానికి అవసరమైన వస్తువుల కోసం ఆరాటపడుతోంది.[75]

పేజీ 178 (113)

అతని సృష్టి యొక్క విధి

అమేలీ మరియు లాచైల్ కాంట్రాక్ట్ రెండూ 1762లో ప్రచురించబడ్డాయి, మొదటిది పారిస్‌లో కాల్చివేయబడింది, రూసో తృటిలో అరెస్టు నుండి తప్పించుకున్నాడు, తరువాత రెండు పుస్తకాలు అతని జన్మస్థలమైన జెనోవాలో బహిరంగంగా కాల్చబడ్డాయి, అక్కడ అతను మరింత ప్రసిద్ధి చెందాడు. రాజు సార్వభౌమాధికారం నుండి ప్రజల సార్వభౌమాధికారం వరకు

రూసో ఐక్యత మరియు కేంద్రీకరణ యొక్క ఫ్రెంచ్ భావాలను నిర్వహిస్తుంది;

అయితే పదిహేడవ శతాబ్దంలో రాష్ట్రం (లేదా సార్వభౌమాధికారం) రాచరికంతో కలిసిపోయింది. 18వ శతాబ్దంలో

రూసో ప్రభావం కారణంగా, ఇది ప్రజలలో అంతర్లీనంగా అర్థం చేసుకోవడం ప్రారంభమైంది.

ఒప్పందం

ఒప్పందం ద్వారా ప్రజలు పౌర స్వేచ్ఛ మరియు నైతిక స్వేచ్ఛ కోసం సహజ స్వేచ్ఛను మార్పిడి చేసుకుంటారు.[76]

---

[74] రూసో: సామాజిక ఒప్పందం.

[75] ఐబిడ్.

[76] మరియు.

మొదటి యాజమాన్యం యొక్క హక్కు

అస్తి హక్కు - దాని సమర్థన క్రింది షరతులపై ఆధారపడి ఉంటుంది - (ఎ) భూమి జనావాసాలు లేనిది, (బి) ఒక మనిషి తన జీవనోపాధికి అవసరమైనంత ప్రాంతాన్ని మాత్రమే ఆక్రమించాడు; (సి) అతను కేవలం ఖాళీ లాంఛనప్రాయం ద్వారా కాదు, కష్టపడి మరియు వ్యవసాయం రూపంలో జోక్యం చేసుకుంటాడు.[77]

పేజీ 179 (114)

మతం- రూసో కూడా మతాన్ని సార్వభౌమాధికారుల నిరంకుశత్వంలో ఉంచుతుంది.

***

ఉపోద్ఘాతం[78] - ఈనాటి ప్రజలను దృష్టిలో ఉంచుకుని, చేయగలిగే చట్టాలను దృష్టిలో ఉంచుకుని, పౌర వ్యవహారాల నిర్వహణకు కొన్ని న్యాయమైన మరియు ఖచ్చితమైన నియమాలను ఏర్పాటు చేయడం సాధ్యమేనా అని నేను విచారించాలనుకుంటున్నాను...!రాజకీయాలపై రాసేటప్పుడు నేనేం రాజునా, చట్ట నిర్మాతనా అని అడగవచ్చు. నా సమాధానం నేను కాదు. నేనలా వుంటే ఏం చెయ్యాలి అని టైం వేస్ట్ చేసుకోకుండా చేసేది లేక మౌనంగా వుండేదాన్ని.

***

మనిషి పుట్టుకతో స్వేచ్ఛగా ఉన్నాడు కానీ ప్రతిచోటా సంకెళ్లలో ఉంచబడ్డాడు.[79]

***

బానిసత్వపు కాడిని బలవంతంగా విసిరివేయడం!

ప్రజలు బలవంతంగా విధేయత చూపినంత కాలం మరియు వారు కట్టుబడి ఉన్నంత కాలం అది మంచిదని నేను చెప్పాలనుకుంటున్నాను; కానీ వారు ఎంత త్వరగా ఈ కాడిని విసిరివేయగలిగితే అంత మంచిది; కారణం ఏమిటంటే, ప్రజలు తమ స్వేచ్ఛను తమ నుండి తీసివేసిన అదే అధికారం (అంటే అధికారం) ద్వారా తిరిగి తీసుకుంటే, వారు అలా చేయడం సమర్థించబడతారు లేదా వారి నుండి తీసివేయడానికి ఎటువంటి సమర్థన లేదు.

---

[77] సామాజిక ఒప్పందం ఆధారంగా.

[78] రూసో: సోషల్ కాంట్రాక్ట్ పరిచయం నుండి.

[79] సోషల్ కాంట్రాక్ట్ నుండి రూసో యొక్క ప్రసిద్ధ కోట్. 3. మూలం అస్పష్టంగా ఉంది, బహుశా రష్యన్ లేదా డిడెరోట్.

పేజీ 180 (115)

బలం

"హింస ద్వారా పొందిన శక్తి కేవలం అధికారాన్ని స్వాధీనం చేసుకుంటుంది, మరియు దానిని ఆజ్ఞాపించే వ్యక్తి యొక్క శక్తి దానిని విశ్వసించే వారి శక్తిపై ఆధిపత్యం చెలాయించినంత కాలం మాత్రమే అది ఉనికిలో ఉంటుంది మరియు దానిని విశ్వసించే వారి శక్తి గరిష్టంగా మారినప్పుడు మరియు వారు నిజమైన కాడిని విసిరివేసినప్పుడు, వారు అలా చేస్తారు. వారిపై ఏ అధికారం విధించారో, అదే అధికారంతో, న్యాయం చేస్తారు. అధికారం హక్కును ఇచ్చే అదే చట్టం (అధికారం), తరువాత దానిని కూడా తీసివేస్తుంది; ఇది అత్యంత శక్తివంతమైన చట్టం."

డిడెరోట్-ఎన్సైక్లోపీడియా[80]

"శక్తి"

బానిసలు తమ బంధాలలో ఉన్న ప్రతిదాన్ని కోల్పోతారు, వారి నుండి విముక్తి పొందాలనే కోరిక కూడా.[81]

***

అత్యంత శక్తివంతమైన హక్కులు

"అధికారంలో ఉన్నవారికి కట్టుబడి ఉండండి. అధికారానికి తలవంచడం అంటే, ఈ ఆదేశం మంచిదే కానీ అనవసరం; అది ఎప్పటికీ ఉల్లంఘించబడదని నేను చెప్తున్నాను. [82]

***

బానిసత్వం హక్కు

- “లొంగదీసుకున్న వ్యక్తులు వారి ఆస్తిని కూడా లాక్కునే షరతుపై వారి గుర్తింపులను వదులుకోవాలా? వారికి ఏమి మిగులుతుందో నాకు అర్థం కావడం లేదు?"
- “నిరంకుశ పాలకుడు తన పాలనలో పౌర శాంతిని నిర్ధారిస్తాడని చెప్పవచ్చు. ఇది కేసు కావచ్చు; కానీ అతని ఆశయాలు వారిపై విధించే యుద్ధాలు, మరియు అతని తృప్తి చెందని ద్వేషం మరియు అతని పరిపాలన యొక్క దౌర్జన్యం, వారి స్వంత శత్రుత్వం కంటే వారిని ఎక్కువగా చికాకుపెడుతుంటే, దాని నుండి వారు ఏమి పొందుతారు?

---

[80] డెనిస్ డిడియర్ (1713-1784) - జ్ఞానోదయం యొక్క ఫ్రెంచ్ తత్వవేత్త. ఎన్సైక్లోపీడియా యొక్క ఎడిటర్-ఇన్-చీఫ్. రూసో మరియు వోల్టైర్‌లతో పాటు, ఫ్రెంచ్ విప్లవం యొక్క సైద్ధాంతిక పునాదిని సిద్ధం చేయడంలో అతను ప్రధాన పాత్ర పోషించాడు.

[81] మరియు.

[82] మరియు.

పేజీ 181 (116)

- "ఒక మనిషి తనను తాను ఏమీ లేకుండా వదులుకుంటాడని చెప్పడం పూర్తిగా అసంబద్ధం మరియు ఊహించలేనిది." ఈ రకమైన విషయం, ఒక మనిషి అయినా, మరొక మనిషి అయినా భారతదేశాన్ని ఉద్దేశించి చేసినా లేదా దేశాన్ని ఉద్దేశించి ప్రసంగించినా, అది ఎప్పుడూ మూర్ఖత్వంగానే పరిగణించబడుతుంది.
- "నేను మీతో పూర్తిగా మీ ఖర్చుతో మరియు పూర్తిగా నా ప్రయోజనం కోసం ఒక ఒప్పందాన్ని కుదుర్చుకుంటాను మరియు నాకు కావలసినంత కాలం నేను దానిని ఉంచుతాను మరియు నేను కోరుకున్నంత కాలం మీరు దానిని ఉంచుతారు."[83]

సమానత్వం

మీరు రాష్ట్రానికి స్థిరత్వాన్ని అందించాలనుకుంటే, ఈ రెండు తీవ్రతలను వీలైనంత దగ్గరగా తీసుకురండి. ధనవంతులను లేదా యాచకులను సహించవద్దు. సహజంగా ఒకదానికొకటి విడదీయలేని ఈ రెండు పరిస్థితులు సాధారణ సంక్షేమానికి సమానంగా ప్రమాదకరం - ఒక వర్గం నిరంకుశవాదులను ఉత్పత్తి చేస్తుంది, మరొక తరగతి నిరంకుశానికి మద్దతుదారులను ఉత్పత్తి చేస్తుంది. ఈ రెండింటి మధ్య ప్రజా స్వాతంత్ర్య వ్యాపారం ఎప్పుడూ జరుగుతూనే ఉంటుంది – ఒకరు కొనడం, మరొకరు అమ్మడం. [84]

పేజీ 182 (117)

వడగళ్ళు కొన్ని ప్రాంతాలను నాశనం చేస్తాయి, కానీ అరుదుగా కరువులు ఏర్పడతాయి. అల్లర్లు మరియు అంతర్యుద్ధాలు చాలా సాధారణ ప్రజలను దిగ్భ్రాంతికి గురి చేస్తాయి; నిరంకుశంగా ఎవరు పరిపాలించాలనే దానిపై వివాదం ఉన్నంత వరకు అవి దేశాలకు నిజమైన ముప్పును కలిగి ఉండవు. వారి నిజమైన శ్రేయస్సు లేదా విపత్తులు వారి శాశ్వత పరిస్థితుల నుండి ఉత్పన్నమవుతాయి. ప్రతిదీ షూ కింద చూర్ణం చేసినప్పుడు, అప్పుడు ప్రతిదీ నాశనం; అప్పుడు ఈ పాలకులు, తీరికగా ప్రతిదీ నాశనం చేసిన తర్వాత, చనిపోయిన నిశ్శబ్దాన్ని సృష్టిస్తారు, దానిని వారు శాంతి అని పిలుస్తారు.

(పేజీ 176)[85]

---

[83] బహుశా డిడెరోట్ నుండి ఒక కోట్.

[84] మరియు.

[85] మూలం తెలియదు, బహుశా డిడెరోట్ లేదా రూసో.

పేజీ 183 (118)

ఫ్రెంచ్ విప్లవం[86]

అమెరికా- అమెరికా స్వాతంత్ర్య యుద్ధం ఫ్రాన్స్ (1776) పరిస్థితిపై భారీ ప్రభావాన్ని చూపింది.

పన్ను- 'రాజు' పేరుతో న్యాయస్థానం లేదా మంత్రివర్గం ఏకపక్షంగా పన్నులు విధించింది. శాసనాలను సిద్ధం చేసి, వాటిని రికార్డ్ చేయడానికి[87] పార్లమెంటుకు పంపారు, ఎందుకంటే పార్లమెంటు వాటిని నమోదు చేస్తే తప్ప, అవి అమలులోకి రాలేవు. న్యాయస్థానం వాదన ఏమిటంటే, పార్లమెంటు అధికారంపై అభ్యంతరం చెప్పడానికి కారణాలు మరియు

ఎటువంటి అధికారం లేదు, అయితే అతను (అంటే కోర్టు లేదా మంత్రివర్గం) కారణాలు చెల్లుబాటు అయ్యేవా లేదా కాదా అని నిర్ణయించుకునే హక్కును కలిగి ఉన్నాడు మరియు తదనుగుణంగా అతను తన కోరిక ప్రకారం ఆర్డర్‌ను ఉపసంహరించుకోవచ్చు లేదా అధికారికంగా దానిని రద్దు చేయవచ్చు అధికారిక నమోదు.

మరోవైపు, తిరస్కరించే హక్కు పార్లమెంటుకు ఉందని పేర్కొంది. మంత్రి ఎం. కలోన్నే కరెన్సీ కావాలి. పన్నుల విషయంలో పార్లమెంటు[88] కఠిన వైఖరి గురించి ఆయనకు తెలుసు. అతను "అసెంబ్లీ ఆఫ్ నోటబుల్స్"[89] (1787) రాశాడు.

ఇది ఎన్నుకోబడిన రాష్ట్ర-జనరల్[90] కాదు, కానీ దాని సభ్యులందరూ రాజుచే నామినేట్ చేయబడ్డారు మరియు మొత్తం 141 మంది సభ్యులను కలిగి ఉన్నారు. అప్పుడు కూడా ఆయనకు మెజారిటీ మద్దతు లభించలేదు. అనంతరం 7

---

[86] ఫ్రెంచ్ విప్లవం గురించి భగత్ సింగ్ రాసిన ఈ గమనికల మూలం తెలియదు

[87] పార్లమెంట్: వాస్తవానికి, ఇది ఎన్నికైన ప్రతినిధుల సంఘం కాదు, రాజుకు సలహాదారుల సంఘం. ఒక శరీరం లేదా సమావేశం ఉండేది.

[88] చార్లెస్ అలెగ్జాండ్రే డి కలోన్నే (1734–1802), ఫ్రెంచ్ రాజకీయ నాయకుడు, అతను నవంబర్ 1783లో ఆర్థిక మంత్రి అయ్యాడు.

[89] ప్రముఖుల సభ: రాష్ట్ర ఖజానా ఖాళీ కావడంతో, ఆర్థిక మంత్రి కాలన్ రాజ ఖజానా కోసం రుణం తీసుకోవాలనుకున్నాడు, కానీ పార్లమెంటు దానిని ఆమోదించలేదు. అప్పుడు అతను అంతర్గత కస్టమ్స్ సుంకాలను రద్దు చేయాలని మరియు ప్రముఖులు మరియు మతాధికారులపై పన్నులు విధించాలని రాజుకు సలహా ఇచ్చాడు. ఇందుకోసం 1787 జనవరిలో ప్రముఖుల సభను పిలిచారు. అయితే తమ అధికారాలను తగ్గించడాన్ని వ్యతిరేకిస్తూ ఉన్నతవర్గాలు నిరసన తెలిపాయి.

[90] స్టేట్స్ జనరల్: ఇది కులీనులు, మతాధికారులు మరియు బూర్జువాల నుండి ఎన్నుకోబడిన ప్రతినిధుల సభ.

కమిటీలుగా విభజించారు. ఒక్కో కమిటీలో 20 మంది సభ్యులున్నారు. ప్రతి ప్రశ్నను కమిటీలలో మెజారిటీ మరియు అసెంబ్లీలోని కమిటీలలో మెజారిటీ ద్వారా నిర్ణయించారు. అతను విశ్వసించే ప్రతి కమిటీలో నలుగురు లేదా 11 మంది సభ్యులు ఉండేలా ప్రయత్నించాడు. కానీ అతని వ్యూహాలు కూడా విఫలమయ్యాయి.

పేజీ 184 (119)

మరొక కమిటీకి ఉపాధ్యక్షుడు.[91] ఎం. కలోన్ రాజకీయ భూములను రెండు మిలియన్ లీవ్‌లకు అమ్మేశారని ఆరోపించారు. అతను దానిని లిఖిత రూపంలో కూడా సమర్పించాడు. కొంతకాలం తర్వాత. కలోన్నే తొలగించబడ్డాడు.

టౌలౌస్ ఆర్చ్ బిషప్ ప్రధాన మంత్రి మరియు ఆర్థిక మంత్రిగా నియమితులయ్యారు. అతను పార్లమెంటు ముందు రెండు రకాల పన్నులను ప్రతిపాదించాడు, స్టాంపు పన్ను మరియు ఒక రకమైన భూమి పన్ను. దీనిపై పార్లమెంటు బదులిస్తూ..

"దేశం ఇప్పటివరకు సమర్థించిన ఆదాయంతో, పన్నులను తగ్గించడానికి తప్ప మరే ఇతర ప్రయోజనాల కోసం చర్చించకూడదు."

మరియు ఆ రెండు ప్రతిపాదనలను ఎంచుకొని చెత్తబుట్టలో పడేశాడు. ఆ తర్వాత ఆయనను వెరసి పిలిపించి, అక్కడ రాజు 'ఏ బెడ్ ఆఫ్ జస్టిస్' పేరుతో ప్రత్యేక సమావేశాన్ని నిర్వహించి ప్రతిపాదనలను రికార్డు చేశారు. పార్లమెంటు పారిస్‌కు తిరిగి వచ్చింది. అక్కడ సదస్సు నిర్వహించారు. వెరసి చేపట్టిన ప్రతి చర్య చట్టవిరుద్ధమని పేర్కొంటూ ప్రవేశాన్ని రద్దు చేయాలని ఆదేశించింది. అప్పుడు అందరికీ 'లెటర్ డి కాచెట్స్' అనే రాజ శాసనం జారీ చేయబడింది మరియు

---

[91] మార్క్రివాస్ డి లఫాయెట్ (1757-1834): అమెరికన్ స్వాతంత్ర్య యుద్ధం మరియు ఫ్రెంచ్ విప్లవంలో పాల్గొన్నారు. అతను ఫ్రెంచ్ సైన్యానికి కల్నల్ (1779) మరియు తరువాత మేజర్ జనరల్ (1781) అయ్యాడు; 1790లో అతను నేషనల్ గార్డ్ ఆఫ్ పారిస్ యొక్క కల్నల్ జనరల్‌గా పదోన్నతి పొందాడు మరియు విప్లవం యొక్క ప్రారంభ దశలలో చాలా చురుకైన పాత్ర పోషించాడు. కానీ 1792 లో, అతను రాజ్యాంగ రాచరికానికి మద్దతు ఇచ్చినందున, అసెంబ్లీ అతన్ని దేశద్రోహిగా ప్రకటించి బహిష్కరించింది. అతని ప్రవాస సమయంలో కూడా, అతని విప్లవాత్మక పాత్ర కారణంగా, అతను ప్రష్యా, జర్మనీ మరియు ఆస్ట్రియా జైళ్లలో 5 సంవత్సరాలు ఖైదు చేయబడ్డాడు మరియు నెపోలియన్ బోనపార్టే జోక్యంతో మాత్రమే, అతను జైలు నుండి విడుదలయ్యాడు మరియు 1799లో ఫ్రాన్స్‌కు తిరిగి వచ్చాడ

అందరినీ బహిష్కరించారు. ఆ తర్వాత తిరిగి పిలిచారు. ఆపై అదే ఉత్తర్వులను వారి ముందు ఉంచారు.

పేజీ 185 (120)

అప్పుడు స్టేట్స్ జనరల్ సమావేశాన్ని పిలవాలనే ప్రశ్న తలెత్తింది. దీనికి రాజు పార్లమెంటుకు హామీ ఇచ్చారు. కానీ కేబినెట్ అభ్యంతరం వ్యక్తం చేస్తూ 'ఫుల్ కోర్టు' ఏర్పాటుకు కొత్త ప్రతిపాదన చేసింది. కానీ అది రెండు కారణాలపై వ్యతిరేకించబడింది - మొదటిది, సూత్రప్రాయంగా ప్రభుత్వానికి తనను తాను మార్చుకునే హక్కు లేదు. అలాంటి ఉదాహరణ హానికరం. రెండవ నిరసన నిరసన యొక్క స్వభావానికి సంబంధించి, ఇది విస్తరించిన మంత్రివర్గం కంటే మరేమీ కాదని వాదించారు.

అందుకే ఈ ప్రతిపాదనను పార్లమెంటు తిరస్కరించింది. అప్పుడు అతన్ని సాయుధ బలగాలు చుట్టుముట్టాయి. ఈ ముట్టడి చాలా రోజులు కొనసాగింది. అయినా పార్లమెంటు తన వైఖరిపై మొండిగా ఉంది. అప్పుడు దాని సభ్యులలో చాలా మందిని అరెస్టు చేసి వివిధ జైళ్లకు పంపారు.

దీనిపై నిరసన తెలిపేందుకు బ్రిటనీ నుంచి ఒక ప్రతినిధి బృందం వచ్చింది. దాని సభ్యులను బస్తియా (జైలు)కు పంపారు.

'ప్రముఖుల అసెంబ్లీ' మళ్లీ సమావేశమై, 1614లో ఆమోదించిన స్టేట్స్ జనరల్‌ను సమావేశపరిచే పద్ధతినే అనుసరించాలని నిర్ణయించారు. మొత్తం 1200 మంది సభ్యులలో 600 మందిని సాధారణ ప్రజల నుండి, 300 మంది మతాధికారుల నుండి మరియు 300 మంది ఉన్నత వర్గం నుండి ఎన్నుకోబడాలని పార్లమెంటు నిర్ణయించింది.

మే 1789లో "స్టేట్స్ జనరల్"[92] సమావేశమైంది. ప్రభువులు మరియు మతాధికారుల ప్రతినిధులు దీనితో ప్రారంభించార వేర్వేరు గదుల్లో కూర్చున్నారు.

పేజీ 186 (121)

మూడవ వర్గం, లేదా సామాన్య ప్రజల ప్రతినిధులు, మతాధికారులు మరియు ప్రభువుల యొక్క ఈ అధికారాన్ని అంగీకరించడానికి నిరాకరించారు మరియు

---

[92] స్టేట్స్ జనరల్ - ఇది 175 సంవత్సరాల సుదీర్ఘ విరామం తర్వాత మే 1789లో సమావేశమైంది. ఖజానా ఖాళీగా ఉన్నందున, చక్రవర్తి లూయిస్ XIV ఫ్యూడల్ ప్రభువులు, చర్చి మరియు బూర్జువా ప్రతినిధుల ఈ సమావేశాన్ని పిలవవలసి వచ్చింది. మొదటి రెండు వర్గాలకు చెందిన 300-300 మంది ప్రతినిధులు, మూడో వర్గానికి రెండింతలు ప్రతినిధులు వచ్చారు. ఇది త్వరలోనే కొత్త రాజకీయ పోరాటానికి కేంద్రంగా మారింది. ప్రజాప్రతినిధులు ముందుకొచ్చి తమ చేతుల్లోకి తీసుకున్నారు. ఫ్రెంచ్ విప్లవం యొక్క తుఫాను సంఘటనలు

తమను తాము 'జాతి ప్రతినిధులు' అని ప్రకటించుకున్నారు, తమ ఛాంబర్‌లో కలిసి కూర్చున్న జాతీయ ప్రతినిధులను తప్ప మరే ఇతర హోదా ఉన్నవారిని అంగీకరించడానికి నిరాకరించారు. సభ్యుని యొక్క ఏ హక్కులను అంగీకరించడానికి కూడా నిరాకరించారు. ఈ విధంగా స్టేట్స్ జనరల్ స్వయంగా 'నేషనల్ అసెంబ్లీ'గా మారింది. అతను ఇతర గదులకు ఆహ్వానాలు పంపాడు. చాలా మంది మతాచార్యుల ప్రతినిధులు అతనితో చేరారు. ఎలైట్ క్లాస్‌లోని 45 మంది సభ్యులు అతనితో చేరారు, తర్వాత వారి సంఖ్య 80కి పెరిగింది మరియు తరువాత మరింత పెరిగింది.

పేజీ 187 (122)

టెన్నిస్ కోర్టు ప్రమాణం

కులీనుల మరియు మతాధికారుల దుష్ట అంశాలు జాతీయ అసెంబ్లీని పడగొట్టాలని కోరుకున్నారు. మంత్రివర్గంతో కుమ్మక్కయ్యాడు. జాతి ప్రతినిధుల సమక్షంలో గది తలుపులు మూసి అంగరక్షకుడు కాపలా కాశారు. అప్పుడు వారు టెన్నిస్ కోర్టుకు వెళ్లారు మరియు అక్కడ అందరూ కలిసి రాజ్యాంగాన్ని స్థాపించే వరకు విడిపోమని ప్రమాణం చేశారు.

బాస్టియన్ [93]

మరుసటి రోజు అతని కోసం గది తలుపు మళ్ళీ తెరవబడింది. అయితే రహస్యంగా 30 వేల మంది సైన్యాన్ని ప్యారిస్‌ని చుట్టుముట్టేందుకు పంపారు. పారిస్‌లోని నిరాయుధ గుంపు బాస్టియాపై దాడి చేసింది, బాస్టియా పడిపోయింది.

జూలై 14, 1789

* * *

వెర్సైల్లెస్:[94]

అక్టోబర్ 5, 1789 - వేలాది మంది పురుషులు మరియు మహిళలు సైన్యం జాతీయ చిహ్నాన్ని కాపాడారు. అతని అమానుష ప్రవర్తనకు ప్రతీకారం

---

[93] బాస్టియా - రాచరిక వ్యతిరేక ఖైదీలను ఉంచి హింసించే పారిస్‌కు కొద్ది దూరంలో ఉన్న బాస్టియా కోట, నిరంకుశత్వం మరియు అణచివేతకు అసహ్యకరమైన చిహ్నం. జూలై 14, 1789 న, నిరాయుధ వ్యక్తుల గుంపు దాడి చేసి దానిని స్వాధీనం చేసుకుంది.

[94] వెర్సైల్లెస్: ప్యారిస్ నుండి కొంత దూరంలో ఉన్న వెర్సైల్లెస్ రాజభవనాలు, రాజు మరియు అతని మంత్రులను కలిగి ఉన్నాయి, అక్కడ నుండి వారు సైన్యం సహాయంతో విప్లవాన్ని అణిచివేసేందుకు ప్రయత్నిస్తున్నారు. అక్టోబరు 5, 1789న, వేలాది మంది ప్రజలు వెర్సైల్స్‌పై దాడి చేసి కింగ్ లూయిస్ XIV, క్వీన్ మేరీ ఆంటోనిట్ మరియు వారి పరివారాన్ని బంధించి పారిస్‌కు తీసుకువచ్చారు.

తీర్చుకోవడానికి వెర్సైల్స్ వైపు వెళ్ళాడు. దీనిని వెర్సైల్లెస్ ప్రచారం అంటారు. తరువాత జరిగిన సంఘటనల ఫలితంగా, రాజు పారిస్‌కు తీసుకురాబడ్డాడు.

పేజీ 188 (123)

ప్రతి దేశం యొక్క మనస్సాక్షి మేల్కొన్నప్పుడు, అది దాని అన్ని ప్రయోజనాలకు సరిపోతుందని రుజువు చేస్తుంది.

"రైట్స్ ఆఫ్ మ్యాన్" (p. 112)[95]

అన్ని సమయాలలో ప్రభుత్వ రూపం పూర్తిగా దేశం యొక్క ఇష్టానికి సంబంధించినది కాబట్టి, అది రాచరిక రూపాన్ని ఎంచుకుంటే, అలా చేసే హక్కు దానికి ఉంది; ఆ తర్వాత అతను రిపబ్లికన్‌గా ఎంచుకుంటే, రిపబ్లికన్‌గా ఉండటానికి మరియు రాజుతో, "మీకు ఇప్పుడు మాకు స్థలం లేదు" అని చెప్పే హక్కు అతనికి ఉంది. "హౌస్ ఆఫ్ లార్డ్స్, మినిస్టర్ ఎర్ల్ ఆఫ్ సెల్బోర్న్"[96]

పేజీ 189 (124)

రాజు

దేశం నడవడానికి అతని తెలివితేటలు అవసరమయ్యేంత తెలివితేటలు ఉన్న వ్యక్తి ఎక్కడో ఉన్నట్లయితే, రాచరికానికి కొంత సమర్థనను పరిగణించవచ్చు, కానీ మనం ఏ దేశాన్ని చూసినప్పుడు మరియు దానిలోని ప్రతి భాగం దానిని ఎలా వివేచిస్తుందో చూడండి. సొంత వ్యవహారాలు; మరియు మనం ప్రపంచం మొత్తాన్ని చుట్టుముట్టి, అందులో నివసించే మానవులందరిలో, రాజుల వంశం వారి సామర్థ్యంలో చాలా తక్కువ అని చూసినప్పుడు, ఈ వ్యక్తులు ఎందుకు ఉన్నారు అనే ప్రశ్నలో మన మనస్సు తడబడటం ప్రారంభిస్తుంది. అది అలాగే ఉంచబడిందా?

(పేజీ 112)[97]

***

దుర్వినియోగం చేసేవాడు

"పన్నుల దౌర్జన్యాన్ని అంతం చేసే లక్ష్యం రాచరికం యొక్క మోసం మరియు మోసపూరిత పన్ను విధానాన్ని మరియు వంశపారంపర్య ప్రభుత్వం యొక్క ప్రతి రూపాన్ని బహిర్గతం చేయడమే అయితే, నిస్సహాయ పిల్లల విద్య మరియు వృద్ధులు

---

[95] థామస్ పెయిన్స్ రైట్స్ ఆఫ్ మ్యాన్ నుండి (పేజీ 14 (1) యొక్క రెఫరెన్స్ 3 చూడండి).

[96] 1వ ఎర్ల్ ఆఫ్ సెల్బోర్న్ రౌండెల్ పామర్ (1812–1895) లేదా అతని కుమారుడు 2వ ఎర్ల్ ఆఫ్ సెల్బోర్న్ విలియం వాల్డ్‌గ్రేవ్ పామర్ (1859–1942). ఇద్దరూ బ్రిటిష్ పార్లమెంటు సభ్యులు. బోల్డ్ పేజీలో పెన్ మరియు సెల్బోర్న్ కోట్స్ కానీ అది ఇటాలిక్స్‌లో వ్రాయబడింది.

[97] మరియు.

మరియు బాధలో ఉన్నవారి ఉపశమనం కోసం పథకాలను ప్రతిపాదించడం, అసహ్యకరమైన యుద్ధ అభ్యాసాన్ని అంతం చేయడం, సార్వత్రిక శాంతి, నాగరికత మరియు వాణిజ్యాన్ని ప్రోత్సహించడం మరియు రాజకీయ మూఢనమ్మకాల బంధాలను తెంచడం మరియు మనిషిని అధోకరణం నుండి రక్షించడం అతనిని గౌరవప్రదంగా పెంచడానికి - ఇవన్నీ అగౌరవంగా ఉంటే, నన్ను అగౌరవంగా జీవించనివ్వండి మరియు నా సమాధిపై "అపమానం" అనే పేరును చెక్కండి.

xi[98]

పేజీ 190 (125)

కానీ సూత్రం, స్థలం కాదు, చర్యకు శక్తినిచ్చే కారణం అయినప్పుడు, మనిషి ప్రతిచోటా ఒకే విధంగా ఉంటాడని నేను కనుగొన్నాను.[99]

మరణం

మనం అమరులమైతే చాలా బాధగా ఉండేవాళ్ళం, చావడం కష్టమే అనడంలో సందేహం లేదు, కానీ మనం శాశ్వతంగా జీవించలేము అని అనుకోవడం మధురమైనది.[100]

(పే. 45, ఎమిలీ)

సోషలిస్టు వ్యవస్థ

"ప్రతి ఒక్కరి నుండి అతని సామర్థ్యాన్ని బట్టి, ప్రతి ఒక్కరికి అతని అవసరాన్ని బట్టి."[101]

* * *

ధైర్యం విప్లవంలో విజయానికి జీవనాధారం.

* * *

చెప్పారు[102] - "చర్య, చర్య మొదట, తరువాత చర్చ."[103]

---

[98] మూలం తెలియదు.

[99] మరియు.

[100] ఈ రెండు కొటేషన్లు పేజీలో బోల్డ్‌లో మరియు ఇటాలిక్‌తో వ్రాయబడ్డాయి.

[101] మార్క్స్-ఎంగెల్స్ యొక్క ప్రసిద్ధ ప్రకటన దోపిడీ-తక్కువ, తరగతి-రహిత, స్థితిలేని కమ్యూనిస్ట్ సమాజాన్ని వివరిస్తుంది. ఫార్ములా వాక్యం.

[102] జార్జెస్ జాక్వెస్ డెంటన్ (1769-1794): ఫ్రెంచ్ విప్లవకారుడు. అద్భుతమైన వక్త మరియు ఫ్రెంచ్ విప్లవం యొక్క అత్యంత తీవ్రమైన నాయకులలో ఒకరు. రాచరికాన్ని (1792) పడగొట్టడంలో అతనిది ప్రధాన పాత్ర. అతను తాత్కాలిక ప్రభుత్వానికి అధిపతి అయ్యాడు మరియు 'కమిటీ ఆఫ్ సివిల్ డిఫెన్స్'ని స్థాపించాడు, అది తరువాత విప్లవాత్మక భీభత్సాన్ని నిర్వహించడానికి సాధనంగా మారింది.

[103] ఈ రెండు వాక్యాలు బోల్డ్ అక్షరాలతో పేజీలో వికర్ణంగా వ్రాయబడ్డాయి.

పేజీ 191 (126)

రష్యన్ ప్రయోగం[104] 1917-27

1. బోల్షెవిజం యొక్క ముఖం మరియు
   మనస్సు రెనే ఫుల్ప్-మిల్లర్
2. రష్యా
   తీసుకోవడం.
3. రష్యన్ విప్లవం
   తీసుకోవడం. లాన్సెలాట్ లోటన్ (మాక్మిలన్)

"బోల్షెవిక్‌ల తత్వశాస్త్రం ఖచ్చితంగా, దూకుడుగా తికవాదం, వారి బద్ధ శత్రువులు కూడా అంగీకరించాల్సిన ఒక విమోచన లక్షణం వారికి పూర్తిగా భ్రమలు లేకపోవడం."

4. బోల్షెవిస్ట్ రష్యాను తీసుకోండి. అంటోన్ కార్ల్‌గ్రీన్
5. సాహిత్యం మరియు విప్లవం - ట్రోత్స్కీ
6. మార్క్స్-లెనిన్ అండ్ సైన్స్ ఆఫ్ రివల్యూషన్
   తీసుకోవడం. అంటోన్ కార్ల్‌గ్రీన్

వారు తమ స్థాపకుడి నమ్మకాన్ని గట్టిగా పట్టుకున్నారు, "ప్రతిదీ సహజ చట్టాల ద్వారా వివరించబడవచ్చు లేదా సంకుచితమైన అర్థంలో, శరీరధర్మశాస్త్రం ద్వారా వివరించవచ్చు." వారు తమ స్థాపకుడి నమ్మకాన్ని గట్టిగా పట్టుకున్నారు, "ప్రతిదీ సహజ చట్టాల ద్వారా వివరించబడవచ్చు లేదా సంకుచితమైన అర్థంలో, శరీరధర్మశాస్త్రం ద్వారా వివరించవచ్చు."

(పేజీ 30)

మార్క్స్ ఇలా అన్నాడు - "తత్వవేత్తలు ఈ ప్రపంచాన్ని వివిధ మార్గాల్లో అర్థం చేసుకున్నారు."[105]

---

[104] ఒకవైపు, భగత్ సింగ్ కొన్ని పుస్తకాల పేర్లు మరియు వాటి రచయితల పేర్లను రికార్డ్ చేసి, వాటి ముందు కొటేషన్ రాశాడు, దాని మూలం స్పష్టంగా లేదు.

[105] ఫ్యూయర్‌బాచ్‌పై మార్క్స్ థీసిస్ నుండి.

పేజీ 192 (127)

మతం మరియు సోషలిజం

"మతం మానవత్వానికి నల్లమందు" అని మార్క్స్ చెప్పాడు.[106] "అన్ని ఆధ్యాత్మిక ఆలోచనలు చివరికి ఏదో ఒక రకమైన దైవత్వం యొక్క భావనకు దారితీస్తాయి." అందుకే, మార్క్సిస్టుల దృష్టిలో అవి శుద్ధ అర్ధంలేనివి. హెగెల్[107] కూడా ప్రపంచాన్ని పరిపాలించిన మంచి మరియు హేతుబద్ధమైన ప్రతిదాని యొక్క కాంక్రీట్ స్వరూపాన్ని దేవునిలో చూసింది. భవ్యవాద సిద్ధాంతం ఈ దౌర్భాగ్యపు గడ్డం గల వ్యక్తి (అంటే దేవుడు - సంపాదకుడు) యొక్క భుజాలపై ప్రతిదానిని చతురస్రంగా విసిరివేస్తుంది, అతను తన భక్తుల బోధనల ప్రకారం పరిపూర్ణుడు మరియు సౌలభ్యం కాకుండా, ఈగలు మరియు వేశ్యలు, హంతకులు మరియు కుష్టురోగులను తీసుకువచ్చాడు. ఆకలి మరియు కష్టాలు , ప్లేగు మరియు వోడ్కాను సృష్టించాయి, తద్వారా అతను స్వయంగా సృష్టించిన పాపులను శిక్షించగలడు మరియు తన స్వంత ఇష్టానుసారం పాపాలు చేస్తాడు. శాస్త్రీయ దృక్కోణం నుండి, ఈ సిద్ధాంతం అసంబద్ధమని రుజువు చేస్తుంది. ఈ ప్రపంచంలోని అన్ని దృగ్విషయాలకు పూర్తి భౌతికవాదం మాత్రమే శాస్త్రీయ వివరణ ఇస్తుంది.

(పేజీ 32, బుఖారిన్)[108]

వారి ప్రకారం (అంటే భౌతికవాదులు),

ప్రారంభంలో ప్రకృతి ఉంది; అతని నుండి జీవితం; మరియు జీవితం నుండి ధ్యానం మరియు మేము మానసిక లేదా నైతిక దృగ్విషయం అని పిలిచే అన్ని వ్యక్తీకరణలు. ఆత్మ అని ఏదీ లేదు, మరియు మనస్సు యొక్క స్పృహ అనేది ఒక నిర్దిష్ట మార్గంలో నిర్వహించబడిన పదార్థం యొక్క పని తప్ప మరేమీ కాదు.[109]

(పేజీ 33)

---

[106] నోట్‌బుక్ పేజీ 40 (37) యొక్క సూచన 1ని చూడండి

[107] జార్జ్ విల్హెల్మ్ ఫ్రెడరిక్ హెగెల్ (1770-1831): భౌతికవాద తత్వశాస్త్రం కోసం మార్క్స్ అనుసరించిన మాండలిక ఆలోచనా విధానాన్ని మరియు వ్యాఖ్యానాన్ని అందించిన జర్మన్ తత్వవేత్త - అయితే దీన్ని చేయండి దీనికి విరుద్ధంగా, ఎందుకంటే ఈ పద్ధతిలో హెగెల్ స్పృహ లేదా అంతిమ మూలకం లేదా భగవంతుని ప్రాథమికం అని పిలిచాడు, ఈ మార్క్స్ ఉపయోగించి పదార్థాన్ని ప్రాథమికంగా మరియు స్పృహ దాని నుండి ఉద్భవించిందని నిరూపించాడు.

[108] 4. నోట్‌బుక్ పేజీ 50 (47)

[109] యొక్క సూచన 2 చూడండి. ఐబిడ్.

పేజీ 193 (128)

సాధారణ తిరుగుబాటు గురించి మార్క్స్ అభిప్రాయం,

మొదటి విషయం

"సాధారణ తిరుగుబాటును దాని చేదు ముగింపు వరకు (అంటే, దాని పరిణామాలన్నింటినీ భరించాలనే) సంకల్పం లేకపోతే, దానితో ఆడకండి. సాధారణ తిరుగుబాటు అనేది ఒక సమీకరణం, దీని విలువలు చాలా అనిశ్చితంగా ఉంటాయి, ఇది ప్రతిరోజూ మారవచ్చు. ఇందులో, వ్యతిరేకించవలసిన శక్తులు సంస్థాగత క్రమశిక్షణ మరియు సాంప్రదాయ అధికారం యొక్క అన్ని అనుకూలమైన పరిస్థితులను కలిగి ఉంటాయి."

"సాధారణ తిరుగుబాటుదారులు తమ శత్రువులపై అఖండమైన శక్తిని కూడగట్టలేకపోతే, అప్పుడు వారు నలిగి నాశనం చేయబడతారు.

ఇంకో వస్తువు

సాధారణ తిరుగుబాటు ప్రారంభమైన తర్వాత, పూర్తి సంకల్పంతో మరియు దూకుడు విధానంతో వ్యవహరించడం అవసరం. రక్షణాత్మక వైఖరి అనేది ప్రతి సాయుధ సాధారణ తిరుగుబాటుకు మృత్యువు; శత్రువు ఏ ప్రయత్నం చేయకముందే అది నాశనం అవుతుంది. అతని దళాలు ఇప్పటికీ చెల్లాచెదురుగా ఉన్నప్పుడు శత్రువును ఆశ్చర్యపరచడం అవసరం, మరియు వారు ఎంత చిన్నవారైనా ప్రతిరోజూ కొత్త విజయాలు సాధించడం అవసరం. మొదటి విజయం ద్వారా ఉత్సాహాన్ని పెంచుకోవడం చాలా ముఖ్యం. ఎల్లప్పుడూ శక్తివంతమైన వాటిని అనుసరించే మరియు ఎల్లప్పుడూ సురక్షితమైన వైపు కోసం వెతుకుతున్న కదులుతున్న మూలకాలను సాధారణ తిరుగుబాటు వైపు ర్యాలీ చేయడం అవసరం. . ఈ పదాలపై చర్య తీసుకోండి: సాహసం... సాహసం... మరియు మళ్లీ సాహసం![110]

పేజీ 273 (130)[111]

...శాసన మండలిలను మరింత విస్తరించాలనుకుంటున్నారా? హౌస్ ఆఫ్ కామన్స్‌లో కొంతమంది భారతీయులు ప్రతినిధులుగా ర్చోవాలనుకుంటున్నారా? మీకు కావాలా

---

[110] ఎంగెల్స్ రచన 'జర్మనీలో విప్లవం మరియు ప్రతి-విప్లవం' నుండి. భగత్ సింగ్ ఈ ఉల్లేఖనాన్ని అసలు రచన నుండి తీసుకోలేదు, కానీ మరొక పుస్తకం నుండి తీసుకున్నాడు మరియు అందుకే అతను మార్క్స్‌ను ఉటంకిస్తున్నాననే భ్రమలో ఉన్నాడు.

[111] నోట్‌బుక్ పేజీ 194 నుండి నోట్‌బుక్ పేజీ 272 ఖాళీగా ఉంది మరియు నోట్‌బుక్ పేజీ 273 వ్రాసిన పేజీల క్రమంలో (130) వద్ద ఉంది.

నోట్బుక్లో తదుపరి రచన p. నం. 273 వద్ద ఉంది. p. 194 నుండి p. 272 వరకు సాదాసీదాగా ఉన్నాయి. వెనుకవైపు కూడా ఇలాంటి సాదా పేజీలు లేదా ఖాళీలు ఉన్నాయి.

భగత్ సింగ్ తన 404 పేజీల నోట్‌బుక్‌లో వివిధ విషయాల ప్రకారం తన అధ్యయనం యొక్క వివిధ భాగాలను పేర్కొన్నాడు. ఇక్కడ ముగిసే భాగంలో, p. 165 నుండి 193 వరకు అతని గమనికలు రాష్ట్ర విజ్ఞాన శాస్త్రంపై, స్వేచ్ఛ మరియు సార్వభౌమాధికారం మరియు వాటి అభివృద్ధిపై మరియు వాటి కొనసాగింపులో ఫ్రెంచ్ విప్లవం మరియు సోవియట్ ప్రయోగంపై దృష్టి సారించాయి. తదుపరి భాగంలో వివిధ విభిన్న విషయాలపై పుస్తకాల నుండి అతని వ్యాఖ్యలు మరియు సంగ్రహాలు ఉన్నాయి. కానీ వాటన్నింటిలో ఉన్న సాధారణ అంశం ఏమిటంటే, వాటిలో ఎక్కువ భాగం సమకాలీన భారతీయ పరిస్థితులు మరియు ఇతర సంబంధిత సమస్యల గురించి. -లేదు.

పెద్ద సంఖ్యలో భారతీయులు సివిల్ సర్వీస్‌లో రిక్రూట్ అయ్యే అవకాశం ఉందా? కాబట్టి 50, 100, 200 లేదా 300 (భారతీయ - సంఖ్య) పౌరులను నియమిస్తే ప్రభుత్వం మనదే అవుతుందో చూద్దాం. సివిల్ సర్వీస్ మొత్తం భారతీయులుగా మారినప్పటికీ, సివిల్ సర్వెంట్లు మాత్రమే ఆదేశాలను అమలు చేయాలి. వారు ఎలాంటి సూచనలూ, పాలసీలూ ఇవ్వలేరు నిర్ణయించగలరు. ఆత్మవిశ్వాసం వాహనం మోయదు. ఒక పౌరుడిని, 100 మంది పౌరులను లేదా 1000 మంది పౌరులను బ్రిటీష్ ప్రభుత్వ సేవలో నియమించడం ద్వారా, ప్రభుత్వాన్ని భారతీయంగా మార్చలేరు. ప్రతి పౌరుడు నల్లగా, గోధుమ రంగులో లేదా తెల్లగా ఉన్నా, ఈ సంప్రదాయాలు మారని వరకు, వారి సూత్రాలు మారని వరకు మరియు సమూలమైన మార్పు వచ్చే వరకు అమలులో ఉన్న సంప్రదాయాలు, చట్టాలు మరియు విధానాలకు కట్టుబడి ఉండాలి. వారి విధానాలు, యూరోపియన్ల స్థానంలో భారతీయులను నియమించడం ద్వారా ఈ దేశం తన ప్రభుత్వాన్ని స్థాపించదు.

ఈరోజు ప్రభుత్వం వచ్చి నాతో - "స్వరాజ్యం తీసుకోండి" అని చెబితే, ఈ బహుమతికి నేను మీకు కృతజ్ఞతలు తెలుపుతాను, కాని నేను నా స్వంత చేతులతో సంపాదించని దానిని నేను అంగీకరించను.

"ఏదైనా శక్తి మనకు వ్యతిరేకంగా వెళితే, మన ఇష్టానికి తలవంచమని మేము దానిని బలవంతం చేస్తాము."

... ప్రాథమిక అంశం ప్రభుత్వ గౌరవం.

పేజీ 274 (131)

'సామ్రాజ్యంలో స్వయం పాలన నిజంగా ఆచరణాత్మక ఆదర్శం కాగలదా? దీని అర్థం ఏమిటి? దీని అర్థం మనకు స్వపరిపాలన ఉండదు లేదా ఇంగ్లండ్‌కు మనపై

నిజమైన ఆధిపత్యం ఉండదు. కేవలం స్వయం పాలన నీడతో మనం సంతృప్తి చెందుతామా? లేకపోతే, ఇంగ్లండ్ మనపై కేవలం నీడలాంటి ఆధిపత్యంతో సంతృప్తి చెందుతుందా? ఏది ఏమైనప్పటికీ, ఇంగ్లండ్ కేవలం నీడతో కూడిన ఆధిపత్యంతో సంతృప్తి చెందదు మరియు మేము కూడా కేవలం నీడతో కూడిన స్వపరిపాలనతో సంతృప్తి చెందడానికి నిరాకరిస్తాము. అందుకే, అటువంటి పరిస్థితులలో, భారతదేశంలో స్వయం పాలన మరియు దానిపై ఇంగ్లాండ్ ఆధిపత్యం మధ్య ఎటువంటి రాజీ సాధ్యం కాదు. స్వపరిపాలన నిజమైతే, ఇంగ్లండ్ భారతదేశంలోనే కాదు, బ్రిటిష్ సామ్రాజ్యంలోనే ఎలా ఉంటుంది? స్వపరిపాలన అంటే ఒకరి స్వంత పన్నులు విధించే హక్కు, అది ఒకరి స్వంత నియంత్రణ అని అర్థం, విదేశీ ఎగుమతులపై రక్షణ మరియు నిర్బంధ సుంకాలను విధించే వారి స్వంత వ్యక్తుల హక్కు. మనమే పన్నులు వేసుకునే హక్కు వచ్చిన తరుణంలో మనం ఏం చేస్తాం? అప్పుడు మేము పారిశ్రామిక బహిష్కరణ యొక్క ఈ కష్టమైన పనిలో పాల్గొనడానికి ప్రయత్నించము. బదులుగా ప్రతి దేశం చేస్తున్నదే మేము చేస్తాము. ఈ రోజు మనం నివసిస్తున్న పరిస్థితులను బట్టి, మాంచెస్టర్ నుండి వచ్చే ప్రతి అంగుళం ఫాబ్రిక్ మరియు లీడ్స్ నుండి వచ్చే ప్రతి బ్లేడ్ గురించి మేము ఆందోళన చెందుతున్నాము. లేదా కత్తులపై భారీ నిషేధిత మరియు రక్షణ పన్నులు విధించండి. ఒక్క ఆంగ్లేయుడిని కూడా మన దేశంలోకి రానివ్వము. నేడు, భారతీయ వనరుల అభివృద్ధి పేరుతో బ్రిటీష్ రాజధాని ఇక్కడ నిమగ్నమై ఉంది, మేము దానిని అస్సలు అనుమతించము. దేశంలోని ఖనిజ సంపదను తవ్వి తమ దేశానికి తీసుకెళ్లే హక్కు బ్రిటీష్ పెట్టుబడిదారులకు మేం ఇవ్వం.

పేజీ 275 (132)

మనకు విదేశీ పెట్టుబడి కావాలి. కానీ దీని కోసం మేము మొత్తం ప్రపంచంలోని బహిరంగ మార్కెట్ల నుండి విదేశీ రుణాన్ని తీసుకోవాలని అభ్యర్థిస్తాము మరియు రుణాన్ని తిరిగి చెల్లించడానికి భారత ప్రభుత్వం మరియు భారత దేశం యొక్క క్రెడిట్‌కి హామీ ఇస్తాము.... మరియు నేడు ఇంగ్లండ్ యొక్క వాణిజ్య ప్రయోజనాలను అందిస్తున్న విధంగా, ఈ ప్రభుత్వం సామ్రాజ్యం క్రింద ఉన్నప్పటికీ, ప్రజల స్వయం పాలన విషయంలో వారికి సేవ చేయబడదు. అయితే సామ్రాజ్యంలో దీని అర్థం ఏమిటి? కొన్ని పన్ను ప్రయోజనాలను పొందడానికి ఇంగ్లాండ్ మాతో కొంత ఒప్పందాన్ని కుదుర్చుకోవలసి వస్తుంది అని దీని అర్థం. ఇంగ్లండ్‌కు భారతదేశంలోని మార్కెట్‌లకు ఉచిత ప్రవేశం కావాలంటే, ఆమె మనం నిర్దేశించిన షరతులకు లోబడి రావాలి మరియు కొంత సమయం తరువాత మేము మా వనరులను అభివృద్ధి చేసాము మరియు మా పారిశ్రామిక జీవితాన్ని నిర్వహించాము, అప్పుడు మేము ఇంగ్లాండ్‌కు మాత్రమే కాకుండా మా తలుపులు తెరుస్తాము. , కానీ బ్రిటిష్ సామ్రాజ్యంలోని ప్రతి భాగానికి. మరి ఇంగ్లండ్ లాంటి చిన్న దేశం, కొద్దిపాటి జనాభాతో, ఎంత సంపన్నమైనా, అంత అపారమైన సహజ వనరులున్న భారతదేశం వంటి సహజ వనరులతో సమృద్ధిగా ఉన్న దేశంతో న్యాయంగా మరియు సమానత్వంతో పోటీ పడగలదని మీరు అనుకుంటున్నారా? ప్రపంచంలోని ఏ ప్రాంతంలోనైనా అత్యంత మర్యాదగా మరియు నిగ్రహంగా పరిగణించబడే జనాభా ఏది?

"సామ్రాజ్యంలో మనకు నిజంగా మన స్వంత ప్రభుత్వం ఉంటే, 300 మిలియన్ల మంది ప్రజలు సామ్రాజ్యం అనుభవిస్తున్న అదే స్వేచ్ఛను పొందినట్లయితే, అప్పుడు బ్రిటిష్ సామ్రాజ్యం ఉనికిలో ఉండదు. భారత సామ్రాజ్యం ఉంటుంది...."

బి. చ. ఓడ[112]

న్యూ స్పిరిట్, 1907లో

హిందూ నాగరికత

దాని యొక్క అనేక కోణాల కోణం నుండి ఇది దాదాపుగా ఊహించలేని కలయిక అని మనకు అనిపించవచ్చు, ఇందులో ఒక వైపు ఆధ్యాత్మికత మరియు మరొక వైపు స్థూల భౌతికవాదం ఉంది. ఒకవైపు ఇంద్రియాలతో అనుబంధం, ఇంకోవైపు ఇంద్రియాలపై తృష్ణ, సార్వజనీనమైన ఆత్మతో మానవుని ఏకం చేసి మనిషిని దైవత్వంలో, దైవత్వంలో కలిపేస్తామనే గంభీరమైన వాదన. మనిషి, మరోవైపు, అది తీరని నిరాశావాదం కూడా ఉంది, దీని ద్వారా జీవితం అనేది ఒక బాధాకరమైన అనుభవం తప్ప మరేమీ కాదని మరియు దాని నుండి బయటపడే ఏకైక మార్గం మరియు అన్ని చెడుల ముగింపు అని బోధిస్తుంది. ఉనికిలో ఉన్నాయి.

"షిరోల్" (పే. 26) భారతీయ అశాంతి[113]

విద్యా విధానం

భారతదేశంలో పాశ్చాత్య విద్యను ప్రవేశపెట్టడం యొక్క అసలు ఉద్దేశ్యం ఏమిటంటే, గణనీయమైన సంఖ్యలో భారతీయ యువకులకు శిక్షణ ఇవ్వడం, తద్వారా ప్రభుత్వ కార్యాలయాల్లోని అధీన స్థానాలను ఆంగ్లం మాట్లాడే స్థానికులు భర్తీ చేయవచ్చు.

(పేజీ 34)[114]

[112] బిపిన్ చంద్ర పాల్ (1858-1932): స్వాతంత్ర్య పోరాట సమయంలో బెంగాల్ మరియు ఇతర ప్రాంతాలలో స్వదేశీ మరియు విదేశీ వస్తువుల బహిష్కరణ ఉద్యమాలకు ప్రముఖ నాయకుడు; బాలగంగాధర్ తిలక్, లాలా లజపతిరాయ్ మరియు బిపిన్ చంద్ర పాల్ అంటే 'లాల్-బాల్-పాల్' త్రయం కాంగ్రెస్‌లో 'ఉగ్రవాద గ్రూపు'కి నాయకత్వం వహించారు. పాల్ న్యూ ఇండియా, వందేమాతరం, స్వరాజ్, ది ఇండిపెండెంట్ మరియు న్యూ స్పిరిట్ వంటి అనేక వార్తాపత్రికలకు సంపాదకత్వం వహించారు.

[113] భారతదేశానికి సంబంధించి రెండు ప్రధాన పుస్తకాలు రాశారు: ఇండియన్ అశాంతి మరియు భారతదేశం: పాత మరియు కొత్త. అతను 1890 నుండి 1912 వరకు ఉన్నాడు అతను లండన్‌లోని 'టైమ్స్' వార్తాపత్రికకు విదేశీ విభాగానికి ఇన్‌ఛార్జ్‌గా ఉన్నాడు మరియు 1912 నుండి 1914 వరకు ఇండియన్ పబ్లిక్ సర్వీస్ కమిషన్‌కు అధిపతిగా ఉన్నాడు. సభ్యునిగా కూడా ఉన్నారు.

[114] భారతీయ అశాంతి నుండి.

పేజీ 277 (134)

బ్రిటిష్ బ్యూరోక్రసీ దౌర్జన్యానికి వ్యతిరేకంగా రాజకీయ ఉద్యమంలోకి దిగిన ఎంత మంది పాశ్చాత్య విద్యావంతులైన భారతీయులు తమ దేశ ప్రజలను వారి సాంఘిక దురాచారాల క్రూరత్వం నుండి విముక్తి చేయడానికి వేలు ఎత్తారు? వారిలో ఎంతమందికి దాన్నుంచి విముక్తి లేక స్వేచ్ఛగా ఉన్నా కూడా వారి ఆలోచనలకు తగ్గట్టుగా ప్రవర్తించే ధైర్యం ఉందా?

"ఇండియా ఓల్డ్ అండ్ న్యూ", (పే. 107)[115]

పేజీ 278 (135)

భారత పార్లమెంటును ఊహించడం కష్టం

భారత జాతీయ కాంగ్రెస్ దాదాపు మొదటి నుండి పార్లమెంటు పనితీరును ఆమోదించింది. కానీ భారతదేశంలో పార్లమెంటుకు ఎలాంటి అవకాశం లేదు, లేదు. కారణం ఏమిటంటే, బ్రిటిష్ పాలన వాస్తవంగా ఉన్నంత కాలం, లార్డ్ మోర్లీ స్పష్టంగా చెప్పినట్లుగా, భారత ప్రభుత్వం, "సంక్షేమం అయినప్పటికీ మరియు భారతీయ ఆలోచనలకు అనుగుణంగా నిరంకుశ వ్యవస్థ మాత్రమే అవుతుంది. పూర్తి సానుభూతితో కూడా, ఇది ఇప్పటికీ నిరంకుశత్వం అవుతుంది.

(పేజీ 154) "అశాంతి"[116]

కాంగ్రెస్ యొక్క ఉద్దేశ్యం లేదా లక్ష్యం

"భారత జాతీయ కాంగ్రెస్ యొక్క లక్ష్యం బ్రిటిష్ సామ్రాజ్యం క్రింద స్వయం పాలక దేశాలచే నిర్వహించబడే ప్రభుత్వ వ్యవస్థను అందించడం, దీనిలో వారు సామ్రాజ్యం యొక్క హక్కులు మరియు బాధ్యతలలో సమాన భాగస్వాములు".

మాల్వియా జి అధ్యక్ష ప్రసంగం 1909[117]

(కాంగ్రెస్ లాహోర్ సెషన్)

వచనం 276 (136)

స్వతంత్ర భారత రాజ్యాంగం

ఈ విప్లవం ముగిసిన తర్వాత, ఆమె తన గుర్తింపును కనుగొని, ఏ రాజ్యాంగం కోసం స్వేచ్ఛగా అవలంబించబడుతుందో, ఆమె జీవితానికి దిశానిర్దేశం

---

115 బుక్ ఆఫ్ షిరోల్.

116 షిరోల్ భారతీయ అశాంతి; భగత్ సింగ్ శిరోల్ పుస్తకం నుండి వివరణాత్మక గమనికలు తీసుకున్నారు. ముఖ్యంగా అందులో ఉటంకించిన నేతల ప్రసంగాలు, కరపత్రాల నుంచి. తర్వాత వచ్చే బిపిన్ చంద్ర పాల్ యొక్క దీర్ఘ కోట్ మరియు తదుపరి వచ్చే మదన్ మోహన్ మాలవీయ కోట్ ఈ పుస్తకం నుండి తీసుకోబడింది.

117 పండిట్ మదన్ మోహన్ మాలవ్య (1861-1946)

చేయడాన్ని భారతమాత తప్ప మరెవరూ నిర్ణయించలేరు. వివరాల్లోకి వెళ్లకుండా, ఈ విప్లవం ఎలా ముందుకు తీసుకెళుతుందో దానిపై ఆధారపడి, భారత దేశం యొక్క ఇంపీరియల్ ప్రభుత్వానికి అధిపతి రాష్ట్రపతి లేదా రాజు అని మాత్రమే చెప్పగలం. తల్లి స్వతంత్రంగా ఉండటం, చెక్కుచెదరకుండా మరియు ఐక్యంగా ఉండటం మరియు ఆమె కోరికలు అత్యున్నతంగా ఉండటం చాలా ముఖ్యం. అప్పుడే ఆమె తన తలపై రాజ కిరీటాన్ని ధరించాలని లేదా తన పవిత్రమైన శరీరాన్ని గణతంత్ర దుస్తులతో అలంకరించుకోవాలని తన కోరికను వ్యక్తపరచగలదు.

అయితే మర్చిపోవద్దు, ఓ రాజులారా! మీ చర్యలు మరియు నిష్క్రియల గురించి కఠినమైన ఖాతా ఉంటుంది మరియు మళ్లీ జన్మించిన వ్యక్తులు మీ స్వంత మార్గంలో మీతో ఖాతాలను సెటిల్ చేయడంలో విఫలమవ్వరు. చురుకుగా ప్రజలకు ద్రోహం చేసే ఎవరైనా, వారి పూర్వీకులను తృణీకరించడం[118] మరియు తన తల్లికి వ్యతిరేకంగా వెళ్లి తన రక్తాన్ని కలుషితం చేస్తే, అతన్ని నలిపివేసి, దుమ్ము మరియు ధూళిగా మారుస్తారు. మా కఠినమైన తీర్మానాన్ని మీరు అనుమానిస్తున్నారా? అవును అయితే, ధింగ్రా 118 పేరు వినండి మరియు నిశ్శబ్దంగా ఉండండి. ఆ అమరవీరుడి పేరును తీసుకొని, హే భారతీయ రాజులారా, ఈ మాటలపై తీవ్రంగా మరియు లోతుగా ఆలోచించండి. మీకు ఏది కావాలంటే అది చేయండి, కానీ మీరు విత్తిన దానినే మీరు పండిస్తారు. మీరు దేశ స్థాపకులలో మొదటివాలా లేదా దేశ నిరంకుశులలో చివరివాడా అని ఎంచుకోండి.

(పేజీ 196), ఇండియన్ అశాంతి

"ఓ భారతీయ పాలకులారా, నిర్ణయించుకోండి"[119]

---

118 మదన్‌లాల్ ధింగ్రా: లండన్‌లోని 'ఇండియన్ హోమ్ రూల్ సొసైటీ' మరియు 'ఇండియా హౌస్ గ్రూప్'తో సంబంధం ఉన్న యువ విప్లవకారుడు. లాలా హరదయాల్, సావర్కర్ మరియు ధింగ్రా వంటి దేశభక్తి కలిగిన స్వాతంత్ర్య సమరయోధులతో పాటు విప్లవకారుడు శ్యామ్‌జీ కృష్ణ వర్మ దీనిని స్థాపించారు. శ్రీ మదన్‌లాల్ ధింగ్రా జూలై 1, 1909న లండన్‌లో సర్ విలియం కర్జన్ విల్లీని కాల్చి చంపారు, విభజన రద్దు మరియు దేశంలో జరిగిన ఉద్యమంపై క్రూరమైన అణచివేతకు నిరసనగా 1909 జూలై 1న కాల్చి చంపారు. అనంతరం ఉరి తీశారు.

119 "ఓ భారతీయ పాలకులారా, నిర్ణయించండి" అనే పేరుతో ఉన్న ఈ కరపత్రాన్ని జాతీయవాద విప్లవకారులు భారతదేశంలోని రాచరిక రాష్ట్రాలకు జారీ చేశారు. పాలకుల పేర్లను పంపారు. ఒక పాలకుడు దానిని శిరోల్‌కు ఇచ్చాడు, అతను దానిలోని రెండు భాగాలను తన ఇండియన్ అన్‌రెస్ట్ పుస్తకంలో ఉపయోగించాడు.

అంటరానివారు

రాజకీయ దృక్కోణంలో, భారతీయ జనాభాలోని మిలియన్ల మంది ప్రజలు తమ పాలకుల విశ్వాసానికి మారడం అటువంటి అవకాశాలను తెరుస్తుంది, వాటిని వివరంగా వివరించాల్సిన అవసరం లేదు.

(పేజీ 184)[120]

పేజీ 280 (131)

హత్య నోయ్ యజ్ఞం[121]

బంగారు కరెన్సీని పొందాలనే దురాశతో, మానవ వేషధారణలో ఉన్న కొంతమంది స్వదేశీ పిశాచాలు, తమ వ్యక్తిగత ప్రయోజనాలను త్యాగం చేసి, బాంబులు తయారు చేయడం వంటి పవిత్రమైన 'యాగ'ను చేసిన వరీంద్ర ఘోష్[122] వంటి గొప్ప కుమారులను భారతదేశంలోని కలాంక్ పోలీసులు అరెస్టు చేశారు నా జీవితం ఈ రక్త పిశాచులలో గొప్పది రాక్షసుడు, అశుతోష్ బిస్వాస్[123] ఈ ధైర్య కుమారులను ఉరికి పంపే మార్గం క్లీనింగ్ ప్రారంభించారు కానీ చారు[124] బాగా చేసారు! (విశ్వాసాన్ని నాశనం చేసే అశుతోష్) మీ అమ్మ- తండ్రి సర్వ

---

[120] షిరోల్ యొక్క ఇండియన్ అశాంతి పుస్తకం నుండి, అధ్యాయం 'దళిత కులాలు'.

[121] యజ్ఞ, హత్య కాదు: ఈ మొత్తం కోట్ షిరోల్ యొక్క పుస్తకం ఇండియన్ అన్‌రెస్ట్ (1910లో లండన్‌లోని మాక్‌మిల్ & కంపెనీచే ప్రచురించబడింది) యొక్క వ్యాఖ్యాన భాగం నుండి తీసుకోబడింది. అందులో, "ఇన్‌ఫార్మర్ల తొలగింపు" అనే శీర్షిక కింద, 'షామ్స్-ఉల్-ఆలం హత్య జరిగిన వెంటనే కలకత్తాలోని విప్లవకారులు ఈ క్రింది విజ్ఞప్తిని జారీ చేశారు: 'హత్యా నోయ్ యజ్ఞ' (హత్య నోయ్ యజ్ఞ' (హత్య నోయ్ యజ్ఞ) నగదు బహుమతి: ఒక యూరోపియన్ లేదా ఇద్దరు గూఢచారి తల నరికినందుకు (50వ సంచిక, కలకత్తా, ఆదివారం చైత్ర అష్టమి 1316)

[122] వరీంద్ర ఘోష్: అరబిందో ఘోష్ యొక్క తమ్ముడు మరియు మానిక్తల గ్రూప్ ఆఫ్ విప్లవకారుల నాయకుడు, అలీపూర్ కుట్ర కేసులో నిందితుడు (మే 1909); 'యుగాంతర్' అనే విప్లవ పత్రాన్ని కూడా ప్రచురించాడు.తమ దేశ స్వాతంత్ర్యం కోసం అంకితభావంతో పనిచేశారు.

[123] అశుతోష్ బిస్వాస్: విప్లవకారులకు శిక్ష పడేలా అన్ని తప్పుడు పద్ధతులను ఉపయోగించిన బ్రిటీష్ ప్రభుత్వ తరపు న్యాయవాది, అలీపూర్ పోలీసు కోర్టు వెలుపల విప్లవకారుడు చారు చంద్ర గుహచే కాల్చి చంపబడ్డాడు.

[124] చారుచంద్ర గుహ: పుట్టుకతో కుడిచేతి అరచేతి లేకున్నా దేశద్రోహి ప్రభుత్వ న్యాయవాది అశుతోష్ బిస్వాస్‌ను కాల్చి చంపిన వీర యువకుడు. మార్చి 10, 1909న అలీపూర్ సెంట్రల్ జైలులో ఉరి తీశారు.

పూజనీయులు. మీరు వారిని గర్వించేలా చేసారు, మీరు అత్యున్నత ధైర్యాన్ని ప్రదర్శించారు, ఇది ఈ నశ్వరమైన క్షణంలో సాధ్యమవుతుంది.

తన ప్రాణాన్ని పట్టించుకోకుండానే ఆ పిశాచాన్ని ఈ లోకం నుంచి విముక్తం చేశారు. ఇంకా ఎక్కువ రోజులు శ్వేతజాతీయులు మోసం మరియు బలవంతంగా భారతదేశాన్ని భారతీయుల నుండి లాక్కున్నప్పుడు జరగలేదు (అసలు గ్రంథంలో మహమ్మదీయులు - సం.) లైక్ కొట్టింది. మరియు ఆ బాస్టర్డ్ షమ్స్-ఉల్-ఆలం[125], ఎవరు బంగారు కరెన్సీని పొందాలనే దురాశతో పూర్వీకుల పేర్లను మార్చిన పాద్షా[126] మార్గాన్ని స్వీకరించారు. కళంకం, ఈ రోజు మీరు ఆ దుర్మార్గుడిని ఈ పవిత్ర భారతదేశం నుండి తుడిచిపెట్టారు. నరేన్ గోసైన్[127] నుండి తాలిత్ చక్రవర్తి వరకు, అందరూ ఆ బాస్టర్డ్ మోసగాడు షామ్స్-ఉల్-ఆలమ్‌కు చెందినవారే.

మోసం మరియు హింస ఫలితంగా, అతను ప్రభుత్వ సాక్షి అయ్యాడు. మీరు రక్త పిశాచుల గురించి విన్నట్లయితే ఈ హెల్పర్‌ని డిస్మిస్ చేయకుంటే భారత్‌కు ఆశ మిగిలి ఉండేదా?

తిరుగుబాటు మహాపాపం అని చాలా మంది అరుస్తున్నారు. అయితే తిరుగుబాటు అంటే ఏమిటి? భారతదేశంలో తిరుగుబాటు చేయవలసినది ఏదైనా ఉందా? కేవలం స్పర్శ, నీడ వల్ల హిందువులు తమను తాము శుద్ధి చేసుకోమని బలవంతం చేసే ఫిరంగిని భారతదేశ రాజుగా పరిగణించవచ్చా?

వీరు కేవలం పాశ్చాత్య దొంగలు, వీరు భారతదేశాన్ని దోచుకుంటున్నారు. వారిని తరిమికొట్టండి, ఓ భారత పుత్రులారా! మీరు వారిని ఎక్కడ చూసినా, వారిపై మరియు వారి తోటి గూఢచారులు మరియు గూఢచార ఏజెంట్లపై కనికరం చూపవద్దు. గతేడాది ఒక్క బెంగాల్‌లోనే జ్వరం, మశూచి, కలరా, ప్లేగు తదితర వ్యాధులతో 19 లక్షల మంది చనిపోయారు. ప్రాణాలతో బయటపడినందుకు మిమ్మల్ని మీరు అదృష్టవంతులుగా భావించండి, అయితే రేపు మీరు కూడా ప్లేగు మరియు కలరా బారిన పడవచ్చని గుర్తుంచుకోండి. మీరు ధైర్యవంతుల మరణంతో చనిపోవడం మంచిది కాదా?

---

[125] షమ్స్-ఉల్-ఆలం: బ్రిటిష్ పోలీసుల CID. విప్లవకారులను పర్యవేక్షించే ఇన్‌స్పెక్టర్. జనవరి 24, 1910న వీరేంద్రనాథ్ దత్ చేత కాల్చి చంపబడ్డాడు; ఈ యువ విప్లవకారుడిని ఫిబ్రవరి 21, 1910న ఉరితీశారు.

[126] ఆలంగీర్ పాద్షా - మొఘల్ చక్రవర్తి ఔరంగజేబు, ఢిల్లీ రాజ్యాన్ని పొందాలనే దురాశతో, తన ముగ్గురు సోదరులను చంపాడు-దారా, షుజా మరియు మురాద్‌లను చంపారు.

[127] పూర్తి పేరు నరేంద్రనాథ్ గోసాయి: ఆగస్ట్ 31, 1908న కనై లాల్ దత్ మరియు సత్యేంద్ర నాథ్ దత్‌లచే చంపబడిన ముజఫర్‌పూర్ బాంబు కేసులో (దీని కోసం ఖుదీరామ్ బోస్‌ను ఉరితీశారు) బ్రిటిష్ ప్రభుత్వానికి ఇన్ఫార్మర్.

ఇది భగవంతుని చట్టం అయినప్పుడు, భారతదేశపు ప్రతి కొడుకు ఈ శుభ సమయంలోనా అని ఆలోచించండి ఈ తెల్ల శత్రువులను నాశనం చేయడం భారత ప్రభుత్వ కర్తవ్యం కాదా?

పేజీ 282 (138)[128]

ప్లేగు, కలరా బారిన పడి చనిపోవద్దు, అలా చేసి భారతమాత యొక్క పుణ్యభూమిని కలుషితం చేయవద్దు. పుణ్యం మరియు పాపాల మధ్య తేడాను గుర్తించడానికి మన గ్రంథాలు మనకు మార్గదర్శకాలు. ఈ తెల్లబాస్టర్లను, వారి సహచరులను, సహచరులను చంపడం అశ్వమేధ యాగంతో సమానమని మన గ్రంథాలు పదే పదే చెబుతున్నాయి. రండి, మీరందరూ రండి. రండి, మనమందరం కలిసి ఈ బలిపీఠం మీద యజ్ఞ యాగాదులు సమర్పిద్దాం, జనమేజయ యాగంలో పాములను నాశనం చేసినట్లే, ఈ యాగంలో తెల్లని పాములన్నీ దాని మంటలో నాశనమైపోవాలని ప్రార్థిద్దాం. ఇది హత్య కాదు, యాగం అని గుర్తుంచుకోండి.

" I. మీరు."[129] (p. 342, గమనికలు)

భారతదేశంలోని మొత్తం ఓటర్లు 62,00,000, లేదా భారతదేశ మొత్తం జనాభాలో 24 శాతం, 1919 చట్టం వర్తించని ప్రాంతాలతో సహా కాదు."

"I. ఓ. ఎన్."[130] (p. 194)

పేజీ 283 (140)[131]

భారతదేశం పాత మరియు కొత్తది: షిరోల్ వి.

"బ్రిటీష్ ప్రజలు న్యాయం చేయకూడదనుకుంటే, ఈ సామ్రాజ్యాన్ని నాశనం చేయడం ప్రతి భారతీయుడి యొక్క సంపూర్ణ కర్తవ్యంగా మారుతుందని వారికి తెలియజేయండి."

మహాత్మా జీ[132] (నాగ్‌పూర్ కాంగ్రెస్)

గ్రామీణ మరియు నగరం యొక్క ప్రశ్న

భౌగోళిక ప్రాంతాన్ని పరిగణనలోకి తీసుకోకుండా కొంత ప్రభుత్వ విజ్ఞత ప్రదర్శించబడింది (ప్రభుత్వ) కోరిక ఉన్నప్పటికీ, మరింత అభివృద్ధి చెందిన

---

[128] నోట్‌బుక్ పేజీ సంఖ్య 281 కాదు, కానీ పేజీ సంఖ్య (137) తర్వాత పేజీ సంఖ్య (138) క్రమం సరైనది.

[129] షిరోల్ యొక్క పుస్తకం ఇండియన్ అశాంతి.

[130] షిరోల్ పుస్తకం: ఇండియా ఓల్డ్ అండ్ న్యూ.

[131] నోట్‌బుక్ పేజీ 282 తర్వాత పేజీ 283 యొక్క క్రమం సరైనది కానీ (138) తర్వాత (139) కాదు (140) ఇవ్వబడింది.

[132] మహాత్మా గాంధీ; షిరోల్ రాసిన ఇండియా ఓల్డ్ అండ్ న్యూ పుస్తకం నుండి కోట్ చేయబడింది.

రాజకీయ దృక్పథాలను కలిగి ఉన్న పట్టణ వ్యక్తులు, ఆ గ్రామీణ నియోజకవర్గాల్లో అభ్యర్థులుగా మారకుండా నిరోధించడానికి, మారుమూల పట్టణాలను ఒకే నియోజకవర్గంలోకి చేర్చారు ఇలా చేసి ఉంటే, అనేక చిన్న పట్టణాలు సహజంగా చేర్చబడి ఉండేవి. మేకలు 'విశ్వసనీయ' పట్టణ ప్రజలు మరియు గొర్రెలు 'విశ్వసనీయమైన' రైతు సంఘం కావడంతో పంజాబ్ జనాభాను మేకలు మరియు గొర్రెలుగా విభజించవచ్చని నమ్మకం ఆధారంగా ఇది చివరి ప్రయత్నం.[133]

* * *

ఖల్సా కళాశాల. 1892లో స్థాపించబడింది.[134]

* * *

పేజీ 284 (141)

నాకు తెలిసిన భారతదేశం[135]

'మహాత్మా' మార్గం నిజంగా కష్టతరమైనది మరియు గాంధీ ఇటీవల టైటిల్ మరియు దాని బాధ్యతలను విడిచిపెట్టడానికి ప్రయత్నించడంలో ఆశ్చర్యం లేదు. భారతదేశంలో అతని ప్రభావం క్రమంగా క్షీణిస్తోంది, అయినప్పటికీ అతని సన్యాసం మరియు గొప్ప నైతిక సత్యాల రూపంలో అతను చాలా నైపుణ్యంగా రూపొందించిన అస్పష్టమైన మరియు అసాధ్యమైన టాల్‌స్టాయ్ మార్క్ యొక్క సూత్రాలు చాలా మందికి మరియు సెంటిమెంటల్ ఇంగ్లండ్‌లోని బలహీనమైన మనస్సు గల ప్రజలకు భ్రాంతిని కలిగిస్తాయి ఫ్రాన్స్‌లోని కొంతమంది తార్కిక ప్రజలు కూడా అదే భ్రమలో ఉన్నారు, వారు తూర్పు నుండి కొత్త కాంతిని ఆశిస్తున్నారు.

(పే.65)

* * *

133 మూలం అస్పష్టంగా ఉంది; బహుశా భారతదేశం నుండి కోట్ చేయబడింది.

134 పేజీ దిగువన ఉన్న మార్జిన్‌లో ఇటాలిక్‌లతో అసలైనది వ్రాయబడింది.

135 సర్ మైఖేల్ ఓ డ్వైర్ (1885-1923) రచించిన పుస్తకం యొక్క శీర్షిక: ఇండియా యాజ్ ఐ న్యూ ఇట్, 1925/28లో లండన్‌లో ప్రచురించబడింది నుండి ప్రచురించబడింది. ఢిల్లీలోని మిట్టల్ పబ్లికేషన్స్ నుండి 1988లో పునర్ముద్రించబడింది. మొదటి ప్రపంచ యుద్ధ సమయంలో పంజాబ్‌కు చెందిన ఓ'డ్వయర్ అతను లెఫ్టినెంట్ గవర్నర్, అతను పంజాబ్ నుండి యువకులను పెద్ద ఎత్తున సైన్యంలోకి బలవంతంగా చేర్చుకున్నాడు, యుద్ధం కోసం ప్రభుత్వానికి రుణాలు ఇవ్వమని ప్రజలను బలవంతం చేశాడు మరియు రాజకీయ నాయకులను క్రూరంగా హింసించాడు. జలియన్‌వాలాబాగ్ ఘటనను ఆయన సమర్థించారు. ఆ తర్వాత లండన్‌లో ఉధమ్‌సింగ్ హత్య చేశాడు.

అంతర్గత[136]

సాధారణంగా ఐరిష్ కుట్రలను సరఫరా చేసే అసహ్యకరమైన కానీ ఉపయోగకరమైన తరగతి గూఢచారులు ఎండిపోవడానికి ప్రధాన కారణాలలో ఒకటిగా నేను భావిస్తున్నాను. అందుకే అధికారంలో ఉన్నవారు తమ గూఢచారులను దాచిపెట్టడంలో మరియు రక్షించడంలో విఫలమయ్యారు (జేమ్స్ కేరీ విషయంలో వలె, అభేద్యమైన విప్లవకారుల ముఠాను బయటపెట్టింది మరియు అతని సాక్ష్యం ప్రకారం బ్రాడీ, ఫిట్జ్ హెర్బర్ట్ మరియు ముల్లెన్‌లు రెండు హత్యలకు పాల్పడ్డారు. ఫీనిక్స్ పార్క్, అంటే, ప్రధాన కార్యదర్శి మరియు అండర్ సెక్రటరీ హత్యలకు ప్రతీకారంగా, ఓ'డొనెల్ అనే యువ విప్లవకారుడిని పట్టపగలు కాల్చి చంపారు[137]) ఆవు హంతకుడు.

మహాయుద్ధానికి ముందు మరియు సమయంలో, పంజాబ్ లెఫ్టినెంట్ గవర్నర్‌గా, నేను అనేక విప్లవాత్మక కుట్రలకు గురయ్యాను, వీటిలో గూఢచారుల కులమే పెద్ద పాత్ర పోషించింది, మరియు మా జాగరూకత ఏ ఒక్క విషయంలోనూ లేనంతగా సంపూర్ణంగా ఉంది. గూఢచారిపై వెలుగుచూడలేదు.[138]

పేజీ 285 (142)

భారతీయ కుట్రదారులు, వారి నీచమైన వ్యూహాలు, వారి అసాధారణ అహంభావం, విభేదాలను సృష్టించే వారి సహజమైన ప్రవృత్తి మరియు అసహ్యకరమైన వాస్తవాలను దాచే సామర్థ్యంతో పూర్తిగా సన్నద్ధమయ్యారు, ఈ వాతావరణంలో ఎలా హాయిగా పనిచేశారో నేను అర్థం చేసుకోగలను.

(పేజీ 187)

నాకు తెలిసిన భారతదేశం[139]

ఆర్యసమాజ్

నిజానికి ఆర్యసమాజ్ పాశ్చాత్య ప్రభావానికి వ్యతిరేకంగా జాతీయవాద పునరుజ్జీవనం. ఈ విభాగం వ్యవస్థాపకుడు దయానంద యొక్క అధికారిక గ్రంథం సత్యార్థ ప్రకాష్‌లో, అతను తన అనుచరులను వేదాల వైపుకు తిరిగి రావాలని

136 ఈ భాగంలో, ఐర్లాండ్‌లోని విప్లవకారులు బ్రిటిష్ ప్రభుత్వ గూఢచారులను నిర్మూలించడాన్ని ఓ'డ్వైర్ ఉదాహరణగా ఇచ్చాడు మరియు పంజాబ్‌లోని విప్లవకారులకు వ్యతిరేకంగా అతను స్వయంగా అనుసరించిన పద్ధతులను చర్చించాడు.

137 ఐరిష్ విప్లవకారులు ఫీనిక్స్ పార్క్‌లో చీఫ్ మరియు అండర్ సెక్రటరీలను హత్య చేసినప్పుడు, జేమ్స్ కారీ వారిని పట్టుకుని ఉరితీయడంలో ఇన్‌ఫార్మర్ పాత్ర పోషించాడు, అయినప్పటికీ పాట్రిక్ ఓ'డొనెల్ అనే విప్లవకారుడు కాల్చి చంపబడ్డాడు భారతదేశ విప్లవకారులు అపారమైన నైతికతను పొందారు.

138 ఓ'డ్వైర్ పుస్తకం నుండి ఇండియా యాజ్ ఐ నో ఇట్.

139 ఓ'డ్వైర్ పుస్తకం

మరియు ఆర్యుల ఊహాత్మక బంగారు భూతకాలంలో బంగారు భవిష్యత్తును వెతకమని పిలుపునిచ్చాడు. సత్యార్థ్ ప్రకాష్ కూడా హిందూయేతర పాలనకు వ్యతిరేకంగా వాదించారు మరియు కొన్ని సంవత్సరాల క్రితం, ఈ శాఖకు చెందిన ప్రముఖ మౌత్‌పీస్ స్వరాజ్ సూత్రానికి నిజమైన మూలకర్త దయానంద్ అని పేర్కొన్నారు.

కానీ 1907లో కొందరు దుర్మార్గులు ఆర్యసమాజ్‌పై పుకార్లు వ్యాప్తి చేయడం ప్రారంభించారు. ఈ సంస్థకు ఏ విధమైన రాజకీయ సంస్థతో లేదా ఏ విధమైన రాజకీయ ఉద్యమంతో సంబంధం లేదని దాని పాత మతపరమైన సూత్రాన్ని పునరుద్ఘాటిస్తూ తీర్మానాన్ని ప్రచురించడంలో ఈ వర్గం తెలివిని ప్రదర్శించింది. ఇప్పుడు, అతివాద రాజకీయాల నుండి తెగతెంపులు చేసుకోవాలనే ఈ వాదనను ఒక సంస్థగా సమాజం అంగీకరించినప్పటికీ, పంజాబ్‌లోని హిందూ జనాభాలో 5 శాతానికి పైగా ఆర్యసమాజ్ ఉన్నప్పటికీ, ప్రజలు చేర్చబడలేదని గట్టి హిందువులు గమనించాలి. ఇంకా 1907 నుండి నేటి వరకు రాజద్రోహం మరియు ఇతర రాజకీయ ఆరోపణల కింద శిక్షించబడిన హిందువులలో పెద్ద సంఖ్యలో ఈ సంఘంలో సభ్యులుగా ఉన్నారు.

పేజీ 286 (143)

భారతదేశం గురించిన గణాంకాల గణాంకాలు ఇంగ్లాండ్ మరియు వేల్స్‌లో 4/5 మంది ప్రజలు పట్టణాలలో నివసిస్తున్నారు. 1000 మంది కలిసి జీవించినప్పుడు పట్టణ జీవన ప్రమాణం ప్రారంభమవుతుంది.

భారతదేశం (బ్రిటీష్) అప్పుడు మాత్రమే మున్సిపల్ డ్రైనేజీ, మొత్తం 244000,000లో 226000,000 గ్రామాలలో లైటింగ్ మరియు నీటి సరఫరా నిర్వహించబడుతుంది. ఇంగ్లాండ్-సాధారణ సమయాల్లో ఇస్తుంది పరిశ్రమ 58% మంది పరిశ్రమలకు 8% వ్యవసాయానికి భారతదేశం 71% వ్యవసాయానికి 12% పరిశ్రమకు 5% వాణిజ్యానికి 2% గృహ సేవకు 12% స్వతంత్ర వృత్తులకు 12% ప్రభుత్వానికి ఇస్తుంది. సైన్యంతో సహా సేవ.

మొత్తం భారతదేశంలో, 315 మిలియన్లలో 226 మిలియన్లు మట్టి ద్వారా మద్దతు పొందుతున్నాయి. వారిలో 208 మిలియన్ల మంది ప్రత్యక్షంగా వ్యవసాయంపై ఆధారపడి జీవిస్తున్నారు.

మోంట్‌ఫోర్డ్ నివేదిక[140]

[140] మోంట్‌ఫోర్డ్ నివేదిక: భారత రాజ్యాంగ సంస్కరణలపై రూపొందించిన నివేదిక. దీనిని మోంట్‌ఫోర్డ్ రిపోర్ట్ అని పిలిచేవారు రాష్ట్ర కార్యదర్శి మోంటాగు మరియు గవర్నర్ జనరల్ చెమ్స్‌ఫోర్డ్ సంయుక్తంగా దీనిని తయారు చేశారు. ఈ నివేదిక జూలై 8 నాటిది. 1918లో ప్రదర్శించబడింది.

పేజీ 288 (144)

మొత్తం వైశాల్యం-1,800,000 చదరపు మైళ్లు గ్రేట్ బ్రిటన్ యొక్క 20 రెట్లు 700,000 చదరపు మైళ్లు లేదా 1/3 కంటే ఎక్కువ, రాష్ట్రాల నియంత్రణలో ఉన్నాయి. భారతీయ రాష్ట్రాలు 600 ఉన్నాయి.

ఫ్రాన్స్ కంటే బర్మా గొప్పది.

మద్రాసు మరియు బొంబాయి విడివిడిగా ఇటలీ కంటే గొప్పవి.

భారతదేశం యొక్క మొత్తం జనాభా (1921 జనాభా లెక్కలు)—318,942,000 అంటే మొత్తం మానవ జాతిలో 1/5వ వంతు. 247,000,000 మంది బ్రిటిష్ ఇండియాలో మరియు 71,900,000 స్టేట్స్‌లో ఉన్నారు.

2½ మిలియన్ల మంది వ్యక్తులు ఆంగ్లంలో అక్షరాస్యులు.-ప్రతి వెయ్యి మంది పురుషులలో 16 మంది మరియు ప్రతి వెయ్యి మంది స్త్రీలలో 2 మంది ఉన్నారు.

మొత్తం స్థానిక భాషల సంఖ్య 222

మొత్తం గ్రామాల సంఖ్య 500,000[141]

పేజీ 288 (145)

సూయజ్ కెనాల్ 1869లో తెరవబడింది

ఆ సమయంలో భారతదేశం యొక్క మొత్తం ఎగుమతి:

రూ. 80 కోట్లు = £80,000,000

1926-27 మరియు రెండు సంవత్సరాలకు ముందు, సగటు:

రూ. 350 కోట్లు అంటే దాదాపు £, 262,500,000

మొత్తం జనాభా = 319 మిలియన్లు, అందులో 32½ మిలియన్లు అంటే 10.2% మంది పట్టణాలు మరియు నగరాల్లో (పట్టణ) నివసిస్తున్నారు, ఇంగ్లాండ్‌లో ఈ శాతం 79%[142]

మరియు పనిలో అత్యంత కష్టతరమైన భాగం ఏమిటంటే, మురికివాడల నివాసుల మనస్సులలో ఏదైనా మంచి కోరికను కలిగించడం.

పేజీలు 22.

సైమన్ నివేదిక[143]

---

[141] పైన పేర్కొన్న మొత్తం డేటా యొక్క మూలం బహుశా మోంట్‌ఫోర్డ్ నివేదిక కావచ్చు.

[142] డేటా యొక్క మూలం అస్పష్టంగా ఉంది.

[143] సైమన్ రిపోర్ట్: రిపోర్ట్ ఆఫ్ ది ఇండియన్ స్టాట్యూటరీ కమిషన్ (సైమన్ కమిషన్, లండన్, 1930).

పేజీ (304)[144]

భగత్ సింగ్

సంక్షిప్త సంతకం

12.9.1929 నాటి

[144] నోట్‌బుక్‌లో పేజీ 289 నుండి 303వ పేజీ వరకు ఏమీ వ్రాయబడలేదు. నోట్‌బుక్‌లోని మొదటి పేజీలోని నోట్‌బుక్‌లోని పేజీల సంఖ్య 404 ఇది గుర్తించబడింది. కానీ 305వ పేజీ నుండి 404వ పేజీ వరకు ఉన్న పేజీల జాడ లేదు. రబ్బరు స్టాంపులతో లెక్కించబడిన మొత్తం 304 పేజీలు అందుబాటులో ఉన్నాయి. ఈ నంబర్లను ఎప్పుడు, ఎవరు నమోదు చేశారనేది స్పష్టంగా తెలియరాలేదు. మిగిలిన 100 పేజీలు ఏమయ్యాయి? అవి అదృశ్యమవుతాయి దాన్ని తీసుకెళ్ళారా లేక మరేదైనా పనికి ఉపయోగించారా అనేది కూడా స్పష్టంగా తెలియలేదు.

భగత్ సింగ్ మొత్తం 145 పేజీలలో నోట్స్ రాసాడు, అందులో మధ్యలో ఖాళీ పేజీలు ఉన్నాయి.

భగత్ సింగ్ రాసిన లేఖలు

తండ్రికి లేఖ

[సెప్టెంబర్ 30, 1930న, భగత్ సింగ్ తండ్రి సర్దార్ కిషన్ సింగ్ ట్రిబ్యునల్‌లో తన డిఫెన్స్‌ను సమర్పించడానికి అవకాశం కోరుతూ ఒక దరఖాస్తును దాఖలు చేశాడు. సర్దార్ కిషన్ సింగ్ స్వయంగా దేశభక్తుడని, జాతీయోద్యమ సమయంలో జైలుకు వెళ్లేవారు. అతను మరియు మరికొందరు దేశభక్తులు బహుశా భగత్ సింగ్‌ను ఉరి నుండి రక్షించవచ్చని నమ్ముతారు, అయితే భగత్ సింగ్ మరియు అతని సహచరులు పూర్తిగా భిన్నమైన విధానాన్ని అనుసరిస్తున్నారు. బ్రిటీష్ ప్రభుత్వం ప్రతీకార విధానాన్ని అనుసరిస్తోందని, న్యాయం కేవలం బూటకమని ఆయన అన్నారు. అతన్ని ఏ విధంగానూ శిక్షించకుండా ఆపలేరు. ఈ విషయంలో బలహీనత ప్రదర్శిస్తే ప్రజా చైతన్యంలో మొలకెత్తిన విప్లవ బీజం సుస్థిరం కాదన్నారు. తండ్రి ఇచ్చిన దరఖాస్తుతో భగత్ సింగ్ మనోభావాలు కూడా దెబ్బతిన్నాయి, అయితే తన భావోద్వేగాలను నియంత్రించుకుని, తన సూత్రాలను నొక్కి చెబుతూ, అతను అక్టోబర్ 4, 1930న ఈ లేఖ రాశాడు, అది తన తండ్రికి ఆలస్యంగా వచ్చింది. కేసు తీర్పు 1930 అక్టోబర్ 7న వెలువడింది.

రాజకీయ విషయాలను ఎలా సమర్థించాలో కూడా భగత్ సింగ్ మరొక లేఖలో చర్చించారు, అది క్రింది పేజీలలో ఇవ్వబడింది. - సం.]

అక్టోబర్ 4, 1930న

గౌరవనీయమైన తండ్రి,

మీరు నా డిఫెన్స్ కోసం స్పెషల్ ట్రిబ్యునల్‌కి దరఖాస్తు పంపారని తెలిసి ఆశ్చర్యపోయాను. ఈ వార్త చాలా బాధ కలిగించింది, నేను మౌనంగా భరించలేను. ఈ వార్త నా అంతరంగ శాంతికి భంగం కలిగించి అలజడి సృష్టించింది. ప్రస్తుత పరిస్థితుల్లో మరియు ఈ విషయంలో మీరు ఎలాంటి దరఖాస్తు చేయవచ్చో నాకు అర్థం కాలేదు?

మీ కొడుకు అయినందున, నేను మీ తల్లిదండ్రుల మనోభావాలను మరియు కోరికలను పూర్తిగా గౌరవిస్తాను, అయితే నన్ను సంప్రదించకుండా అలాంటి దరఖాస్తు చేసే హక్కు మీకు లేదని నేను ఇప్పటికీ అర్థం చేసుకున్నాను. రాజకీయ రంగంలో నా అభిప్రాయాలు మీ అభిప్రాయాలకు భిన్నంగా ఉన్నాయని మీకు తెలుసు. మీ అంగీకారం లేదా అసమ్మతితో సంబంధం లేకుండా నేను ఎల్లప్పుడూ స్వతంత్రంగా పనిచేశాను.

నేను నా కేసును తీవ్రంగా పోరాడాలని మరియు నా వాదనను సరిగ్గా సమర్పించాలని మీరు మొదటి నుంచీ నన్ను ఒప్పించడానికి ప్రయత్నిస్తున్నారని నేను ఖచ్చితంగా అనుకుంటున్నాను, కానీ నేను దానిని ఎప్పుడూ వ్యతిరేకిస్తున్నానని కూడా మీకు తెలుసు. నేనెప్పుడూ నన్ను నేను రక్షించుకోవాలనే కోరికను వ్యక్తం చేయలేదు లేదా నేను దానిని ఎప్పుడూ తీవ్రంగా పరిగణించలేదు.

మేము ఒక నిర్దిష్ట విధానం ప్రకారం కేసుపై పోరాడుతున్నామని మీకు తెలుసు. నేను వేసే ప్రతి అడుగు తప్పనిసరిగా ఈ విధానం, నా సూత్రాలు మరియు మా ప్రోగ్రామ్‌కు అనుగుణంగా ఉండాలి. నేడు పరిస్థితులు పూర్తి భిన్నంగా ఉన్నాయి. కానీ పరిస్థితులు మరోలా ఉన్నట్లయితే, నేను రక్షణను అందించే చివరి వ్యక్తిని అయ్యుండేవాడిని. ఈ మొత్తం కేసులో నాకు ఒకే ఒక్క ఆలోచన ఉంది మరియు మాపై తీవ్రమైన ఆరోపణలు వచ్చినప్పటికీ, ఈ విషయంలో మనం పూర్తిగా నిర్లక్ష్యంగా ప్రవర్తించాలి. ఇలాంటి పరిస్థితుల్లో రాజకీయ కార్యకర్తలందరూ ఉదాసీనత ప్రదర్శించాలని నా అభిప్రాయం. ఈ వ్యాజ్యం అంతటా మా ప్రణాళిక ఈ సూత్రానికి అనుగుణంగా ఉంది. అలా చేయడంలో మనం విజయం సాధించామా లేదా అని నిర్ణయించుకోవడం నా పని కాదు. స్వార్థం వదిలి మన పని మనం చేసుకుంటున్నాం.

లాహోర్ కుట్ర కేసు ఆర్డినెన్స్ జారీ చేస్తూ వైస్రాయ్ ఇచ్చిన స్టేట్‌మెంట్‌లో, ఈ కుట్రలోని దోషులు శాంతిభద్రతలను నాశనం చేయడానికి ప్రయత్నిస్తున్నారని అన్నారు. దీని నుండి తలెత్తిన పరిస్థితి దీనిని ప్రజల ముందు ప్రదర్శించడానికి మాకు అవకాశం ఇచ్చింది, తద్వారా శాంతిభద్రతలను నాశనం చేసే ప్రయత్నాలు మనలా లేదా మన ప్రత్యర్థులారా అని వారు స్వయంగా చూడవచ్చు. ఈ విషయంలో భిన్నాభిప్రాయాలు ఉండవచ్చు. బహుశా మీరు కూడా ఈ విషయంలో భిన్నాభిప్రాయాలు ఉన్నవారిలో ఒకరు కావచ్చు, కానీ మీరు నన్ను సంప్రదించకుండా నా తరపున అలాంటి చర్యలు తీసుకోవాలని దీని అర్థం కాదు. నా జీవితం నువ్వు అనుకున్నంత విలువైనది కాదు. కనీసం నాకు ఈ ప్రాణం అంత విలువైనది కాదు, సూత్రాలను త్యాగం చేసి రక్షించాలి. నేను కాకుండా, నాకు ఇతర స్నేహితులు కూడా ఉన్నారు, వారి కేసులు నాలాగే తీవ్రమైనవి. మేము ఉమ్మడి ప్రణాళికను ఆమోదించాము మరియు మేము చివరి వరకు ఈ ప్రణాళికకు కట్టుబడి ఉంటాము. వ్యక్తిగతంగా మాకు ఎంత ఖర్చయినా పట్టించుకోము.

నాన్న, నాకు చాలా బాధగా ఉంది. మిమ్మల్ని నిందించడం ద్వారా లేదా, మరీ ముఖ్యంగా, మీ చర్యలను విమర్శించడం ద్వారా, నేను మర్యాద యొక్క పరిమితులను దాటవచ్చు మరియు నా మాటలు చాలా కఠినంగా మారవచ్చని నేను భయపడుతున్నాను. కానీ నేను ఖచ్చితంగా నా అభిప్రాయాలను స్పష్టమైన పదాలతో తెలియజేస్తాను. ఇంకెవరైనా నాతో ఇలా ప్రవర్తించి ఉంటే, నేను ద్రోహం కంటే తక్కువ కాదు, కానీ మీ వల్ల

సందర్భానుసారంగా నేను ఇది బలహీనత, అత్యల్ప స్థాయిలో బలహీనత అని మాత్రమే చెబుతాను.ఇది మనమందరం పరీక్షించబడుతున్న సమయం. మీరు ఈ పరీక్షలో ఫెయిల్ అయ్యారని నేను చెప్పాలనుకుంటున్నాను. మీరు ఎవ్వరూ ఉండగలిగేంత దేశభక్తి అని నాకు తెలుసు. మీరు భారతదేశ స్వాతంత్ర్యం కోసం మీ మొత్తం జీవితాన్ని అంకితం చేశారని నాకు తెలుసు, కానీ ఈ కీలక సమయంలో మీరు అలాంటి బలహీనతను ప్రదర్శించారని నేను అర్థం చేసుకోలేకపోతున్నాను.

చివరగా, నేను మీకు, మీ ఇతర స్నేహితులకు మరియు నా విషయంలో ఆసక్తి ఉన్నవారికి చెప్పాలనుకుంటున్నాను, మీ ఈ దశ నాకు ఇష్టం లేదు. ఈ రోజు కూడా నేను కోర్టులో ఎలాంటి డిఫెన్స్‌ను సమర్పించడానికి అనుకూలంగా లేను. మా సహోద్యోగులు కొందరు స్పష్టీకరణ కోసం సమర్పించిన దరఖాస్తును కోర్టు ఆమోదించినప్పటికీ, నేను ఎటువంటి స్పష్టీకరణను సమర్పించలేదు.

నేను నిరాహారదీక్ష చేస్తున్న రోజుల్లో ట్రిబ్యునల్‌కు సమర్పించిన దరఖాస్తు మరియు ఆ రోజుల్లో నేను ఇచ్చిన ఇంటర్వ్యూ తప్పుగా అర్థం చేసుకోబడ్డాయి మరియు నా వివరణను సమర్పించాలనుకుంటున్నాను అని వార్తాపత్రికలలో ప్రచురించబడింది, అయినప్పటికీ నేను స్పష్టీకరణను సమర్పించడానికి ఎప్పుడూ వ్యతిరేకించాను. ఆ కాలంలో నాకున్న నమ్మకాలే నేటికీ ఉన్నాయి.

బాటిల్ జైల్లో ఖైదు చేయబడిన నా స్నేహితులు దీనిని ద్రోహంగా మరియు నా ద్రోహంగా భావిస్తారు. నా స్థితిని అతనికి వివరించే అవకాశం కూడా నాకు లభించకపోవచ్చు.

ఈ విషయంలో తలెత్తిన చిక్కుల గురించి ప్రజలకు వాస్తవాలు తెలియజేయాలని నేను కోరుకుంటున్నాను. కావున ఈ లేఖను వీలైనంత త్వరగా ప్రచురించవలసిందిగా కోరుతున్నాను.

మీ భవదీయుడు

భగత్ సింగ్

రాజకీయ విషయాల న్యాయవాదంపై

[1930 డిసెంబర్ 23న, విప్లవ యువకుడు హరికృష్ణ పంజాబ్ గవర్నర్ సర్ జాఫ్రీపై కాల్పులు జరిపి గాయపరిచాడు. హరికృష్ణను పట్టుకుని ఆయనపై కేసు నమోదు చేశారు. కానీ న్యాయవాది సలహా మేరకు హరికృష్ణ కేసు వాదిస్తున్న తీరుతో భగత్ సింగ్ విభేదించారు. అందువల్ల, అతను ఈ విషయంలో జైలు నుండి తన సహచరులలో ఒకరికి రెండు లేఖలు రాశాడు, అందులో మొదటిది అందుబాటులో లేదు, అయితే జూన్ 1931లో లాహోర్ నుండి ప్రచురించబడిన పీపుల్స్ అనే ఆంగ్ల వారపత్రికలో ప్రచురించబడిన రెండవ లేఖ క్రింద ఇవ్వబడింది. హరికృష్ణను 1931 జూన్ 9న ఉరి తీయడం గమనార్హం. -సం.]

ఈ విషయంలో నా మొదటి లేఖ సకాలంలో గమ్యస్థానానికి చేరుకోలేదని మరియు అందువల్ల ప్రయోజనం లేకపోయిందని లేదా అది వ్రాసిన ప్రయోజనం కోసం అది విఫలమైందని తెలుసుకోవడానికి నేను చింతిస్తున్నాను. అందువల్ల, సాధారణంగా రాజకీయ కేసులలో మరియు ముఖ్యంగా విప్లవాత్మక కేసులలో న్యాయవాద ప్రశ్నకు సంబంధించి నా అభిప్రాయాలను తెలియజేయడానికి నేను ఈ లేఖ వ్రాస్తున్నాను. మొదటి లేఖలో చర్చించిన నిర్దిష్ట అంశాలతో పాటు, దీనికి మరొక ప్రయోజనం కూడా ఉంది, మరియు సంఘటనల ద్వారా వెళ్ళిన తర్వాత కూడా నేను తెలివిగా మారడం లేదు.

సరే, న్యాయవాది చేస్తున్న వాదనలను అంగీకరించకూడదని ఆ లేఖలో రాశాను. కానీ మీ మరియు నా వ్యతిరేకత ఉన్నప్పటికీ, అవి అంగీకరించబడ్డాయి.అయినప్పటికీ, మేము ఈ విషయాన్ని మరింత తేలికగా పరిగణించవచ్చు మరియు లాబీయింగ్‌కు సంబంధించిన భవిష్యత్తు విధానం గురించి ఖచ్చితమైన ఆలోచనలను రూపొందించవచ్చు.

మన రాజకీయ ఖైదీలను రక్షించడానికి నేను ఎప్పుడూ మద్దతుదారుని కాదని మీకు తెలుసు, కానీ న్యాయమైన పోరాటానికి అందం చెడిపోవాలని దీని అర్థం కాదు. అందం అనే పదాన్ని ఇక్కడ అవాస్తవమైన అర్థంలో ఉపయోగించకుండా మరియు నిర్దిష్ట చర్య తీసుకోవడానికి హరికృష్ణను ప్రేరేపించిన ఉద్దేశ్యంతో సంబంధం ఉన్నందున ప్రత్యేక శ్రద్ధ అవసరం. రాజకీయ ఖైదీలందరూ తమను తాము ప్రాతినిధ్యం వహించాలని నాకు తెలిసినప్పుడు, నేను కొన్ని నిశ్చయతతో ఈ విషయాన్ని చెబుతున్నాను. అర్థం ఒక్క విషయం నుండి మాత్రమే స్పష్టంగా ఉంటుంది.

144

మానవుడు ఒకే ఒక నిర్దిష్ట లక్ష్యాన్ని దృష్టిలో ఉంచుకుని పని చేయడు. అతని అరెస్టు తర్వాత అతని పని యొక్క రాజకీయ ప్రాముఖ్యత అంతం కాకూడదు మరియు పని కంటే మరణానికి సిద్ధపడకూడదు. ఒక ఉదాహరణ సహాయంతో మనం మరింత స్పష్టం చేస్తే, హరికృష్ణ గవర్నర్‌ను కాల్చడానికి వచ్చారు. నేను ఈ చర్య యొక్క నైతిక వైపు తీసుకోవాలనుకోవడం లేదు. నేను ఈ కేసు రాజకీయ కోణాన్ని మాత్రమే పరిగణించాలనుకుంటున్నాను. కాల్పులు జరిపిన వ్యక్తిని అరెస్టు చేశారు. దురదృష్టవశాత్తు ఈ చర్యలో పోలీసు సిబ్బంది మరణించారు. ఇప్పుడు న్యాయవాద ప్రశ్న తెరపైకి వచ్చింది. గవర్నర్ బతికి ఉంటే హరికృష్ణ విషయంలో చాలా అందమైన ప్రకటన చేసి ఉండేవారు. అంటే, మా కేసులో దిగువ కోర్టులో ఇచ్చిన వాస్తవ వాస్తవాల ప్రకటన. అందువలన, ఇది చట్టపరమైన ప్రయోజనం మరియు పని యొక్క ప్రయోజనానికి ఉపయోగపడుతుంది, అయితే సబ్-ఇన్‌స్పెక్టర్ మరణం గురించి వాదించడంలో న్యాయవాది యొక్క ప్రయత్నాలు మరియు సామర్థ్యానికి ఆటంకం ఏర్పడింది. హరికృష్ణ కేవలం గవర్నర్‌ను గాయపరచాలని, ఆయన్ను చంపవద్దని చెప్పడం వల్ల ఆయనకేం లాభం? ఇలాంటి ఇతర విషయాలు కూడా ఉన్నాయి. తెలివిగల వ్యక్తి ఒక్క క్షణం కూడా అలాంటిది ఆశించగలడా? ఈ వాదనకు ఏదైనా చట్టపరమైన విలువ ఉందా? ఖచ్చితంగా విలువ లేదు, కాబట్టి గవర్నర్‌పై కాల్పులు జరిపే ప్రత్యేక పనిని మాత్రమే కాకుండా మొత్తం విప్లవ కెరటం యొక్క అందాన్ని కూడా పాడు చేయడం ఏమిటి?

నిరసనలు, భావోద్వేగాలు ఎక్కువ కాలం ఉండవు. విప్లవ పార్టీ ద్వారా ప్రభుత్వంచాలా కాలం క్రితమే హెచ్చరించింది. దీని కోసం విప్లవ పార్టీని భారతదేశం ఎంతో మెచ్చుకుంది.గౌరవం ఇవ్వబడింది మరియు విప్లవ తరంగం దాని నిజమైన రూపంలో ప్రారంభమైంది. వైస్రాయ్ కారుపై

బాంబు విసిరిన చర్య విజయవంతం కానప్పటికీ, హెచ్చరిక కాదు. చిట్టగాంగ్ సంఘటనలు హెచ్చరికలు లేవు మరియు కేవలం నిరసనలు లేవు. అలాగే హరికృష్ణ యాక్షన్ కూడా అంతే

ఇది విప్లవ పోరాటంలో ఒక భాగం, హెచ్చరిక కాదు. చర్య యొక్క వైఫల్యం తరువాత నిందితుడు ఈ విషయాన్ని ఆడదానిలా తీసుకోవచ్చు. లక్ష్యం నెరవేరితే అదృష్టవశాత్తూ సాధ్యమవుతుంది గవర్నర్ ప్రాణాలతో హరికృష్ణ సంతోషించక తప్పలేదు. ఒకరిని వ్యక్తిగతంగా చంపడం వల్ల ప్రయోజనం లేదు

కూడా కాదు. ఈ రచనలకు రాజకీయ ప్రాముఖ్యత ఉంది, అవి ఆ వాతావరణాన్ని మరియు ఆలోచనా విధానాన్ని సృష్టిస్తాయి. ఇది చివరి

సంఘర్షణకు చాలా ముఖ్యమైనది. ఇది చాలు. వ్యక్తిగత ప్రజల సానుభూతి పొందేందుకు చర్యలు తీసుకుంటున్నారు. మన చర్యల ద్వారా మనం కొన్నిసార్లు వాటిని నాశనం చేస్తాము. దాన్ని ప్రచారం అంటాం.

ఈ ఆలోచన వెలుగులో విప్లవాత్మక కేసును సమర్థించాలి. సంఘర్షణలో అన్ని పక్షాలు ఎక్కువ లాభపడతాయి మరియు ఎక్కువ నష్టపోవాలి అనేది సాధారణ-జ్ఞాన నియమం. తక్కువ. ఊహించిన దానికంటే ఎక్కువ ప్రయోజనాలను అందించే అటువంటి యుద్ధ విధానాన్ని ఏ జనరల్ కూడా అవలంబించలేదు. త్యాగం చేయాల్సి వచ్చింది. హరికృష్ణ అమూల్యమైన ప్రాణాన్ని కాపాడేందుకు నాకంటే తహతహలాడేవారు ఎవరూ లేరు.

ఇది జరగదు, కానీ నేను మీకు చెప్పాలనుకుంటున్నాను, అతని జీవితం విలువైనది. అతనిని కనుచూపు మేరలో నుండి తీసివేయకూడదు. ప్రాణాలను ఎలాగైనా కాపాడాలనేది మా విధానం అక్కడ లేదు. ఇదీ కాంగ్రెస్ విధానం కావచ్చు, రాజకీయ నాయకుల విధానం కావచ్చు

చేయవచ్చు, కానీ అది మా విధానం కాదు. రక్షణ విధానం అత్యంత ఆరోపణ

ఒకరి స్వంత ఆలోచనా విధానంపై ఆధారపడి ఉంటుంది, అయితే నిందితుడు నిర్భయుడు మాత్రమే కాదు, ఎల్లప్పుడూతన ప్రాణాలను పణంగా పెట్టి చేసే పని పట్ల అంత మక్కువ ఉన్నా..దానిని ముందుగా స్టేట్‌మెంట్‌లో మరియు వ్యక్తిగత విషయాలను తర్వాత తీసుకోవాలి. దీని తర్వాత కూడా

స్థానికంగా ఉండే కొన్ని సందర్భాలు ఉండవచ్చు కాబట్టి ఇలాంటి గందరగోళ పరిస్థితి తలెత్తవచ్చుచర్య ముఖ్యమైనది అయినప్పటికీ, అది సాధారణ ప్రాముఖ్యతను కలిగి ఉండకపోవచ్చు. అక్కడ మీ బాధ్యతను అంగీకరించండిఅలా చేస్తున్నప్పుడు నిందితుడు భావోద్వేగానికి లోనవకూడదు. నిర్మల్కాంత్ రాయ్ యొక్క ప్రసిద్ధ కేసు ఉత్తమ ఉదాహరణ, కానీ అటువంటి రాజకీయ ప్రాముఖ్యత విషయంలో వ్యక్తిగత అంశం

రాజకీయ అంశాలకు ఎక్కువ ప్రాధాన్యత ఇవ్వకూడదు. మీరు నా నిష్పాక్షిక అభిప్రాయాన్ని తెలియజేస్తే మీరు కేసు గురించి అడగాలనుకుంటే, ఇది చారిత్రక ప్రాధాన్యత అని నేను స్పష్టంగా చెప్పాలనుకుంటున్నాను.ఇది అస్సలు రాజకీయ హత్య కాదు.

ఇక్కడ నేను ఖచ్చితంగా ఒక విషయం చెప్పాలనుకుంటున్నాను, ఈ కేసును గొంతు కోసిన వారు, వారి తప్పును గ్రహించి, వారి భుజాలపై ధైర్యం తెచ్చుకోలేని

వారు మన యువకులే మీ భాగస్వామి యొక్క ఆకర్షణీయమైన పాత్ర యొక్క అందాన్ని దిగజార్చండి. ఆయన్ను ధైర్యంగా ఎదుర్కొనేందుకు హరికృష్ణ వణికిపోయారని వారు చెప్పడం విన్నాను. ఇది చాలా సిగ్గుమాలిన అబద్ధం. అతనిలాంటి ధైర్యం ఉన్న యువకుడిని నేను ఎప్పుడూ కలవలేదు. ప్రజలు మనపట్ల దయ చూపాలి. మనల్ని ప్రోత్సహించడం, అవమానించడం కంటే మనల్ని పట్టించుకోకపోవడమే మేలు. కష్టాల్లో ఉన్న ప్రజల విముక్తి కోసం తమ ఆత్మలను త్యాగం చేయడానికి వచ్చిన యువకుల జీవితాలను మరియు మరణాలను కూడా పాడు చేయడంలో లాయర్లు ఆత్మలేని నిపుణులు కాకూడదు. మేము నెమ్మదిగా రాజకీయ కార్యకర్తలతో కొత్త బ్యూరోక్రసీని సృష్టిస్తున్నామని తెలుసుకోవడం నాకు నిజంగా బాధ కలిగించింది. ఇది సరికాదు, కాబట్టి ఈ కేసులో చెల్లించినట్లుగా రాజకీయ కేసులో నమ్మలేని ఫీజులను న్యాయవాది ఎందుకు అడగాలి.

దేశద్రోహం కేసుల్లో ఏ మేరకు ప్రాసిక్యూషన్‌ను అనుమతించవచ్చో నేను మీకు చెప్పగలను.ఉన్నాయి. గతేడాది సోషలిస్టు స్పీచ్ ఇచ్చినందుకు స్నేహితుడిపై కేసు పెట్టి అన్యాయంగా కేసు పెట్టడం ఆశ్చర్యానికి గురిచేసింది. అలాంటప్పుడు మనం ప్రచారం చేసే ఆలోచనలు, ఆదర్శాలను అంగీకరించి వాక్ స్వాతంత్ర్య హక్కును డిమాండ్ చేయాలి కానీ, ఈ మాట ఎక్కడ చెప్పాలి, ఏమీ అనలేదని ఎక్కడ చెప్పాలి. ఈ విధంగా మన స్వంత ఉద్యమ ప్రయోజనాలకు విరుద్ధం. కేసులు పెట్టకుండా జైలుకెళ్లి ప్రస్తుత ఉద్యమంలో కాంగ్రెస్ నష్టపోయిందన్నారు. నా అభిప్రాయం ప్రకారం ఇది పొరపాటు.

సరే, మీరు మునుపటి లేఖతో పాటుగా నా ఈ లేఖను చదివి, రాజకీయ కేసుల విచారణకు సంబంధించి నా అభిప్రాయాలను బాగా తెలుసుకుంటారు. హరికృష్ణ విషయంలో వీలైనంత త్వరగా హైకోర్టులో అప్పీలు చేసి ఆయన్ను కాపాడేందుకు అన్ని విధాలా కృషి చేయాలని భావిస్తున్నాను. నా ఈ రెండు అక్షరాలు నేను మీకు చెప్పదలచుకున్నదంతా చెబుతాయని ఆశిస్తున్నాను.

భగత్ సింగ్

[భగత్ సింగ్ మరియు బతుకేశ్వర్ నిరాహార దీక్ష ప్రారంభించిన తర్వాత భారతీయ ప్రజల చైతన్యంలో.

నిరాహార దీక్ష సందర్భంగా సుఖ్‌దేవ్‌కి ఒక లేఖ

దత్ మరింత లోతుగా వెళ్ళాడు. భగత్ సింగ్ మాటల్లో చెప్పాలంటే మా కష్టాలు ఫలించాయి. దేశవ్యాప్తంగా ఒక ప్రజా ఉద్యమం చెలరేగింది. మా లక్ష్యంలో విజయం సాధించాం. 63 రోజుల నిరాహార దీక్ష తర్వాత 1929 సెప్టెంబర్ 13న యతీంద్రనాథ్ దాస్ అమరుడయ్యారు. అతని పార్థివ దేహాన్ని లాహోర్ నుండి కలకత్తాకు తీసుకెళ్తున్నప్పుడు, అతని చివరి సందర్శనార్థం లక్షలాది మంది ప్రజలు ప్రతి పెద్ద నగరం స్టేషన్ వద్ద గుమిగూడారు. కలకత్తాలో జరిగిన ఆయన అంత్యక్రియలకు 4 లక్షల మంది హాజరయ్యారు.

ఈ రోజుల్లో, భగత్ సింగ్ తన యుద్ధాలన్నింటినీ ఏ ఆలోచనలతో పోరాడుతున్నాడో, సుఖ్‌దేవ్‌తో కొనసాగుతున్న ఆలోచనల సంఘర్షణ సందర్భంలో అతను వ్రాసిన లేఖ ద్వారా స్పష్టంగా తెలుస్తుంది. భగత్ సింగ్ ఈ ముఖ్యమైన లేఖ రాసిన సుఖ్‌దేవ్ లేఖ ఈ రోజు అందుబాటులో లేకపోవడం విచారకరం. ఇప్పటికీ, పరిశీలనలో మరియు చర్చలో ఉన్న దాదాపు అన్ని అంశాలు ఇక్కడ స్పష్టంగా ఉన్నాయి. - నం.]

నొప్పి నుండి పారిపోవడం పిరికితనం

ప్రియమైన సోదరా,

నేను మీ లేఖను చాలాసార్లు శ్రద్ధగా చదివాను. మారిన పరిస్థితులు మనల్ని విభిన్నంగా ప్రభావితం చేశాయని నేను భావిస్తున్నాను. జైలు బయట మీరు అసహ్యించుకునే విషయాలు ఇప్పుడు మీకు తప్పనిసరి అయ్యాయి. అదేవిధంగా, జైలు వెలుపల నేను ప్రత్యేకంగా మద్దతు ఇచ్చిన విషయాలు నాకు పెద్దగా ప్రాముఖ్యతను కలిగి లేవు. ఉదాహరణకు, నేను వ్యక్తిగత ప్రేమకు ప్రత్యేక ప్రాముఖ్యతనిస్తాను, కానీ ఇప్పుడు ఈ అనుభూతికి నా హృదయంలో మరియు మనస్సులో ప్రత్యేక స్థానం లేదు. మీరు దీన్ని బయట తీవ్రంగా వ్యతిరేకించారు, కానీ ఇప్పుడు ఈ విషయంలో మీ ఆలోచనల్లో భారీ మార్పు మరియు విప్లవం వచ్చింది. మీరు దానిని మానవ జీవితంలో చాలా అవసరమైన మరియు ముఖ్యమైన భాగంగా అనుభవిస్తారు మరియు మీరు అనుభవం నుండి ఒక రకమైన ఆనందాన్ని కూడా పొందుతారు.

ఒకరోజు నేను మీతో ఆత్మహత్య అనే అంశంపై చర్చించడం మీకు గుర్తుండే ఉంటుంది. ఆత్మహత్య చేసుకోవడం చాలా సందర్భాలలో సమర్థించబడుతుందని

నేను మీకు చెప్పాను, కానీ మీరు నా అభిప్రాయాన్ని వ్యతిరేకించారు. ఆ చర్చ జరిగిన సమయం మరియు ప్రదేశం నాకు బాగా గుర్తు.

సాయంత్రం షాహన్‌షాహి గుడిసెలో ఇది జరిగింది. ఇలాంటి పిరికిపంద చర్య ఎప్పటికీ సమర్థనీయం కాదని మీరు నవ్వుతూ సరదాగా అన్నారు. ఈ రకమైన చర్య భయంకరమైనది మరియు అసహ్యకరమైనది అని మీరు అన్నారు, కానీ ఈ విషయంపై కూడా మీ అభిప్రాయం పూర్తిగా మారిపోయిందని నేను చూస్తున్నాను. ఇప్పుడు మీరు కొన్ని పరిస్థితులలో ఇది సముచితంగా మాత్రమే కాకుండా తప్పనిసరి మరియు అవసరమని కూడా భావిస్తారు. ఈ విషయంపై మీరు ఇంతకు ముందు ఎలాంటి అభిప్రాయాన్ని కలిగి ఉన్నారో ఇప్పుడు నాకూ అదే అభిప్రాయం ఉంది, అంటే ఆత్మహత్య ఘోరమైన నేరం; ఇది పూర్తి పిరికిపంద చర్య. ఏ మానవుడూ, ఒక్క విప్లవకారుడు కూడా అలాంటి చర్యను సమర్థించలేడు.

మీరు కేవలం బాధలను భరించడం ద్వారా మీ దేశానికి ఎలా సేవ చేస్తారో అర్థం చేసుకోలేకపోతున్నారని మీరు అంటున్నారు. కష్టాలను సహిస్తూ, త్యాగాలు చేస్తూ, నౌజవాన్ భారత్ సభ సేవను మనం ఎంతగా ప్రేమించుకున్నామో మీలాంటి వ్యక్తి నుంచి ఇలాంటి ప్రశ్న అడగడం చాలా ఆశ్చర్యంగా ఉంది. మీరు వీలైనంత వరకు సేవ చేశారని నేను అర్థం చేసుకున్నాను. ఇప్పుడు నువ్వు చేసిన పనికి బాధపడాల్సిన సమయం వచ్చింది. రెండవ విషయం ఏమిటంటే, మీరు మొత్తం ప్రజానీకానికి నాయకత్వం వహించవలసి వచ్చినప్పుడు ఇది అవకాశం.

మనిషి ఏ పనైనా సముచితంగా భావించి మాత్రమే చేస్తాడు. మనం శాసనసభలో బాంబులు విసిరినట్లు. పని చేసిన తర్వాత, దాని ఫలితాలు మరియు ఫలాలను ఆస్వాదించే మలుపు వస్తుంది. దయ కోసం వేడుకోవడం ద్వారా మేము శిక్ష నుండి తప్పించుకోవడానికి ప్రయత్నించినట్లయితే, మా చర్య సమర్థించబడుతుందని మీరు అనుకుంటున్నారా? లేదు, ఇది ప్రజలపై వ్యతిరేక ప్రభావాన్ని చూపుతుంది. ఇప్పుడు మేము మా లక్ష్యంలో పూర్తిగా విజయం సాధించాము.

జైలులో ఉన్న సమయంలో మా సంస్థకు చెందిన రాజకీయ ఖైదీల పరిస్థితి మరీ దయనీయంగా ఉంది. మేము దానిని మెరుగుపరచడానికి ప్రయత్నించడం ప్రారంభించాము. మేము చాలా తక్కువ సమయంలో చనిపోతామని మేము విశ్వసించామని నేను మీకు చాలా గంభీరంగా చెబుతున్నాను. ఉపవాస సమయంలో కృత్రిమంగా ఆహారం ఇవ్వాలనే జ్ఞానం లేదా ఆలోచన మాకు లేదు.

మేము మరణానికి సిద్ధంగా ఉన్నాము. మేము ఆత్మహత్య చేసుకోవాలనుకున్నామని మీ ఉద్దేశమా? కాదు, ఒక గొప్ప మరియు అద్భుతమైన ఆదర్శం కోసం ప్రయత్నాలు చేయడం మరియు ఒకరి జీవితాన్ని వదులుకోవడం ఎప్పటికీ ఆత్మహత్య అని చెప్పలేము. మా స్నేహితుడు (శ్రీ యతీంద్రనాథ్ దాస్) మరణం ఆమోదయోగ్యమైనది. దాన్ని ఆత్మహత్య అంటారా? మా కష్టాలు ఫలించాయి. దేశం మొత్తం మీద భారీ మరియు విస్తృత ఉద్యమం ప్రారంభమైంది. మా లక్ష్యంలో విజయం సాధించాం. ఈ రకమైన సంఘర్షణలో చనిపోతారు ఒక ఆదర్శ మరణం.

ఇంకా, మనకు మరణశిక్ష విధిస్తారని నమ్మే వారు ఈ శిక్షను ప్రకటించే రోజు కోసం ఓపికగా వేచి ఉండాలిఅతన్ని ఉరితీస్తారు. ఈ మరణం కూడా అందంగానే ఉంటుంది కానీ ఏదో ఒక దుఃఖం నుండి తప్పించుకోవడానికి ఆత్మహత్య చేసుకోవడం పిరికితనం. ప్రతికూలతలు ఒక వ్యక్తిని పరిపూర్ణంగా మారుస్తాయని నేను మీకు చెప్పాలనుకుంటున్నాను. మీరు మరియు నేను, నిజానికి నేను చెప్పేదేమిటంటే, మనలో ఎవ్వరూ చిన్నపాటి కష్టాన్ని కూడా భరించలేదు. మన జీవితంలో ఈ భాగం ఇప్పుడే ప్రారంభమైంది.

రష్యన్ సాహిత్యంలో ప్రతిచోటా కనిపించే వాస్తవికత మన సాహిత్యంలో ఎప్పుడూ కనిపించదని మేము ఈ అంశంపై చాలాసార్లు చర్చించినట్లు మీకు గుర్తుండే ఉంటుంది. మేము అతని కథలలోని బాధ మరియు విచారకరమైన పరిస్థితులను ప్రేమిస్తాము, కానీ మనలో మనం ఆ బాధ అనుభూతి చెందలేము. మేము అతని వెర్రితనాన్ని మరియు అతని పాత్ర యొక్క అసాధారణ ఎత్తులను మెచ్చుకుంటాము, కానీ దానికి కారణాలను ఆలోచించడానికి ఎప్పుడూ బాధపడము. కష్టాలను సహించే సాహిత్యంలో కేవలం ప్రస్తావన ఆ కథలలో కరుణ మరియు బాధ యొక్క లోతైన వేదనను సృష్టించి, వారి పాత్ర మరియు సాహిత్యాన్ని పెంచుతుందని నేను చెబుతాను. సహజమైన లేదా బలమైన ఆధారం లేనప్పటికీ, ఎటువంటి కారణం లేకుండా మన జీవితంలోకి మార్మికతను ప్రవేశపెట్టినప్పుడు మన పరిస్థితి దయనీయంగా మరియు హాస్యాస్పదంగా మారుతుంది. ప్రతి కోణంలో విప్లవకారులమని గర్వించుకునే మనలాంటి వ్యక్తులు, దీక్షా పోరాటం ద్వారా మనమే ఆహ్వానించే కష్టాలు, బాధలు, బాధలు మరియు బాధలను అన్ని విధాలుగా భరించడానికి ఎల్లప్పుడూ సిద్ధంగా ఉండాలి మరియు అందుకే మనం విప్లవకారులమని పిలుస్తాము.

జైళ్లలో మరియు జైళ్లలో మాత్రమే నేరం మరియు పాపం వంటి గొప్ప సామాజిక అంశాన్ని ప్రత్యక్షంగా అధ్యయనం చేసే అవకాశం లభిస్తుందని నేను

మీకు చెప్తున్నాను. నేను ఈ అంశంపై కొన్ని సాహిత్యాన్ని చదివాను మరియు అలాంటి విషయాలను అధ్యయనం చేయడానికి జైళ్లు అత్యంత అనుకూలమైన ప్రదేశం. స్వీయ అధ్యయనం యొక్క ఉత్తమ భాగం కష్టాలను మీరే భరించడం.

రష్యాలోని రాజకీయ ఖైదీలు జైళ్లలో ఎదుర్కొనే కష్టాలు సార్డమ్‌ను పడగొట్టిన తర్వాత జైళ్ల నిర్వహణలో వారి విప్లవానికి అతిపెద్ద కారణమని మీకు బాగా తెలుసు. ఈ విషయం గురించి పూర్తిగా తెలిసిన మరియు ఈ సమస్య గురించి వ్యక్తిగత అనుభవం ఉన్న ఇలాంటి వ్యక్తులు భారతదేశానికి అవసరం లేదా? ఈ పని మరొకరు చేస్తారని లేదా ఈ పని చేయడానికి చాలా మంది ఉన్నారని చెప్పడం ఏ విధంగానూ సమర్థించబడదు. అలా విప్లవ క్షేత్రం పని బాధ్యతను ఇతరులకు అప్పగించడాన్ని అగౌరవంగా, అసహ్యంగా భావించే వారు పూర్తి అంకితభావంతో ప్రస్తుత వ్యవస్థపై పోరాటాన్ని ప్రారంభించాలి. వారు ఆ చట్టాలను ఉల్లంఘించాలి, కానీ వారు యాజమాన్యాన్ని జాగ్రత్తగా చూసుకోవాలి, ఎందుకంటే అనవసరమైన మరియు అసమంజసమైన ప్రయత్నాలు ఎప్పుడూ న్యాయమైనవిగా పరిగణించబడవు.

వెళ్ల వచ్చు. ఈ రకమైన ఉద్యమం విప్లవం యొక్క వ్యవధిని చాలా వరకు తగ్గిస్తుంది. ఇప్పటి వరకు మొదలైన అన్ని ఉద్యమాల నుండి విడిగా ఉండమని మీరు చెప్పిన వాదనలను అర్థం చేసుకోలేకపోతున్నాను. కొంతమంది స్నేహితులు మూర్ఖులు లేదా అజ్ఞానులు ఉన్నారు. వారు మీ ఈ ప్రవర్తనను (వారు అస్సలు అర్థం చేసుకోలేరని వారు స్వయంగా చెబుతారు, ఎందుకంటే మీరు వారి కంటే చాలా ఉన్నతంగా ఉన్నారు మరియు వారి అవగాహనకు మించినవారు) ప్రత్యేకమైన మరియు అద్భుతమైనదిగా భావిస్తారు.

నిజానికి, జైలు జీవితం నిజంగా అవమానకరమని మీకు అనిపిస్తే, మీరు దానిని ఎందుకు వ్యతిరేకించరు మరియు దానిని మెరుగుపరచడానికి ఎందుకు ప్రయత్నించరు? బహుశా ఈ పోరాటం విజయవంతం కాలేదని మీరు చెబుతారు, కానీ సాధారణంగా బలహీనులు ప్రతి కదలికను నివారించాలని కోరుకునే వాదన ఇదే. జైలు వెలుపల విప్లవ ప్రయత్నాలలో పాల్గొని తమ ప్రాణాలను కాపాడుకోవాలనుకునే వారి నుండి మనం వింటున్న సమాధానం ఇది. ఈ రోజు నేను మీ నుండి వినబోయే సమాధానం ఇదేనా? కొద్ది మంది కార్యకర్తల ప్రాతిపదికన వ్యవస్థీకృతమైన మన పార్టీ తన లక్ష్యాలు మరియు ఆదర్శాలతో పోల్చితే ఏమి చేయగలదు? ఈ పనిని ప్రారంభించడంలో మనం ఘోరమైన తప్ప చేశామని

దీని నుండి మనం నిర్ధారించాలా? లేదు, అలాంటి తీర్మానం చేయడం సరికాదు. ఇలా ఆలోచించే వ్యక్తిలోని అంతర్గత బలహీనతను ఇది వెల్లడిస్తుంది.

పద్నాలుగు సంవత్సరాలు జైలు జీవితం గడిపిన తర్వాత, జైలుకు రాకముందు ఉన్నటువంటి ఆలోచనలు ఆ సమయంలో కూడా ఒక వ్యక్తి నుండి ఆశించలేమని మీరు వ్రాస్తారు, ఎందుకంటే వాతావరణం జైలు అతనిపై చాలా కఠినంగా ఉంటుంది. జైలు బయట వాతావరణం మన ఆలోచనలకు అనుకూలంగా ఉందా అని నేను మిమ్మల్ని అడగవచ్చా? అయినప్పటికీ వైఫల్యాల కారణంగా మనం అతనిని వదులుకోగలమా? మనం ఈ రంగంలోకి అడుగుపెట్టకపోయి ఉంటే విప్లవాత్మకమైన పనులేవీ జరగలేదని మీ ఉద్దేశమా? అలా అయితే, మీరు పొరబడినట్లే. పర్యావరణాన్ని మార్చడంలో మనం కూడా చాలా వరకు సహాయకారిగా ఉన్నారనేది నిజం అయినప్పటికీ, మనం మన కాలపు అవసరాల యొక్క ఉత్పత్తి మాత్రమే.

కమ్యూనిజం పితామహుడు మార్క్స్ నిజానికి ఈ ఆలోచనను పుట్టించినవాడు కాదని నేను కూడా చెబుతాను. నిజానికి, యూరప్ యొక్క పారిశ్రామిక విప్లవం ఒక ప్రత్యేక రకమైన ఆలోచనలతో ప్రజలను ఉత్పత్తి చేసింది. వారిలో మార్క్స్ కూడా ఒకడు. అవును, మార్క్స్ తన స్వంత స్థానంలో నిస్సందేహంగా కాలచక్రానికి ఒక ప్రత్యేక రకమైన వేగాన్ని అందించడంలో కొంత వరకు అవసరమైన సహాయంగా నిరూపించబడ్డాడు. నేను (మరియు మీరు కూడా) ఈ దేశంలో సోషలిజం మరియు కమ్యూనిజం ఆలోచనలకు జన్మనివ్వలేదు, అది మన సమయం మరియు పరిస్థితుల ప్రభావం యొక్క ఫలితం. ఈ ఆలోచనలను ప్రచారం చేయడానికి నిస్సందేహంగా మేము కొన్ని సాధారణ మరియు పనికిమాలిన పని చేసాము

మనం ఇంత కష్టమైన పనిని చేపట్టినప్పుడు, మనం కొనసాగించాలి మరియు ముందుకు సాగాలి. విపత్తుల నుండి తప్పించుకోవడానికి ఆత్మహత్య చేసుకోవడం ప్రజలకు మార్గదర్శకం కాదు, బదులుగా అది ప్రతిచర్య చర్య అవుతుంది.

మేము జైలు నిబంధనల ప్రకారం పని చేయడం కొనసాగించాము, జీవితంలోని నిరాశలు, ఒత్తిడి మరియు హింస యొక్క అత్యంత పరీక్షా వాతావరణాన్ని ప్రతిఘటించాము. మన పని మనం చేసుకునే కాలం. అప్పట్లో రకరకాలుగా ఇబ్బందులు ఎదుర్కొన్నాం. గొప్ప విప్లవకారులు అని గర్వంగా భావించే వారు కూడా మనల్ని విడిచిపెట్టారు. ఈ పరిస్థితులు చాలా పరీక్షగా లేవా? అప్పుడు మన ఉద్యమాన్ని, ప్రయత్నాలను కొనసాగించడానికి ఏ కారణం మరియు తర్కం ఉంది?

ఈ తర్కం మన ఆలోచనలకు బలాన్ని ఇవ్వలేదా? మరి అలాంటి విప్లవ కార్మికులు శిక్ష అనుభవించి జైళ్ల నుంచి తిరిగి వచ్చి ఇప్పటికీ పనిచేస్తున్న ఉదాహరణలు మనకు లేవా? వకునిన్ నీలాగా ఆలోచించి ఉంటే ఆదిలోనే ఆత్మహత్య చేసుకుని ఉండేవాడు. ఈ రోజు మీరు రష్యన్ రాష్ట్రంలో బాధ్యతాయుతమైన పదవులను కలిగి ఉన్న అసంఖ్యాక విప్లవకారులను చూస్తారు మరియు వారి జీవితంలో ఎక్కువ భాగం జైలులో, శిక్షను ఎదుర్కొంటున్నారు. మనిషి తన విశ్వాసాలపై దృఢంగా ఉండేందుకు ప్రయత్నించాలి. భవిష్యత్తులో ఎలాంటి సంఘటన జరుగుతుందో ఎవరూ చెప్పలేరు.

మా బాంబు కర్మాగారాల్లో చాలా బలమైన మరియు సమర్థవంతమైన విషాన్ని ఉంచడం గురించి మేము చర్చిస్తున్నప్పుడు, మీరు దానిని తీవ్రంగా వ్యతిరేకించారని మీకు గుర్తుందా. మీరు ఆలోచనను అసహ్యించుకున్నారు. మీరు నమ్మలేదు. అప్పుడు ఇప్పుడు ఏమైంది? ఇక్కడ అలాంటి కష్టమైన మరియు సంక్లిష్టమైన పరిస్థితులు లేవు. ఈ ప్రశ్న గురించి ఆలోచించడం కూడా నాకు అసహ్యం. ఆత్మహత్యకు అనుమతించే మనస్తత్వానికి మీరు కూడా అసహ్యం చెందారు. మీరు జైలులో ఉన్న సమయంలో (అంటే విషం తాగి ఆత్మహత్యకు పాల్పడ్డారు) ఈ ఆలోచనలకు అనుగుణంగా నడుచుకుంటే విప్లవోద్యమానికి గొప్ప సేవ చేసి ఉండేవారమని చెప్పినందుకు నన్ను క్షమించండి, కానీ ఇది ఈ పని గురించి ఆలోచించడం కూడా మనకు హానికరం.

నేను మీ దృష్టిని ఆకర్షించదలిచిన మరో ప్రత్యేక విషయం ఏమిటంటే, దేవుడు, పునర్జన్మ, నరకం-స్వర్గం, శిక్ష మరియు ప్రతిఫలం, అంటే దేవుడు చేసిన జీవిత వృత్తాంతం మొదలైన వాటిపై మాకు నమ్మకం లేదు. కాబట్టి, మనం జీవితం మరియు మరణం గురించి కూడా చాలా భౌతిక పద్ధతిలో ఆలోచించాలి. ఒకరోజు నన్ను గుర్తించడానికి ఢిల్లీ నుంచి ఒకరిని ఇక్కడికి తీసుకువచ్చినప్పుడు, మా నాన్న సమక్షంలో కొంతమంది ఇంటెలిజెన్స్ డిపార్ట్‌మెంట్ అధికారులు ఈ విషయంపై నాతో మాట్లాడారు. నేను ఏ రహస్యాన్ని బయటపెట్టడానికి సిద్ధంగా లేను, తద్వారా నా ప్రాణాన్ని కాపాడుకుంటానని, ఇది నేను జీవితం నుండి చాలా వేరుగా ఉన్నానని రుజువు చేస్తుంద

నేను విచారంగా ఉన్నాను. నా చావు ఆత్మహత్యతో సమానం అన్నది అతని వాదన, కానీ నాలాంటి నమ్మకాలు, ఆలోచనలు ఉన్న వ్యక్తి వృథాగా చనిపోవడాన్ని ఎప్పటికీ భరించలేనని అతనికి సమాధానం చెప్పాను. మేము మా జీవితం నుండి గరిష్ట విలువను పొందాలనుకుంటున్నాము. సాధ్యమైనంత వరకు మానవాళికి సేవ

చేయాలనుకుంటున్నాం. ముఖ్యంగా నాలాంటి మంచి వ్యక్తి జీవితంలో ఏ విధమైన దుఃఖం, ఆందోళన లేనివాడు, ఏ సమయంలోనైనా ఆత్మహత్య చేసుకోవడాన్ని ఒంటరిగా వదిలిపెట్టేవాడు, దాని గురించిన ఆలోచనను కూడా తన హృదయంలోకి తీసుకురావడం సరికాదు. అదే ఇప్పుడు నేను మీకు చెప్పాలనుకుంటున్నాను.

నా గురించి నేను ఏమనుకుంటున్నానో చెప్పడానికి మీరు నన్ను అనుమతిస్తారని ఆశిస్తున్నాను. నాకు మరణశిక్ష విధిస్తారని నేను గట్టిగా నమ్ముతున్నాను. నాకు ఎలాంటి పూర్తి క్షమాపణ లేదా సున్నితంగా వ్యవహరించాలనే ఆశ లేదు. క్షమాపణ ఏదైనా ఉంటే, అది అందరికీ పూర్తిగా ఉండదు, కానీ అది మనకు కాకుండా ఇతరులకు కూడా చాలా పరిమితంగా ఉంటుంది మరియు అనేక ఆంక్షలకు కట్టుబడి ఉంటుంది. మనకి క్షమాపణ ఉండదు, ఉండదు. అయినప్పటికీ, మన విముక్తి ప్రతిపాదన అందరినీ కలుపుకొని ప్రపంచవ్యాప్తంగా ఉండాలని నేను కోరుకుంటున్నాను మరియు దానితో పాటు, ఈ ఉద్యమం గరిష్ట స్థాయికి చేరుకున్నప్పుడు, మమ్మల్ని ఉరితీయాలని నేను కోరుకుంటున్నాను. గౌరవప్రదమైన మరియు న్యాయమైన పరిష్కారాన్ని సాధించడం ఎప్పుడైనా సాధ్యమైతే, మనలాంటి వ్యక్తుల సమస్య దాని మార్గంలో ఎటువంటి ఆటంకం లేదా ఇబ్బందిని కలిగించకూడదని నా కోరిక. దేశ భవితవ్యం నిర్ణయించబడుతున్నప్పుడు, వ్యక్తుల భవితవ్యాన్ని పూర్తిగా మరచిపోవాలి. మేము, విప్లవకారులుగా, గత అనుభవాలన్నింటినీ పూర్తిగా తెలుసుకుంటాము. అందువల్ల, మన పాలకుల మరియు ముఖ్యంగా బ్రిటిష్ జాతి మనోభావాలలో ఇటువంటి ఆశ్చర్యకరమైన మార్పు సంభవిస్తుందని మేము నమ్మలేము. విప్లవం లేకుండా ఈ రకమైన మార్పు సాధ్యం కాదు. నిరంతర కృషి, కృషి, బాధలు మరియు త్యాగాల ద్వారా మాత్రమే విప్లవం తీసుకురాబడుతుంది మరియు తీసుకురాబడుతుంది.

నా దృక్కోణం విషయానికొస్తే, దాని ప్రభావం శాశ్వతంగా ఉండి, మన మరణశిక్షలు దేశ ప్రజల హృదయాలపై చెరగని ముద్ర వేస్తేనే అందరికీ సౌకర్యాలు మరియు క్షమాభిక్షను నేను స్వాగతించగలను. అంతే; అంతకు మించి ఏమీ లేదు.

విద్యార్థుల పేరు అక్షరాలు

[భగత్ సింగ్ మరియు బతుకేశ్వర్ దత్ తరపున జైలు నుండి పంపిన ఈ లేఖ పంజాబ్ స్టూడెంట్స్ యూనియన్, లాహోర్ రెండవ సెషన్‌లో 19 అక్టోబర్ 1929న చదవబడింది. ఈ సమావేశానికి నేతాజీ సుభాష్ చంద్రబోస్ ఛైర్మన్‌గా వ్యవహరించారు. - నం.]

ఈ సమయంలో మేము బాంబులు మరియు పిస్టల్స్ తీయమని యువతను అడగలేము. నేడు విద్యార్థులు మరింత ముఖ్యమైన పనిని ఎదుర్కొంటున్నారు. రాబోయే లాహోర్ సెషన్‌లో

దేశ స్వాతంత్ర్యం కోసం కాంగ్రెస్ ఉధృత పోరాటాన్ని ప్రకటించబోతోంది. జాతీయ చరిత్ర యొక్క ఈ క్లిష్ట క్షణాలలో, యువత యొక్క భుజాలపై భారీ బాధ్యత వస్తుంది. ఈ స్వాతంత్ర్య సమరంలో విద్యార్థులు ముందు వరుసలో మృత్యువును ఎదుర్కొన్న మాట వాస్తవమే. ఈ పరీక్షా సమయాల్లో అదే విధమైన సంకల్పం మరియు విశ్వాసాన్ని ప్రదర్శించడంలో వారు వెనుకాడతారా? దేశంలోని నలుమూలల ఉన్న యువతకు ఈ విప్లవ సందేశాన్ని తీసుకెళ్లాలి, మురికివాడలు, పల్లెలు, కర్మాగారాల ప్రాంతాల్లో శిథిలావస్థలో ఉన్న గుడిసెలలో నివసిస్తున్న కోట్లాది మందిలో ఈ విప్లవ జ్వాల మేల్కొల్పాలి, అది స్వాతంత్ర్యాన్ని తెచ్చిపెడుతుంది. ఆపై ఒక వ్యక్తి మరొకరికి సహాయం చేస్తాడు మానవులను దోపిడీ చేయడం అసాధ్యం. పంజాబ్ రాజకీయంగా కూడా వెనుకబడి ఉంది. దీని బాధ్యత యువతపై కూడా ఉంది. ఈ రోజు, దేశం పట్ల వారి అపారమైన భక్తిని మరియు అమరవీరుడు యతీంద్రనాథ్ దాస్ యొక్క గొప్ప త్యాగాన్ని స్ఫూర్తిగా తీసుకొని, ఈ స్వాతంత్ర్య పోరాటంలో వారు బలంగా పోరాడగలరని నిరూపించండి.

అక్టోబర్ 22, 1929 ట్రిబ్యూన్ (లాహోర్)లో ప్రచురించబడింది.

ఎడిటర్‌కి లేఖ, ఆధునిక సమీక్ష

[భగత్ సింగ్ తన అభిప్రాయాలను భారత ప్రజల ముందు స్పష్టంగా ప్రదర్శించాడు. అతని దృష్టిలో, విప్లవం యొక్క కత్తి ఆలోచనల అంచు ద్వారా మాత్రమే పదును పెట్టబడుతుంది. వారు సైద్ధాంతిక విప్లవాత్మక పరిస్థితి కోసం పోరాడారు. తన ఆలోచనలపై జరిగిన దాడులన్నింటికీ తార్కిక సమాధానాలు ఇచ్చాడు. ఈ దాడులు బ్రిటీష్ ప్రభుత్వం లేదా వార్తాపత్రికలలోని స్థానిక నాయకులు చేశారు.

63 రోజుల నిరాహార దీక్ష తర్వాత యతీంద్రనాథ్ దాస్ వీరమరణం పొందారు. 'మోడరన్ రివ్యూ' సంపాదకుడు రామానంద్ చటోపాధ్యాయ, అమరవీరుడు బలిదానం చేసిన తర్వాత భారతీయ ప్రజానీకం అతని పట్ల చూపిన గౌరవాన్ని మరియు 'ఇంక్విలాబ్ జిందాబాద్' నినాదాన్ని విమర్శించారు. భగత్ సింగ్ మరియు బి. యొక్క. దత్ తన సంపాదకీయానికి 'మోడరన్ రివ్యూ' సంపాదకుడికి ఈ క్రింది సమాధానం ఇచ్చారు.

ఇంక్విలాబ్ జిందాబాద్ అంటే ఏమిటి?

మిస్టర్ ఎడిటర్,

ఆధునిక సమీక్ష.

మీ గౌరవనీయమైన వార్తాపత్రిక యొక్క డిసెంబర్ 1929 సంచికలో, మీరు 'ఇంక్విలాబ్ జిందాబాద్' అనే శీర్షికతో ఒక వ్యాఖ్యను వ్రాసి, ఈ నినాదాన్ని అర్థంలేనిదిగా చేయడానికి ప్రయత్నించారు. ప్రతి భారతీయుడు గౌరవించే మీలాంటి పరిణతి చెందిన ఆలోచనాపరుడు మరియు అనుభవజ్ఞుడైన మరియు విజయవంతమైన సంపాదకుడి రచనలలో తప్పులు కనుగొనడం మా పక్షాన పెద్ద సాహసం. అయినప్పటికీ, ఈ నినాదానికి మనం అర్థం ఏమిటి అనే ప్రశ్నకు సమాధానం ఇవ్వడం మా కర్తవ్యంగా మేము భావిస్తున్నాము.

ఇది అవసరం, ఎందుకంటే ఈ దేశంలో ఈ సమయంలో ఈ నినాదాన్ని అందరికీ వ్యాప్తి చేసే పని మనపై పడింది. ఈ నినాదాన్ని మేం సృష్టించలేదు. ఈ నినాదం రష్యా యొక్క విప్లవాత్మక ఉద్యమంలో ఉపయోగించబడింది. ప్రముఖ సోషలిస్ట్ రచయిత అప్టన్ సింక్లెయిర్ తన నవలలు 'బోస్టన్' మరియు 'ఐల్'లో కొన్ని అరాచక విప్లవ పాత్రల నోటిలో ఈ నినాదాన్ని ఉపయోగించారు. దీని అర్థం ఏమిటి ? దీని అర్థం సాయుధ పోరాటం శాశ్వతంగా కొనసాగాలని మరియు ఏ వ్యవస్థ కూడా తక్కువ కాలం పాటు స్థిరంగా ఉండదని కాదు. ఇంకా చెప్పాలంటే దేశంలో, సమాజంలో అరాచకం జరగాలి.

చాలా కాలంగా వాడుకలో ఉన్నందున, ఈ నినాదం చాలా ప్రత్యేకమైన అనుభూతిని పొందింది, భాష యొక్క నియమాలు మరియు పదజాలం ఆధారంగా, దాని పదాలు సరైన తార్కిక రూపంలో నిరూపించబడకపోవచ్చు, కానీ అదే సమయంలో, ఈ నినాదం ఆ వ్యక్తులను ప్రేరేపిస్తుంది, దానితో అనుసంధానించబడిన ఆలోచనలను వేరు చేయలేము. అటువంటి నినాదాలన్నీ వాటిలో కొంత వరకు ఉద్భవించిన మరియు కొంతవరకు వాటిలో అంతర్లీనంగా ఉన్న ఆమోదించబడిన అర్థాన్ని సూచిస్తాయి.

ఉదాహరణకు మనం యతీంద్రనాథ్ జిందాబాద్ అనే నినాదాన్ని లేవనెత్తాము. దీని ద్వారా మన ఉద్దేశ్యం ఏమిటంటే, అతని జీవితంలోని గొప్ప ఆదర్శాలను మరియు ఈ గొప్ప అమరవీరుడు వర్ణించలేని బాధను కలిగించిన అవిశ్రాంత ఉత్సాహాన్ని మనం ఎప్పటికీ కొనసాగించాలి మరియు ఆ ఆదర్శం కోసం

అపారమైన త్యాగాలు చేయాలి. ఈ నినాదాన్ని లేవనెత్తడం ద్వారా మనం కూడా మన ఆదర్శాల పట్ల ఎడతెగని ఉత్సాహాన్ని అలవర్చుకోవాలనే మన కోరికను వ్యక్తపరిచారు. ఇది మనం మెచ్చుకునే ఆత్మ. అలాగని మనం 'ఇంక్విలాబ్' అనే పదానికి అక్షరార్థంలో అర్థం చేసుకోకూడదు. ఈ పదాన్ని సముచితంగా మరియు అనుచితంగా ఉపయోగించే వ్యక్తుల అభిరుచులను బట్టి, దానికి భిన్నమైన అర్థాలు మరియు విభిన్న లక్షణాలు జోడించబడతాయి. విప్లవకారుడి దృష్టిలో ఇది పవిత్ర వాక్యం.

ఉంది. మేము ట్రిబ్యునల్ ముందు మా ప్రకటనలో ఈ విషయాన్ని స్పష్టం చేయడానికి ప్రయత్నించాము. విప్లవం అంటే సాయుధ ఉద్యమం అని అర్థం కాదని ఈ ప్రకటనలో చెప్పాము. బాంబులు మరియు తుపాకీలు కొన్నిసార్లు విప్లవాన్ని విజయవంతం చేయడానికి ఏకైక సాధనం. కొన్ని కదలికలలో బాంబులు మరియు పిస్టల్‌లు ఒక ముఖ్యమైన సాధనంగా నిరూపిస్తాయనడంలో సందేహం లేదు, కానీ ఈ కారణంగానే బాంబులు మరియు పిస్టల్‌లు విప్లవానికి పర్యాయపదాలు కావు. తిరుగుబాటు చేయడానికి

విప్లవం అనలేము. తిరుగుబాటు యొక్క అంతిమ ఫలితం విప్లవం కావచ్చు. ఈ వాక్యంలో విప్లవం అనే పదానికి అర్థం 'పురోగతి కోసం మార్పు యొక్క భావన మరియు ఆకాంక్ష'. ప్రజలు సాధారణంగా సాంప్రదాయిక జీవన పరిస్థితులకు అతుక్కుపోతారు మరియు మార్పు గురించి ఆలోచించినప్పుడు వణుకుతారు. ఇది నిష్క్రియ భావన. దాని స్థానంలో విప్లవ స్ఫూర్తిని మేల్కొల్పాల్సిన అవసరం ఉంది. మరో మాటలో చెప్పాలంటే, నిష్క్రియాత్మక వాతావరణం సృష్టించబడి, సంప్రదాయవాద శక్తులు మానవ సమాజాన్ని తప్పు మార్గంలో తీసుకెళ్తాయని చెప్పవచ్చు.

కానీ పడుతుంది. ఈ పరిస్థితులు మానవ సమాజ పురోగతిలో స్తబ్దతకు కారణం అవుతాయి. మానవజాతి యొక్క ఆత్మ ఈ విప్లవ స్ఫూర్తితో శాశ్వతంగా నింపబడి ఉండాలి, తద్వారా మానవ సమాజం యొక్క పురోగతి యొక్క రేసును అడ్డుకోవడానికి సంప్రదాయవాద శక్తులు సంఘటితం కావు. పాత వ్యవస్థ శాశ్వతంగా ఉండకూడదని మరియు కొత్త వ్యవస్థ కోసం అది నిరంతరం చోటు కల్పించడం అవసరం, తద్వారా ఒక ఆదర్శ వ్యవస్థ ప్రపంచాన్ని దిగజారకుండా నిరోధించగలదు. ఇదే మా ఉద్దేశం, దీన్ని గుండెల్లో పెట్టుకుని 'ఇంక్విలాబ్ జిందాబాద్' నినాదాన్ని అందిస్తాం.

భగత్ సింగ్, బి. యొక్క.

డిసెంబర్ 22, 1929 తేదీ

మమ్మల్ని కాల్చిచంపండి'
అంటూ పంజాబ్ గవర్నర్‌కు లేఖ

[ఉరి వేయడానికి 3 రోజుల ముందు - మార్చి 20, 1931న, సర్దార్ భగత్ సింగ్ మరియు అతని సహచరులు శ్రీ రాజ్‌గురు మరియు శ్రీ సుఖ్‌దేవ్‌లను యుద్ధ ఖైదీలుగా పరిగణించాలని మరియు ఉరితీయకూడదని పంజాబ్ గవర్నర్‌ను కలిసి ఈ క్రింది లేఖ ద్వారా డిమాండ్ చేశారు. కాల్చడానికి బదులుగా. ఈ జాతీయ నాయకుల ప్రతిభ, రాజకీయ తెలివితేటలు, ధైర్యం మరియు ధైర్యసాహసాల అమర కథలో ఈ లేఖ ఒక ముఖ్యమైన అధ్యాయం. -సం.]

మార్చి 20, 1931కి,

గవర్నర్ పంజాబ్, సిమ్లా

సర్

తగిన గౌరవంతో, మేము మీ సేవలో ఈ క్రింది అంశాలను ఉంచుతున్నాము: భారత బ్రిటిష్ ప్రభుత్వ అత్యున్నత అధికార వైస్రాయ్, లాహోర్ కుట్ర కేసు విచారణ కోసం ప్రత్యేక ట్రిబ్యునల్‌ను ఏర్పాటు చేస్తూ ప్రత్యేక ఆర్డినెన్స్ జారీ చేశారు, అది అక్టోబర్ 7న, 1930, మాకు మరణశిక్ష విధించబడింది. మాపై మోపబడిన అతిపెద్ద ఆరోపణ ఏమిటంటే, మేము జార్జ్ V చక్రవర్తికి వ్యతిరేకంగా పోరాడాము.

ఈ కోర్టు తీర్పుతో రెండు విషయాలు స్పష్టమవుతున్నాయి-

మొదటిది బ్రిటిష్ జాతికి, భారతీయ ప్రజలకు మధ్య యుద్ధం జరగడం. రెండవది, మేము ఖచ్చితంగా ఈ యుద్ధంలో పాల్గొన్నాము, అందుకే మేము యుద్ధ ఖైదీలం.

వారి వివరణలో చాలా అతిశయోక్తిని ఉపయోగించినప్పటికీ, అలా చేయడం ద్వారా మనం గౌరవించబడ్డామని చెప్పకుండా ఉండలేము. మొదటి విషయానికి సంబంధించి

మేము కొంత వివరంగా వెలుగునివ్వాలనుకుంటున్నాము. అసలు అలాంటి యుద్ధమేదీ జరుగుతోందని మేము భావించడం లేదు. కోర్ట్ అంటే యుద్ధం చెలరేగడం అంటే ఏమిటో మాకు తెలియదు. కానీ మేము ఈ వివరణను అంగీకరిస్తాము మరియు దాని సరైన సందర్భంలో దానిని వివరించాలనుకుంటున్నాము.

యుద్ధ స్థితి

యుద్ధం జరుగుతోందని మరియు శక్తివంతమైన వ్యక్తులు భారతీయ ప్రజల మరియు కార్మికుల ఆదాయ మార్గాలపై గుత్తాధిపత్యం సాధించినంత కాలం ఈ పోరాటం కొనసాగుతుందని మేము చెప్పాలనుకుంటున్నాము; అలాంటి వారు బ్రిటీష్ పెట్టుబడిదారులైనా, ఆంగ్లేయులైనా, స్వచ్ఛమైన భారతీయులైనా కలిసి దోపిడీకి పాల్పడ్డారు. స్వచ్ఛమైన భారత పెట్టుబడిదారులు పేదల రక్తాన్ని పీల్చుకుంటున్నప్పటికీ, పరిస్థితిలో తేడా లేదు.

మీ ప్రభుత్వం కొంతమంది నాయకులను లేదా భారతీయ సమాజంలోని పెద్దలను ప్రభావితం చేయడంలో విజయం సాధించినా, కొన్ని సౌకర్యాలు పొందినా లేదా ఒప్పందాలు చేసుకున్నా, పరిస్థితి మారదు మరియు అది ప్రజలపై చాలా తక్కువ ప్రభావం చూపుతుంది. దురదృష్టవశాత్తూ విప్లవ పార్టీ సభ్యులుగా పరిగణించబడుతున్న యువతరం మరోసారి మోసపోయామని ఆందోళన చెందడం లేదు, మన రాజకీయ నాయకులు దారి తప్పినందుకు భయపడడం లేదు . మన రాజకీయ నాయకులు వారిని శత్రువులుగా భావిస్తారు ఎందుకంటే వారి దృష్టిలో వారు హింసను విశ్వసిస్తారు. మన వీర మహిళలు సర్వస్వం త్యాగం చేశారు. వారు తమ భర్తలను బలిపీఠం వద్ద అర్పించారు, సోదరులను అర్పించారు మరియు తమకు ఉన్నదంతా అర్పించారు. తనను కూడా త్యాగం చేశాడు. కానీ మీ ప్రభుత్వం వారిని తిరుగుబాటుదారులుగా పరిగణిస్తోంది. మీ ఏజెంట్లు తప్పుడు కథనాలను సృష్టించడం ద్వారా వారి పరువు తీయవచ్చు మరియు పార్టీ ప్రతిష్టను దెబ్బతీసేందుకు ప్రయత్నించవచ్చు, కానీ ఈ యుద్ధం కొనసాగుతుంది.

యుద్ధం యొక్క వివిధ రూపాలు

ఈ పోరాటం వివిధ పరిస్థితులలో వివిధ రూపాలను తీసుకునే అవకాశం ఉంది. ఈ యుద్ధం కొన్నిసార్లు బహిరంగ రూపం దాల్చవచ్చు, కొన్నిసార్లు రహస్యంగా కొనసాగవచ్చు, కొన్నిసార్లు భయంకరమైన రూపం దాల్చవచ్చు, కొన్నిసార్లు రైతు స్థాయిలో యుద్ధం కొనసాగవచ్చు మరియు కొన్నిసార్లు ఈ సంఘటన చాలా భయంకరంగా మారవచ్చు. మరియు మరణం. పరిస్థితి ఎలా ఉన్నా, అది మిమ్మల్ని ప్రభావితం చేస్తుంది. మీకు కావలసిన పరిస్థితిని ఎంచుకోవడం మీ ఇష్టం, కానీ ఈ పోరాటం కొనసాగుతుంది. ఇందులో చిన్న

చిన్న విషయాలను పరిగణనలోకి తీసుకోరు. ఈ యుద్ధం భయంకరమైన రూపం దాల్చే అవకాశం ఉంది. ప్రస్తుత సమాజ నిర్మాణం అంతం కాకుండా, ప్రతిదానిలో మార్పు లేదా విప్లవం అంతం కాకుండా మరియు మానవ సృష్టిలో కొత్త శకం ప్రారంభం కానంత వరకు ఇది ఖచ్చితంగా ముగియదు.

చివరి యుద్ధం

సమీప భవిష్యత్తులో చివరి యుద్ధం జరగనుంది మరియు ఈ యుద్ధం నిర్ణయాత్మకంగా ఉంటుంది. సామ్రాజ్యవాదం మరియు పెట్టుబడిదారీ విధానం కొన్ని రోజులకు అతిథి. మేం ప్రత్యక్షంగా పాల్గొన్న పోరాటం ఇది

మరియు మేము ఈ యుద్ధాన్ని ప్రారంభించలేదని లేదా ప్రారంభించలేదని మన గురించి మనం గర్విస్తున్నాము ఇది మన జీవితాలతో ముగుస్తుంది. మా సేవలు చరిత్రలోని ఆ అధ్యాయంలో లిఖించబడతాయి,

ఇది ముఖ్యంగా యతీంద్రనాథ్ దాస్ మరియు భగవతి చరణ్ త్యాగాలతో ప్రకాశవంతమైంది. ఉంది. వారి త్యాగాలు గొప్పవి. మా విధికి సంబంధించినంతవరకు, మేము మిమ్మల్ని గట్టిగా కోరుతున్నాము మమ్మల్ని ఉరితీయాలని నిర్ణయించుకున్నారని చెప్పాలన్నారు. మీరు అలా చేస్తారాఅవును, అధికారం మీ చేతుల్లో ఉంది మరియు మీకు అధికారం కూడా ఉంది. కానీ ఈ విధంగా మీరు ఎవరి లాఠీ అతని గేదె సూత్రాన్ని అనుసరిస్తోంది మరియు మీరు దానికి కట్టుబడి ఉన్నారు. మా ఆరోపణలు మనం ఎప్పుడూ ప్రార్థించలేదని నిరూపించడానికి వినికిడి సరిపోతుంది

ఇప్పుడు కూడా మేము మీ నుండి ఎలాంటి దయ కోరడం లేదు. మేము నిన్ను ప్రార్థిస్తున్నాము

మీ స్వంత ప్రభుత్వ కోర్టు నిర్ణయం ప్రకారం మాకు వ్యతిరేకంగా యుద్ధం చేయాలనుకుంటున్నారు కొనసాగించడానికి నేరారోపణ ఉంది. ఈ పరిస్థితిలో మేము యుద్ధ ఖైదీలం, అందుకే ఈ ప్రాతిపదికన మేము మీ నుండి డిమాండ్ చేస్తున్నాము మమ్మల్ని ఉరితీసే బదులు యుద్ధ ఖైదీలుగా పరిగణించాలి కాల్చాలి.

ఇప్పుడు ఆ నిర్ణయంపై మీకు నమ్మకం ఉందని నిరూపించుకోవడం మీ పని. ఇది మీ ప్రభుత్వ న్యాయస్థానం ద్వారా జరిగింది. మీరు దీన్ని మీ పని ద్వారా

నిరూపించండి. మమ్మల్ని కాల్చడానికి మిలిటరీ స్క్వాడ్‌ని పంపమని మీ సేవా విభాగానికి ఆదేశించమని మేము వినమ్రంగా అభ్యర్థిస్తున్నాము.

భవదీయులు,

భగత్ సింగ్, రాజ్‌గురు,సుఖదేవ్

త్యాగానికి ముందు సహచరులకు చివరి లేఖ

మార్చి 22, 1931

స్నేహితులు,

నాకు కూడా జీవించాలనే కోరిక ఉండడం సహజమే, దాక్కోవాలనుకోను.కానీ నేను జైలులో లేదా నిర్బంధంలో జీవించకూడదనుకునే ఒక షరతుపై జీవించగలను. నా పేరు భారతీయ విప్లవానికి మరియు విప్లవ పార్టీ యొక్క ఆదర్శాలు మరియు సూత్రాలకు చిహ్నంగా మారింది.

త్యాగాలు నన్ను చాలా ఉన్నతంగా నిలబెట్టాయి, నేను బ్రతకాలంటే నాకంటే ఉన్నతంగా ఉంటాను. నేను ఖచ్చితంగా చేయలేను. ఈరోజు నా బలహీనతలు ప్రజల ముందు లేవు. నేను ఉరి నుండి బయటపడితే, అవి స్పష్టంగా కనిపిస్తాయి మరియు విప్లవం యొక్క చిహ్నం మసకబారుతుంది లేదా తుడిచివేయబడుతుంది. కానీ ధైర్యంగా నవ్వుతూ నన్ను ఉరితీస్తే, భారతీయ తల్లులు తమ పిల్లల కోసం భగత్ సింగ్ కావాలని కోరుకుంటారు మరియు దేశ స్వాతంత్ర్యం కోసం త్యాగం చేసే వారి సంఖ్య చాలా పెరుగుతుంది, అది సామ్రాజ్యవాదానికి లేదా అందరికీ సాధ్యం కాదు. విప్లవాన్ని ఆపడానికి దుష్టశక్తులు మాట్లాడవు.

అవును, ఈ రోజు కూడా నా మనసులో ఒక ఆలోచన వస్తుంది, నేను దేశం మరియు మానవత్వం కోసం నా హృదయంలో ఉన్న కోరికలలో వెయ్యి వంతు కూడా తీర్చలేకపోయాను. నేను స్వేచ్ఛగా మరియు సజీవంగా ఉండగలిగితే, బహుశా వాటిని నెరవేర్చుకునే అవకాశం నాకు లభించి ఉండేది మరియు నా కోరికలను నేను తీర్చుకోగలను. ఉరి నుండి నన్ను రక్షించడం తప్ప, నా మనస్సులో మరే ఇతర దురాశ ఎప్పుడూ లేదు. నాకంటే అదృష్టవంతులు ఎవరు ఉంటారు? ఈ రోజుల్లో నా గురించి నేను చాలా గర్వపడుతున్నాను. ఇప్పుడు తుది పరీక్ష కోసం ఆసక్తిగా ఎదురుచూస్తున్నాం. ఇది మరింత దగ్గరవ్వాలని కోరుకుంటున్నాను.

మీ భాగస్వామి

భగత్ సింగ్

[అసలు అక్షరం ఇక్కడ ముగుస్తుంది మరియు చివరి అక్షరాలు అస్పష్టంగా ఉన్నాయి. -సం.]

చిన్ననాటి స్నేహితుడు జైదేవ్ గుప్తాకు లేఖ

సెంట్రల్ జైలు, లాహోర్

జూన్ 3, 1930

నా ప్రియమైన శ్రీ జైదేవ్,

దయచేసి మీరు పంపిన క్లాత్ షూస్ మరియు వైట్ పాలిష్ బాటిల్‌కి నా హృదయపూర్వక ధన్యవాదాలు. మీ మాటల్లో (మిస్టర్. కుల్బీర్ చెప్పినట్లుగా) నేను మీకు మరికొన్ని విషయాలు తీసుకురావడానికి ఈ లేఖ రాస్తున్నాను. మీరు దానిని గ్రహించరని నేను ఖచ్చితంగా అనుకుంటున్నాను. దయచేసి మీరు మిస్టర్ బి. యొక్క. మేము దత్‌కి మరొక క్లాత్ షూ (సైజు నం. 7) పంపేలా ఏర్పాటు చేయవచ్చు, కానీ తిరిగి వచ్చే షరతుపై దుకాణదారుడి నుండి తీసుకోండి, అది అతని పాదాలకు సరిపోకపోవచ్చు. నా కోసం రాసుకుంటూనే ఇలా రాశాను, కానీ ఆ రోజు శ్రీ దత్ అంత తేలికైన మూడ్ లో లేడు. కానీ ఒంటరిగా ధరించడం నాకు చాలా కష్టం. కాబట్టి తదుపరి సందర్శనలో ఇక్కడ మరొక షూ ఉంటుందని నేను ఆశిస్తున్నాను.

దయచేసి ఛాతీ 34 మరియు నడుము 29 పరిమాణం ఉన్న ట్విల్ షర్ట్‌ను కూడా పంపండి. దీనికి షేక్స్పియర్ కాలర్ మరియు హాఫ్ స్లీవ్‌లు ఉన్నాయి. అది కూడా శ్రీ దత్ కి కావాల్సింది. జైల్లో ఉన్నా మన విపరీత జీవనశైలిని అరికట్టలేకపోయామని మీరు అనుకుంటున్నారా? అన్ని తరువాత, ఇవి అవసరాలు, విలాసాలు కాదు. స్నానం చేయడానికి మరియు వ్యాయామం చేయడానికి మెత్తటి గుడ్డతో తయారు చేసిన రెండు లూన్‌క్లాత్‌లను మరియు కొన్ని లాండ్రీ సబ్బును కూడా పంపండి. అలాగే కొన్ని బాదంపప్పులు మరియు స్వాన్ ఇంక్ బాటిల్.

సర్దార్ జీ (తండ్రి) గురించిన వార్త ఏమిటి? వారు లూధియానా నుండి తిరిగి వచ్చారా? ఈ రోజుల్లో కోర్టు మూసివేయబడుతుంది మరియు కేసు తదుపరి కొనసాగదు. రాకపోతే ఎవరినైనా పంపి తీసుకురండి. ఏది ఏమైనప్పటికీ, అతని మరియు నా కేసు ముగింపు దగ్గరలోనే ఉంది. మనం ఒకరినొకరు కలుసుకోవడానికి మరొకసారి అవకాశం లభిస్తుందో లేదో చెప్పలేము, కాబట్టి

వెంటనే అతనికి కాల్ చేయండి, తద్వారా అతను ఈ వారంలో రెండుసార్లు నన్ను కలుసుకోవచ్చు. వారు త్వరగా రాలేకపోతే, దయచేసి రేపు లేదా మరుసటి రోజు నన్ను కలవడానికి కుల్బీర్ మరియు సోదరిని పంపండి. నా స్నేహితులు నన్ను గుర్తుంచుకుంటార

పొందడానికి. మీరు దాని ఉర్దూ అనువాదంతో పాటు పర్షియన్ ఖైదాను పంపడానికి ఏర్పాట్లు చేయగలరా? నాలుగు అణాల జాబితా కూడా పంపండి.

మీ భగత్ సింగ్

బతుకేశ్వర్ దత్ సోదరి ప్రమీలాకు లేఖ

సెంట్రల్ జైలు, లాహోర్

జూలై 17, 1930

ప్రియమైన సోదరీ,

నిన్న బతు స్వయంగా నీకు లేఖ రాశాడు, అతని నుండి మరొక ఉత్తరం వచ్చే వరకు మీరు ఇక్కడికి రావద్దని తెలియజేసారు. నిన్న రాత్రి బటుని వేరే జైలుకు పంపారు. ఈ సమయం వరకు వారి స్థానం గురించి మాకు ఏమీ తెలియదు. ఏది జరిగినా, అతని ఉత్తరం మీకు అందే వరకు బనారస్ వదిలి లాహోర్ వెళ్లవద్దని నేను మిమ్మల్ని అభ్యర్థిస్తున్నాను. వారి ఎడబాటు నాకు కూడా భరించలేనిది. ఈరోజు నేను పూర్తిగా అశాంతిగా ఉన్న మొదటి రోజు మరియు ప్రతి నిమిషం నాకు భారంగా మారింది. నా స్వంత సోదరుల కంటే నాకు ప్రియమైన స్నేహితుడి నుండి విడిపోవడం నిజంగా చాలా బాధాకరం. సరే, ఇదంతా శాంతియుతంగా భరించాలి. ఓపికగా ఉండమని నేను మిమ్మల్ని అడుగుతున్నాను. ధైర్యంగా పని చేయండి, భయపడకండి, దీని నుండి ఏదైనా మంచి వస్తుంది.

మీ భగత్ సింగ్

బతుకేశ్వర్ దత్‌కి లేఖ

సెంట్రల్ జైలు, లాహోర్

అక్టోబర్, 1930

ప్రియమైన సోదరా,

నాకు శిక్ష విధించబడింది మరియు మరణశిక్ష విధించబడింది. నేను కాకుండా, ఈ సెల్స్‌లో ఉరి వేయడానికి చాలా మంది నేరస్థులు వేచి ఉన్నారు. ఈ

వ్యక్తులు ఉరి నుండి ఎలాగైనా తప్పించుకోవాలని ప్రార్థిస్తున్నారు, కానీ నా ఆదర్శం కోసం నన్ను ఉరితీయవలసిన రోజు కోసం నిరాశగా ఎదురుచూస్తున్న వ్యక్తి నేను మాత్రమే.

నేను సంతోషంగా ఉరికి వెళ్లి విప్లవకారులు తమకు తాముగా ఉన్నారని ప్రపంచానికి చూపిస్తాను.

ఆదర్శాల కోసం ఎంత ధైర్యంగా త్యాగం చేయవచ్చు.

నాకు మరణశిక్ష విధించబడింది, కానీ మీకు జీవిత ఖైదు విధించబడింది. మీరు బ్రతుకుతారు మరియు సజీవంగా ఉండడం ద్వారా విప్లవకారులు తమ ఆదర్శాల కోసం చనిపోవడమే కాకుండా జీవించి ప్రతి సమస్యను ఎదుర్కోగలరని ప్రపంచానికి చూపించాలి. ప్రాపంచిక కష్టాల నుండి విముక్తి పొందేందుకు మరణం ఒక సాధనంగా మారకూడదు, కాకతాళీయంగా ఉరి నుండి తప్పించుకున్న విప్లవకారులు, సజీవంగా ఉండటం ద్వారా వారు తమ ఆదర్శాల కోసం ఉరి తీయడమే కాదు, జైళ్లకు కూడా వెళ్లగలరని ప్రపంచానికి చూపించాలి. వారు ప్రపంచంలోని చీకటి చిన్న గదులలో కలిసిపోవడం ద్వారా అత్యల్ప స్థాయి దారుణాలను కూడా సహించగలరు.

మీ సోదరుడు భగత్ సింగ్

తమ్ముడు కుల్బీర్‌కి లేఖ

సెంట్రల్ జైలు, లాహోర్

16 సెప్టెంబర్, 1930

ప్రియమైన సోదరుడు కుల్బీర్ జీ,

సత్ శ్రీ అకల్!

ఉన్నతాధికారుల ఆదేశాల మేరకు నాతో సమావేశాలు నిషేధించబడ్డాయని మీరు తెలుసుకోవాలి. ఈ పరిస్థితుల్లో సభ ఇప్పట్లో కుదరదని, త్వరలోనే నిర్ణయం తీసుకుని వేరే జైలుకు పంపిస్తారని సమాచారం. అందుకని ఏదో ఒక రోజు జైలుకి వచ్చి నా పుస్తకాలు, కాగితాలు, వగైరా తీసుకెళ్ళి, పాత్రలు, బట్టలు, పుస్తకాలు, ఇతర కాగితాలను జైలు డిప్యూటీ సూపరింటెండెంట్ కార్యాలయానికి పంపిస్తాను, వచ్చి తీసుకువెళ్లండి. నిర్ణయం మరియు చలాన్ ఈ వారంలోపు లేదా గరిష్టంగా ఈ

నెలలోపు అని నేను పదేపదే ఎందుకు ఆలోచిస్తున్నానో నాకు తెలియదు. ఈ పరిస్థితుల్లో మనం వేరే జైల్లో కలిస్తేగానీ ఇక్కడ ఆశ లేదు. వీలైతే లాయర్‌ని పంపండి. నేను ప్రివీ కౌన్సిల్‌కు సంబంధించి ఒక ముఖ్యమైన సంప్రదింపులు చేయాలనుకుంటున్నాను. మీ తల్లిని ఓదార్చండి, భయపడకండి.

మీ అన్న భగత్ సింగ్

కుల్బీర్‌కి మరో లేఖ

సెంట్రల్ జైలు, లాహోర్

25 సెప్టెంబర్, 1930

ప్రియమైన సోదరుడు కుల్బీర్ సింగ్ జీ,

సత్ శ్రీ అకాల్!

ఒకరోజు మీరు మీ అమ్మను మీతో పాటు తీసుకొచ్చారని, మిమ్మల్ని కలవడానికి అనుమతించకపోవడంతో నిరాశగా తిరిగొచ్చారని తెలిసి చాలా బాధపడ్డాను. అన్నింటికంటే, జైలు ప్రజలు సమావేశాలకు అనుమతించరని మీకు ముందే తెలుసు. అలాంటప్పుడు మీ అమ్మను ఎందుకు వెంట తీసుకొచ్చారు? ఈ సమయంలో ఆమె చాలా ఉద్విగ్నంగా ఉందని నాకు తెలుసు, కానీ ఈ భయము మరియు ఇబ్బంది యొక్క ఉపయోగం ఏమిటి? ఖచ్చితంగా నష్టం ఉంది, ఎందుకంటే ఆమె చాలా ఏడుస్తోందని నాకు తెలిసినప్పటి నుండి, నాకే చాలా బాధగా ఉంది. భయాందోళన చెందాల్సిన అవసరం లేదు మరియు దీని నుండి పొందేది ఏమీ లేదు. ప్రతి ఒక్కరూ ధైర్యంగా పరిస్థితిని ఎదుర్కోవాలి. అన్నింటికంటే, ప్రపంచంలోని ఇతర వ్యక్తులు కూడా వేలాది సమస్యలలో కూరుకుపోయి, ఒక సంవత్సరం పాటు నిరంతరం కలుసుకున్న మీకు సంతృప్తి కలగకపోతే, మరో రెండు లేదా నాలుగు సమావేశాలు కూడా ఉపశమనం కలిగించవు. నిర్ణయం మరియు చలాన్ తర్వాత, సమావేశాలు ప్రారంభమవుతాయని నేను భావిస్తున్నాను, కానీ అప్పుడు కూడా సమావేశానికి అనుమతి ఇవ్వలేదని తప్పనిసరి చేస్తే, అప్పుడు భయాందోళనలకు గురికావడం ఏమిటి?

నీ సోదరుడు

భగత్ సింగ్

కుల్బీర్‌కి చివరి లేఖ

లాహోర్ సెంట్రల్ జైలు,

మార్చి 3, 1931

ప్రియమైన కుల్బీర్ సింగ్,

మీరు నా కోసం చాలా చేసారు. సమావేశంలో మీరు మీ లేఖకు ప్రతిస్పందనగా ఏదైనా రాయమని నన్ను అడిగారు. కేవలం కొన్ని పదాలు రాయండి! చూడు నేనెవరికోసమూ, నీకోసమూ ఏమీ చేయలేదు. ఈ రోజుల్లో నేను నిన్ను పూర్తిగా ఇబ్బందుల్లో పడేస్తున్నాను. మీ జీవితం ఏమవుతుంది? ఎలా బ్రతుకుతావు? వీటన్నింటి గురించి ఆలోచిస్తుంటే నాకు వణుకు పుడుతుంది, కానీ బ్రదర్, ధైర్యంగా ఉండు, కష్టకాలంలో కూడా భయపడకు. ఇంతకంటే ఇంకేం చెప్పగలను? మనం అమెరికా వెళ్ళగలిగితే చాలా బాగుండేది, కానీ ఇప్పుడు ఇది కూడా అసాధ్యం అనిపిస్తుంది. నిదానంగా మరియు శ్రద్ధగా చదువుతూ ఉండండి. మీరు కొన్ని పనిని నేర్చుకోగలిగితే మంచిది, కానీ ప్రతిదీ

తండ్రి సలహా మేరకు చేయండి. వీలైనంత వరకు అందరూ ప్రేమతో జీవించాలి. ఇంకా ఏం చెప్పగలను?

ఈరోజు నీ హృదయంలో విషాద సముద్రం కొట్టుకుంటుందని నాకు తెలుసు. తమ్ముడు నీ గురించే తలచుకుంటూ నా కళ్లల్లో నీళ్లు తిరుగుతున్నాయి కానీ ఏం చేయగలను ధైర్యం తెచ్చుకో. నా ప్రియమైన, నా ప్రియమైన సోదరా, జీవితం చాలా కఠినమైనది మరియు ప్రపంచం చాలా క్రూరమైనది. అందరూ చాలా క్రూరంగా ఉంటారు. ప్రేమ, ధైర్యంతోనే మనం బ్రతకగలం. మీరు కుల్తార్ విద్య గురించి కూడా ఆందోళన చెందాలి. నేను చాలా సిగ్గుపడుతున్నాను మరియు విచారం తప్ప నేను ఏమి చేయగలను! దానితో పాటు ఉత్తరం హిందీలో వ్రాయబడింది. లేఖ B. యొక్క. నా సోదరికి ఇవ్వండి. బాగా హలో, ప్రియమైన సోదరుడు, వీడ్కోలు ... పోడి.

మీ వెల్ - అందేష్

భగత్ సింగ్

తమ్ముడు కల్తార్‌కి చివరి లేఖ

సెంట్రల్ జైలు, లాహోర్

మార్చి 3, 1931

అజీజ్ కుల్తార్,

ఈరోజు నీ కళ్లలో నీళ్లు చూసి చాలా బాధపడ్డాను. ఈరోజు నీ మాటల్లో చాలా బాధ ఉంది, నీ కన్నీళ్లు భరించలేకపోతున్నాను.

ధైర్యవంతుడు, ధైర్యవంతుడు, విద్యను పొందండి మరియు ఆరోగ్యాన్ని జాగ్రత్తగా చూసుకోండి. ధైర్యంగా ఉండండి మరియు నేను ఇంకా ఏమి చెప్పాలి.

అతను ఎప్పుడూ కొత్త లైన్ల
గురించి ఆందోళన చెందుతాడు - జఫ్ఫా
అంటే ఏమిటి, మాకు ఇది ఇష్టం,
అణచివేత ఏ స్థాయిలో ఉందో చూడండి.
నగరంపై ఎందుకు కోపం,
రుచి గురించి ఎందుకు ఫిర్యాదు,
సరే, పోటీ చేద్దాం. నేను చాలా అతిథిని,
ఓ జన సమూహమే,
నేను ఒక దీపం మరియు దానిని
ఆర్పివేయాలనుకుంటున్నాను.
నా ఆలోచనల విద్యుత్తు గాలిలో ఉండిపోతుంది,
ఈ పిడికిలి - బూడిద ఒక విషయం, అవి మిగిలి ఉన్నా,
అవి మిగిలి ఉన్నాయో లేదో.బాగా చేసారు. సంతోషంగా
ఉండండి ప్రియమైన దేశం, మేము ప్రయాణిస్తున్నాము.
ధైర్యంగా ఉండండి. హలో. నీ సోదరుడు

భగత్ సింగ్

జయదేవ్‌కు లేఖ

భగత్ సింగ్ తన చిన్ననాటి స్నేహితుడు జైదేవ్‌కి వ్రాసిన ఈ లేఖ అతని పుస్తకాల ఆకలికి నిదర్శనం. ఈ నోట్‌బుక్‌లో చాలా పుస్తకాల నుండి గమనికలు కనుగొనబడ్డాయి, అవి అతనికి చేరాయని చూపిస్తుంది. భగత్ సింగ్ తన

సహచరుల చదువుల గురించి స్పృహతో ఉన్నాడని మరియు జైలు నుండే వారికి వీలైనంత సహాయం చేయడానికి ప్రయత్నిస్తున్నాడని లేఖ చూపిస్తుంది.

సెంట్రల్ జైలు,

లాహోర్ జూలై 24, 1930

నా ప్రియమైన జైదేవ్,

దయచేసి ద్వారకానాథ్ లైబ్రరీ నుండి నా పేరు మీద జారీ చేయబడిన క్రింది పుస్తకాలను పొందండి మరియు వాటిని శనివారం కుల్బీర్‌కు పంపండి-

మెటీరియలిజం: కార్ల్ లీబ్‌నెచ్ట్

పురుషులు ఎందుకు పోరాడుతారు - బి. రస్సెల్

పని వద్ద సోవియట్

రెండవ అంతర్జాతీయ పతనం

వామపక్ష కమ్యూనిజం

మ్యూచువల్ ఎండ్: ప్రిన్స్ క్రోపోట్కిన్

ఫీల్డ్‌లు, ఫ్యాక్టరీలు మరియు వర్క్‌షాప్‌లు

ఫ్రాన్స్‌లో అంతర్యుద్ధం: మార్క్స

ఆసియాలో భూ విప్లవం

మరియు అప్టన్ సింక్లైర్ యొక్క 'స్పై'.

దయచేసి వీలైతే, 'థియరీ ఆఫ్ హిస్టారికల్ మెటీరియలిజం: బుఖారిన్' పేరుతో మరొక పుస్తకాన్ని నాకు పంపేలా ఏర్పాటు చేయండి. (ఇది పంజాబ్ పబ్లిక్ లైబ్రరీ నుండి అందుబాటులో ఉంటుంది. మరి కొన్ని పుస్తకాలు బొటిల్ జైలుకు పంపబడ్డాయా అని లైబ్రేరియన్‌ను అడగండి? వాటికి పుస్తకాలు చాలా అవసరం. అతను సుఖ్‌దేవ్ సోదరుడు జైదేవ్‌కి జాబితా పంపాడు, కానీ అతనికి ఇంకా పుస్తకాలు రాలేదు. వారు (లైబ్రరీ) ఏ జాబితాను కలిగి ఉండకపోతే,

కాబట్టి దయచేసి లాలా ఫిరోజ్‌చంద్ నుండి సమాచారం తీసుకుని, అతని ఎంపిక ప్రకారం కొన్ని ఆసక్తికరమైన పుస్తకాలను పంపండి. ఈ ఆదివారం నేను అక్కడికి వెళ్ళినప్పుడు, అతను పుస్తకాలు డెలివరీ చేయాలి. దయచేసి ఎట్టి పరిస్థితుల్లోనూ ఈ పని చేయండి. దీనితో పాటుగా డార్లింగ్ రాసిన 'పంజాబ్ పేజియంట్రీ ఇన్ ప్రాస్పిరిటీ అండ్ డెట్' మరియు రైతుల సమస్యలపై ఇలాంటి ఒకటి లేదా రెండు పుస్తకాలను డాక్టర్ ఆలంకి పంపండి.

మీరు ఈ బాధలను ఎక్కువగా అనుభవించరని నేను ఆశిస్తున్నాను. భవిష్యత్తులో నేను మీకు ఎలాంటి ఇబ్బంది కలిగించనని హామీ ఇస్తున్నాను. నా జ్ఞాపకాల గురించి నా స్నేహితులందరికీ చెప్పండి మరియు లజ్జావతి జీకి నా శుభాకాంక్షలు. దత్ సోదరి వస్తే నన్ను కలవడానికి ఇబ్బంది పడుతుందని ఆశిస్తున్నాను.

భగత్ సింగ్ గౌరవంతో

అనుబంధం 1

విప్లవ ఉద్యమం యొక్క సైద్ధాంతిక అభివృద్ధి

(చాపేకర్ సోదరుల నుండి భగత్ సింగ్ వరకు)

శివ వర్మ

(భగత్ సింగ్ తోటి విప్లవకారుడు)

స్వాతంత్ర్య పోరాటంలో విప్లవకారుల ప్రవేశాన్ని ప్రకటించిన మొదటి పేలుడు 1897లో పూనాలో చాపేకర్ సోదరులచే నిర్వహించబడింది. ఆ రోజుల్లో పూనా నగరంలో ప్లేగు వ్యాధి తీవ్రంగా ఉండేది. రాండ్ అనే ఆంగ్లేయుడిని ప్లేగు కమీషనర్‌గా అక్కడికి పంపారు. అతను చాలా క్రూరమైన మరియు నియంతృత్వ రకం మనిషి. ఎలాంటి మినహాయింపులు లేకుండా ప్లేగు పీడిత ఇళ్లను ఖాళీ చేయాలని ఆయన ఆదేశాలు జారీ చేశారు. ఆ ఆర్డర్ విషయానికొస్తే, అందులో తప్పు లేదు. కానీ రాండ్ ఈ ఆర్డర్‌ను అమలు చేసిన విధానం అతన్ని అప్రతిష్టపాలు చేసింది. ప్రజలను వారి ఇళ్ల నుండి ఖాళీ చేయించారు మరియు బట్టలు, పాత్రలు మొదలైన వాటిని సేకరించడానికి సమయం ఇవ్వలేదు.

మే 4, 1897న, లోకమాన్య తిలక్ తన వార్తాపత్రిక కేసరిలో ఒక వ్యాసం రాశారు, కింది అధికారులే కాకుండా ప్రభుత్వమే ప్రజలను ఉద్దేశపూర్వకంగా అణిచివేస్తున్నారని ఆరోపించారు. అతను రాండ్‌ను నిరంకుశుడిగా అభివర్ణించాడు మరియు ప్రభుత్వం "అణచివేతకు పాల్పడుతోందని" ఆరోపించారు.

ఆ తర్వాత శివాజీ వేడుక వచ్చింది. ఈ సందర్భంగా 1897 జూన్ 12న జరిగిన బహిరంగ సభలో రాష్ట్రపతి పదవి నుంచి తిలక్ మాట్లాడుతూ - "అఫ్జల్ ఖాన్‌ను చంపడం ద్వారా శివాజీ ఏదైనా పాపం చేశాడా? ఈ ప్రశ్నకు మహాభారతంలో సమాధానం దొరుకుతుంది. గీతలో, శ్రీ కృష్ణుడు తన ప్రకారం, ఒక వ్యక్తి తన పనిని నిస్వార్థంగా చేస్తే, అతను తన అవసరాలను తీర్చడానికి ఎటువంటి పాపం చేయడు, అతను మంచి ఉద్దేశ్యంతో అఫ్జల్ ఖాన్‌ను చంపాడు మరియు మన ఇంట్లో దొంగలు ప్రవేశిస్తే మనకు శక్తి లేదు అతన్ని తరిమికొట్టండి, మనం సంకోచం లేకుండా తలుపులు మూసి అతన్ని సజీవ దహనం చేయాలి, రాగి ఫలకంపై రాయడం ద్వారా, శివాజీ మహారాజ్ ఇతరుల ఆస్తిని ఆక్రమించుకోలేదు

సంకోచించకండి, తజిరత-హింద్ జైలు నుండి బయటకు వచ్చి, శ్రీమద్ భగవద్గీత యొక్క అత్యంత ఉన్నతమైన వాతావరణాన్ని చేరుకోండి మరియు గొప్ప వ్యక్తుల రచనలను ధ్యానించండి.[1]

మరియు జూన్ 22న, చాపేకర్ సోదరులు రాండ్ మరియు ఎవరెస్ట్‌లను చంపారు. అందువల్ల, ఉపరితలంపై, చాపేకర్ సోదరుల పనికి తక్షణ ప్రేరణ కారకాలు రాండ్ యొక్క నిరంకుశత్వం మరియు తిలక్ ప్రసంగం. అయితే ఇది అర్ధ సత్యం మాత్రమే. నిజానికి, చాపేకర్ సోదరుల ఆలోచనలు మహమ్మారి వ్యాప్తికి చాలా కాలం ముందు లేదా పూణేకు రాండ్ రాకముందే రూపుదిద్దుకోవడం ప్రారంభించాయి.

1894లోనే, చాపేకర్ సోదరులు భౌతిక మరియు సైనిక శిక్షణ కోసం పూనాలో 'హిందూ ధర్మ అవరోధ నివారణ కమిటీ'ని స్థాపించారు, దీనిని హిందూ సంరక్షిణి కమిటీ అని కూడా పిలుస్తారు. ఈ కమిటీ ప్రతి సంవత్సరం క్రమం తప్పకుండా శివాజీ, గణపతి ఉత్సవాలను నిర్వహించేది. ఈ వేడుకల్లో చాపేకర్ సోదరులు చెప్పిన పద్యాల్లో వారి మనోభావాలు ప్రతిబింబిస్తాయి. కత్తిని పట్టుకోమని ప్రజలను ప్రోత్సహిస్తూ, 'శివాజీ శ్లోక్' ఇలా అంటాడు – "విదూషకుడిలా శివాజీ కథను పునరావృతం చేయడం ద్వారా స్వాతంత్ర్యం సాధించబడదు. శివాజీ, బాజీ లాంటి స్పీడ్‌తో పనులు జరగాల్సిన అవసరం ఎంతైనా ఉంది. ఈ రోజు ప్రతి మంచి మనిషి కత్తి మరియు డాలు పట్టుకోవాలి, జాతీయ పోరాట రణరంగంలో మనం ప్రాణాలను పణంగా పెట్టాలి. మన మతాన్ని నాశనం చేస్తున్న శత్రువుల రక్తాన్ని భూమిపై చిందిస్తాం. మేము నిన్ను చంపి చనిపోతాము, కానీ మీరు ఆడవారిలా కథలు చెబుతూనే ఉంటారు! "[2]

'శివాజీ శ్లోక్' కంటే 'గణపతి శ్లోక్' మరింత హింసాత్మకంగా ఉంది. ఆవులను మరియు మతాన్ని రక్షించడానికి హిందువులు నిలబడాలని పిలుపునిస్తూ, 'అయ్యో, బానిస జీవితానికి మీరు సిగ్గుపడరు; వెళ్ళు, ఆత్మహత్య చేసుకో. అయ్యో! ఈ బాస్టర్డ్స్ కసాయిల వలె ఆవులను మరియు దూడలను చంపుతున్నారు; ఈ ఇబ్బంది నుండి అతనిని (ఆవు) విడిపించండి; చావు కానీ బ్రిటిష్ వారిని చంపడం ద్వారా; నపుంసకులుగా మారి భూమికి భారంగా మారకండి. ఈ దేశాన్ని హిందుస్థాన్ అంటారు; ఇక్కడ బ్రిటిష్ వారు ఎలా పాలిస్తున్నారు?"[3]

అందువల్ల చాపేకర్ సోదరులు మరియు వారి సహచరులు ప్రధానంగా బలమైన మతపరమైన భావాలతో ప్రేరేపించబడ్డారని మరియు వారి దృక్పథం

అత్యంత మౌలికవాదంగా ఉందని మనం చూస్తాము. బహుశా ఈ కారణంగానే అతను బ్రిటీష్ వ్యతిరేకి మాత్రమే కాదు, ముస్లిం వ్యతిరేకి కూడా.

చాపేకర్ సోదరుల దేశభక్తి హిందుత్వంపై ఆధారపడింది. హిందూ మతాన్ని, గోవులను రక్షించేందుకు బ్రిటిష్ వారిని తరిమి కొట్టాలన్నారు. అణచివేత మరియు నిరంకుశ చర్యల కారణంగా ప్రజల ద్వేషానికి గురైన వ్యక్తి పట్ల ఆమెకున్న తీవ్ర ద్వేషం ఫలితంగా కూడా రాండ్ హత్య జరిగింది.

వారిని ప్రేరేపించే ఇతర కారణాలకు సంబంధించినంతవరకు, దీనికి ఎటువంటి ఆధారాలు లేవు అతను 1857 నాటి భారత స్వాతంత్ర్య పోరాటం లేదా ఫ్రెంచ్ మరియు ఇటాలియన్ విప్లవాల ద్వారా ప్రభావితమై ఉండవచ్చు.

ఇన్ని పరిమితులు ఉన్నప్పటికీ, విచారణ సమయంలో లేదా తర్వాత చాపేకర్ సోదరులు ప్రదర్శించిన ధైర్యం, ధైర్యం మరియు ఆత్మత్యాగ స్ఫూర్తి యొక్క ప్రాముఖ్యతను ఏ విధంగానూ తక్కువ అంచనా వేయలేము. ముగ్గురు అన్నదమ్ములు తలలు పైకెత్తి ఆ ఉచ్చును ముద్దాడారు.

బానిసత్వం మరియు స్వేచ్ఛ సమస్యలకు ఈ మతపరమైన విధానం చాపేకర్ సోదరులకు మాత్రమే పరిమితం కాలేదు. సావర్కర్ సోదరులు కూడా మతస్థులే... బెంగాల్ విప్లవకారులు కూడా మతం సాయంతో ప్రజలను రెచ్చగొట్టారు. అతను మతాన్ని విశ్వసించలేదని ఈ వాక్యం నుండి అపార్థం ఉండవచ్చు, కానీ దానిని కేవలం విషయాలను కదిలించడానికి మాత్రమే ఉపయోగించాడు, కాబట్టి అతను స్వయంగా బలమైన మతపరమైన వ్యక్తి అని చెప్పడం ముఖ్యం.[4]

1902లో కలకత్తాలో ఏర్పాటైన అనుశీలన్ కమిటీ పనితీరును వివరిస్తూ తారిణి శంకర్ చక్రవర్తి ఇలా వ్రాశారు - "ఈ కమిటీకి విప్లవోద్యమం కోసం వచ్చిన వారిని రెండు వర్గాలుగా విభజించారు. మతంపై విశ్వాసం ఉన్నవారికి ఒక తరగతి మరియు మతం ఉన్నవారికి- నిర్దిష్టమైన విశ్వాసం లేని, కానీ విప్లవాత్మకమైన పని పట్ల ప్రత్యేక శ్రద్ధ ఉన్న అబ్బాయిలను రెండవ వర్గంలో ఉంచారు "మతం పట్ల భక్తి ఉన్నవారు ఈ తోటలో నివసించారు (మానిక్తల్లా బగన్ - సం.) అబ్బాయిలను మొదటి విప్లవకారులుగా పరిగణించారు. ఆర్డర్!"[5]

ఆ సమయంలో, బెంగాల్ విప్లవకారులలో మెజారిటీ బంకించంద్ర ఛటర్జీ మరియు స్వామి వివేకానందచే బాగా ప్రభావితమైంది. "అనుశీలన్ సమితి సభ్యులు హిందూ గ్రంథాలను, ముఖ్యంగా గీతను చాలా జాగ్రత్తగా చదవడం నేర్పించారు.[6]

“బంకిమ్ చంద్ర ఛటర్జీ మరియు స్వామి వివేకానంద మేధో సంప్రదాయంలో పెరిగిన బెంగాల్ యొక్క ఇరవయ్యవ శతాబ్దపు మొదటి దశాబ్దపు విప్లవకారులు

మతపరమైన వస్తువులు మరియు ఆచారాల నుండి మరియు పురాతన మరియు సమకాలీన హిందుత్వ యొక్క పురాణ కథలు, చిహ్నాలు, పాటలు మరియు నినాదాల నుండి ప్రేరణ పొందారు. .[7]

ఈ విధంగా, విప్లవాత్మక ఉద్యమం యొక్క మొదటి దశ (1897-1913) విప్లవకారులు సాధారణంగా హిందూ మతాన్ని నమ్మేవారు మరియు దాని నుండి ప్రేరణ పొందారు. ఇది ప్రమాదమేమీ కాదు. దీనికి చారిత్రక కారణాలున్నాయి. గత శతాబ్దపు ఎనిమిదవ దశాబ్దంలో, యువ భారత హృదయాలను ఒక కొత్త అనుభూతిని గడగడలాడించింది. విద్యావంతులైన యువత రాజకీయ కోణంలో ఆలోచించడం ప్రారంభించారు. కొత్త తరహా జాతీయవాదం పుట్టుకొచ్చింది. ఈ కొత్త జాతీయవాదం పాత రాజకీయవాదం కంటే చాలా తీవ్రమైనది మరియు ఓపెన్ మైండెడ్‌గా ఉంది. మొత్తం జాతీయ జీవితం యొక్క పునరుజ్జీవనం అవసరమనే ఆలోచనతో ఇది అమర్చబడింది మరియు ప్రేరణ పొందింది. ఉత్తమ ఆలోచనాపరులందరి కొత్త భావాలు మరియు ఆలోచనలు మతం నుండి ప్రేరణ పొందాయనే వాస్తవం నుండి భారతీయ మనస్తత్వం ఎంతవరకు కదిలిందో అంచనా వేయవచ్చు. పాత దేవుళ్ల స్థానంలో కొత్త ద్వేషం, రక్తంతో కూడిన దేవుళ్లను పూజించడం ప్రారంభించారు.

ఈ మేరకు, మతం ఖచ్చితంగా సానుకూల పాత్రను కలిగి ఉంది.[8] అయితే ఇందులో నెగెటివ్ సైడ్ కూడా ఉంది. ఈ కాలంలో బాలగంగాధర్ తిలక్, బిపిన్ చంద్ర పాల్, బ్రహ్మ బాంధవ్ ఉపాధ్యాయ, అరబిందో ఘోష్ వంటి మిలిటెంట్ జాతీయ నాయకులందరూ రాజకీయాలకు మతం రంగు పులముతున్నారు. ఇలా అచేతనమైనా మత రాజకీయాల విషం చిమ్మారు. గాంధీ మరియు అతని అనుచరులు ఈ సంప్రదాయాన్ని కొనసాగించారు మరియు చివరి వరకు దానికి కట్టుబడి ఉన్నారు, అయితే విప్లవకారులు దీనిని విడిచిపెట్టి లౌకికవాదాన్ని 1914లో తమ ఉద్యమం రెండవ దశలోకి ప్రవేశించినప్పుడు మాత్రమే స్వీకరించారు. మతం మరియు రాజకీయాల కలయిక అప్పటి నుండి మన ప్రజా జీవితాన్ని నిరంతరం నాశనం చేస్తోంది. మరియు ఇప్పుడు దీని కారణంగా మన జాతీయ ఐక్యత యొక్క నిర్మాణమే విచ్ఛిన్నమవుతున్నట్లు కనిపిస్తోంది.

మహారాష్ట్రకు చెందిన చపేకర్ సోదరులు మరియు బెంగాల్ మొదటి దశాబ్దపు విప్లవకారులు ఇద్దరూ ప్రాచీన భారతీయ సంస్కృతి నుండి ప్రేరణ పొందినప్పటికీ, రెండింటి మధ్య వ్యత్యాసం ఉంది.

ఏప్రిల్ 30, 1908న, కింగ్స్‌ఫోర్డ్ క్యారేజీపై బాంబు పడి ఇద్దరు మహిళలు మరణించారు. ఈ సంఘటన గురించి లోకమాన్య తిలక్ జూన్ 22 నాటి కేసరిలో ఇలా వ్రాశారు - "1897 హత్య మరియు బెంగాల్ బాంబు సంఘటన మధ్య చాలా వ్యత్యాసం ఉంది. పనిని పూర్తి చేయడంలో ధైర్యం మరియు సమర్థత విషయానికొస్తే, చాపేకర్ యొక్క స్థితి. అన్నదమ్ములు బెంగాల్ బాంబు ఘటనతో సమానం." పార్టీ సభ్యుల కంటే ఎక్కువ. కానీ అర్థాల కోణంలో చూస్తే బెంగాలీలను ఎక్కువగా పొగడాల్సి వస్తుంది... 1897లో , పూనా వాసులు ప్లేగు సమయంలో అణచివేతకు బాధితులు, మరియు ఆ అణచివేత నుండి ఉత్పన్నమయ్యే ఉద్వేగానికి స్వచ్ఛమైన రాజకీయ ప్రతిచర్య లేదు మరియు ఈ పాలనా వ్యవస్థ చెడ్డది మరియు అధికారులు వ్యక్తిగతంగా భయభ్రాంతులకు గురిచేస్తే తప్ప, వారు సిద్ధంగా ఉండరు వ్యవస్థను మార్చడం అనేది ఒక నిర్దిష్టమైన పనికి విరుద్ధం, అంటే ప్లేగు వ్యాధి తర్వాత కొనసాగిన అణచివేతకు, బెంగాల్ విభజన ద్వారా బామ్ పార్టీ విస్తృత వేదికపై దృష్టి పెట్టింది.[9]

ఇది మాత్రమే కాదు, బెంగాల్ విప్లవకారులు మతానికి చాలా ప్రాముఖ్యత ఇచ్చారు. ఈ వాస్తవం ఉన్నప్పటికీ, ఉద్యమం యొక్క అంతిమ లక్ష్యం పరంగా, అతను 1902 లోనే చాలా ముఖ్యమైన ప్రకటన చేసాడు. అదే సంవత్సరంలో, బెంగాల్ విప్లవకారులు 'అనుశీలన్ సమితి' అనే పార్టీగా తమను తాము ఏర్పాటు చేసుకున్నారు. కమిటీ ఏర్పాటు సందర్భంగా విడుదల చేసిన మేనిఫెస్టోలో ఇలా ఉంది - ''అనుశీలన్ ఊహించిన సమాజంలో నిరక్షరాస్యులు, పిరికివాళ్లు, దుర్మార్గులు, అనారోగ్యంతో బాధపడేవారు ఉండరు.. అలాంటి సమాజాన్ని నిర్మించాలంటే అన్ని రకాల అసమానతలు. తొలగించాలి.[9]

ముగించాలి. అసమానతల మధ్య మానవత్వం అభివృద్ధి చెందదు. మానవ సమాజం నుండి సంపద యొక్క అసమానత, సామాజిక అసమానత. మతపరమైన అసమానతలు మరియు ప్రాంతీయ అసమానతలను తొలగించి మానవులందరి మధ్య సమానత్వం తీసుకురావాలి. ఇది జాతీయ ప్రభుత్వం ద్వారా మాత్రమే సాధ్యమవుతుంది. అణచివేత స్థితిలో, అనుశీలన్ కలల సమాజాన్ని స్థాపించడం సాధ్యం కాదు, అందుకే అనుశీలన్ అణచివేతకు వ్యతిరేకంగా తిరుగుబాటు ప్రకటించాడు. అనుశీలన్ భారతదేశానికి సంపూర్ణ స్వాతంత్ర్యం కావాలి![10]

అనుశీలన్ సమితి చేసిన ఈ ప్రకటన ఖచ్చితంగా ఒక పెద్ద ముందడుగు. ఇక్కడే బెంగాల్ విప్లవకారులు 1897 నాటి పూనా కేంద్రం కంటే ముందున్నారు. చాపేకర్

సోదరులు విదేశీయులను అసహ్యించుకున్నారు, కానీ వారికి ఏమి కావాలో వారికే స్పష్టంగా తెలియదు. బెంగాల్ విప్లవకారుల విషయంలో ఇది కాదు. ఈ వ్యక్తులు కూడా ముస్లిం వ్యతిరేకులు కాదు, వారు మతపరమైన వ్యక్తులు మరియు హిందూ గ్రంథాల నుండి ప్రేరణ పొందారు.

దీనికి విరుద్ధంగా, ఈ కాలానికి చెందిన పంజాబ్ విప్లవకారులు మొదటి నుండి మతతత్వం యొక్క తప్పు నుండి విముక్తి పొందారు. సర్దార్ అజిత్ సింగ్, లాల్‌చంద్ 'ఫలక్', సూఫీ అంబా ప్రసాద్, లాలా హర్దయాల్ మరియు వారి సహచరులందరూ లౌకికవాదులు. మతం అతని వ్యక్తిగత విషయం.

మతం కాకుండా, శతాబ్దపు మొదటి దశాబ్దంలో విప్లవకారులు ప్రేరణ పొందిన మూలాలలో ఒకటి 1857 నాటి భారతదేశ మొదటి స్వాతంత్ర్య పోరాటం. "వీర్ సావర్కర్ ఈ విషయంపై 1907 లేదా 1908లో లండన్‌లో వ్రాసిన పుస్తకం, ఆ కాలంలో మరియు ఆ కాలంలోని పరిస్థితులలో సహజమైన అన్ని అసమానతలు ఉన్నప్పటికీ, చాలా ముఖ్యమైన పాత్ర పోషించింది. ఈ విషయంపై బ్రిటిష్ సామ్రాజ్యవాద రచయితలు వ్యాపించిన ఆరోపణలను మరియు వారి తప్పుడు చారిత్రక రచనలను కూల్చివేయడం ద్వారా ఈ పుస్తకం గొప్ప పని చేసింది. ఇది విషయాలను సరిగ్గా ఉంచింది. ఈ పుస్తకాన్ని బ్రిటీష్ పాలకులు వెంటనే నిషేధించారు, కానీ ఇప్పటికీ ఇది అప్పటి భారతీయ సమాజం యొక్క శ్రమతో మరియు రహస్యంగా తయారు చేయబడిన మాన్యుస్క్రిప్ట్ రూపంలో ఉంది.[11]

విప్లవకారుల మధ్య తిరుగుతూనే ఉన్నాడు.

వాస్తవం ఏమిటంటే 1857 నాటి ప్రజా తిరుగుబాటు స్వాతంత్ర్య పోరాటంలో స్వాతంత్ర్య సమరయోధులందరికీ ప్రేరణగా నిలిచింది. శతాబ్దపు మొదటి దశాబ్దంలో విప్లవకారులకు మరో ప్రేరణ మూలం ఫ్రెంచ్, ఇటాలియన్ మరియు రష్యన్ విప్లవకారుల కథలు.

ఉద్యమం యొక్క మొదటి దశ యొక్క బలహీనతలు మరియు పరిమితులు

ఉద్యమం యొక్క మొదటి దశలో పూనా మరియు బెంగాల్ విప్లవకారుల మొదటి బలహీనత వారి హిందూ పక్షపాతం. ఈ దురభిమానం ముస్లిం ప్రజలను ఉద్యమానికి దూరం చేసింది. అయితే

బెంగాల్ విప్లవకారులు ముస్లింలకు వ్యతిరేకం కాదు, కానీ వారు ముస్లిం జనాభా నుండి కార్మికులను చేర్చుకోవడానికి ఎటువంటి తీవ్రమైన ప్రయత్నం చేయలేదు. ఈ ప్రకటనకు కొన్ని మినహాయింపులు ఇక్కడ మరియు అక్కడ చూడవచ్చు. కానీ మినహాయింపులు ఎప్పుడూ నియమం కావు.

ఉద్యమం యొక్క పరిధిని పరిమితం చేసిన రెండవ బలహీనత ప్రజలతో సజీవ సంబంధాలు లేకపోవడం. స్వదేశీ ఉద్యమం యొక్క మూడు లేదా నాలుగు సంవత్సరాలు మినహా, బెంగాల్ విప్లవకారులు ప్రజల మధ్యకు వెళ్లి ప్రజలను క్రియాశీలకంగా ప్రోత్సహించినప్పుడు, విప్లవకారులు సాధారణంగా వ్యక్తిగత చర్యను విశ్వసించారు, దీనిని ప్రభుత్వం ఉగ్రవాదం అని తప్పుగా పిలిచింది. ఈ విప్లవకారుల స్వీయ త్యాగం, నిర్భయత మరియు ధైర్యాన్ని ప్రజలు మెచ్చుకున్నారు కానీ వారి రోజువారీ సమస్యలతో వారి చర్యలను అనుసంధానించలేకపోయారు. అటువంటి పరిస్థితిలో విప్లవకారులను అణచివేయడం సామ్రాజ్యవాదులకు సులభతరమై ఉండేది.

ఉద్యమం యొక్క మూడవ పరిమితి ఉంది. దాని కార్మికుల వర్గ స్వభావం. విప్లవ ఉద్యమ కార్యకర్తల్లో అధిక శాతం మంది దిగువ మధ్యతరగతికి చెందినవారు. ఈ దశలో ఇది చాలా సహజమైనది. కొత్త తరం విదేశీ పాలన నుండి పూర్తి స్వేచ్ఛను ప్రకటించడం ప్రారంభించిన కాలం ఇదే. ఈ తరం తమను తాము 'పెద్దలు'గా భావించడం ప్రారంభించింది. యువతలో అశాంతి నెలకొంది కానీ హోంరూల్ కోసం ప్రతిపాదనలు, దరఖాస్తులతో ముందుకు వెళ్లేందుకు పాత నాయకత్వం సిద్ధంగా లేదు. కానీ చదువుకున్న యువకుడు కొత్త ప్రపంచాన్ని పొందేందుకు సర్వస్వం త్యాగం చేయాలని నిశ్చయించుకున్నాడు. మిలిటెంట్ సాయుధ పోరాటం ద్వారా దేశానికి విముక్తి కల్పించగలమని యువత విశ్వసించింది. ఇందుకోసం ప్రాణత్యాగానికైనా సిద్ధమయ్యాడు.

మధ్యతరగతి స్వభావరీత్యా వ్యక్తిగతమైనది. ఇది శక్తివంతమైన మిత్రుడు కావచ్చు. పెట్టుబడిదారీ వర్గం వైపు వెళితే, అది ప్రతిచర్య వాహకంగా మారుతుంది. నాయకత్వాన్ని అందించే సత్తా లేకపోయినా కార్మికవర్గంతో పాటు నిలబడితే విప్లవ శక్తి అవుతుంది. దాని స్వతంత్ర చర్యలు తరచుగా వ్యక్తిగత చర్యల రూపాన్ని తీసుకుంటాయి. మనం మాట్లాడుకుంటున్న సమయంలో, పెట్టుబడిదారీ వర్గం లేదా కార్మికవర్గం స్వాతంత్ర్యం కోసం ఒక ప్రజా ఉద్యమాన్ని సృష్టించగల సామర్థ్యాన్ని కలిగి లేవు. తమ కలలను సాకారం చేసుకోవడానికి సర్వస్వం త్యాగం చేయడానికి సిద్ధపడిన ఈ మధ్యతరగతి యువత సహజంగానే ఈ సవాలును తమదైన రీతిలో ఎదుర్కొన్నారు, ఇది మొదట్లో వ్యక్తిగత చర్యల రూపాన్ని మాత్రమే తీసుకుంటుంది. ఈ పరిమితి ఒక చారిత్రక ప్రక్రియ యొక్క ఉత్పత్తి.

బానిసత్వం యొక్క అవమానకరమైన స్థితికి లొంగిపోవటం కంటే గాయపడటం మరియు నాశనం చేయడం మంచిది. ఎవరైనా మొదటి హిట్ కొట్టాలి. మొదటి గాయం ఫలితం లేదు

అది బయటకు రాదు మరియు మొదటి హిట్ తీసుకున్న వారు ఎక్కువగా నాశనం చేయబడతారు. కానీ వారి త్యాగాలు ఎప్పుడూ వృథా కావు. ఒక జలపాతం గర్జించే నదిగా పెరుగుతుంది, ఒక స్పార్క్ అగ్నిపర్వతం అవుతుంది, వ్యక్తి విశ్వంతో ఏకమవుతుంది. పాత వ్యవస్థ స్థానంలో కొత్త వ్యవస్థ వస్తుంది, కల సాకారం అవుతుంది. విప్లవాలు ఇదే తరహాలో సాగుతాయి. భారతదేశ విప్లవోద్యమం కూడా ఇదే తరహాలో పురోగమించింది.

"భారత విప్లవకారులు అనూహ్యమైన కష్టాల మధ్య కూడా ఆధునిక యుగంలోని గొప్ప సామ్రాజ్యవాద-వలసవాద శక్తిని సవాలు చేయడానికి సాహసించారు. అంతే కాదు, ఆ యుగంలోని విప్లవ వీరులు - చాపేకర్ సోదరులు, ఖుదీరామ్, కనైలాల్ మరియు మదన్‌లాల్ ధింగ్రా, తమ ఆత్మబలిదానాల ద్వారా మరియు బలిదానం ద్వారా, నిద్రపోతున్న తమ దేశ ప్రజలను మేల్కొల్పారు మరియు జాతీయ స్వాతంత్ర్యం మరియు వారి జన్మహక్కు ప్రజాస్వామ్య రాజకీయాల గురించి వారికి అవగాహన కల్పించారు. హక్కులు పొందారు. విప్లవాత్మక ఉద్యమం చారిత్రాత్మకంగా ఈ రకమైన మొదటి ఉద్యమం, ఇది జాతీయ స్వాతంత్ర్యం మరియు సార్వభౌమాధికారం కోసం భారతదేశం యొక్క పోరాటం యొక్క రాజకీయ లక్ష్యం అయిన బ్రిటిష్ సామ్రాజ్యం నుండి పూర్తి స్వాతంత్ర్యం మరియు అన్ని రకాల రాజకీయ విభజన లక్ష్యాన్ని ప్రజల ముందు ఉంచింది. సరిగ్గా ఈ లక్ష్యాన్ని దృష్టిలో ఉంచుకుని విదేశీ సామ్రాజ్య పాలనకు వ్యతిరేకంగా సంఘటిత సాయుధ పోరాటానికి ప్రజలకు పిలుపునిచ్చారు."

"మొదటి నుండి అతను పూర్తి జాతీయ సార్వభౌమాధికారం మరియు భారతీయ ప్రజలకు ప్రజాస్వామ్య స్వేచ్ఛ కోసం అవిశ్రాంతంగా పోరాడాడు మరియు ఆ లక్ష్యం నుండి ఎన్నడూ వదలలేదు."

"వారి బలిదానం వారి పట్ల ప్రజల అభిమానాన్ని రేకెత్తించింది, విదేశీ సామ్రాజ్యవాద పాలన పట్ల వారి ద్వేషాన్ని మరింత పదును పెట్టింది మరియు వారి పోరాట ధైర్యాన్ని మరింత పెంచింది![12]

గదర్ పార్టీ స్థాపన

విప్లవోద్యమం మొదటి దశలో ఎందరో విప్లవకారులు దేశం విడిచి యూరప్, అమెరికాలకు వెళ్లారు. భారతదేశంలో విప్లవాత్మక కార్యకలాపాలను

నిర్వహించడానికి ధైర్యవంతులైన, స్వయం త్యాగం మరియు అంకితభావంతో కూడిన యువకుల బృందాన్ని సేకరించడం, ప్రచారం చేయడం మరియు ప్రచారం చేయడం వారి లక్ష్యం. అతను ఈ పనిలో తక్కువ విజయాన్ని సాధించలేదు. కానీ అంతిమ లక్ష్యం విషయానికొస్తే, అతని ఆలోచనలు భారతదేశ స్వాతంత్ర్యం యొక్క భావోద్వేగ భావనకు మాత్రమే పరిమితం చేయబడ్డాయి. విప్లవం తర్వాత ఏర్పాటయ్యే ప్రభుత్వ రూపురేఖలు ఏమిటి, ఇతర దేశాల విప్లవ శక్తులతో దాని సంబంధాలు ఏమిటి, దేశంలో మతానికి స్థానం ఏమిటి వంటి ప్రశ్నలపై ఆ కాలంలోని చాలా మంది విప్లవకారులకు స్పష్టత లేదు. కొత్త వ్యవస్థ మొదలైనవి. ఈ పరిస్థితి 1913 వరకు ఎక్కువ లేదా తక్కువ కొనసాగింది. ఈ విషయాలన్నింటిపై స్పష్టమైన వైఖరిని అవలంబించిన ఘనత గద్దర్ పార్టీ నాయకులకే దక్కుతుంది.

ఈ శతాబ్దపు మొదటి దశాబ్దంలో భారతదేశాన్ని విడిచిపెట్టిన విప్లవకారులు బ్రిటీష్ ప్రభుత్వం చేతుల్లో పడకుండా ఉండటానికి ఒక దేశం నుండి మరొక దేశానికి తిరగవలసి వచ్చింది. అంతిమంగా వారిలో చాలామంది అమెరికాలో స్థిరపడాలని నిర్ణయించుకున్నారు మరియు ఆ దేశాన్ని తమ పనికి ఆధారం చేసుకున్నారు. వారిలో ప్రముఖులు - తారకనాథ్ దాస్, శైలేంద్ర ఘోష్, చంద్ర చక్రవర్తి, నంద్లాల్ కర్, బసంత్‌కుమార్ రాయ్, సారంగధర్ దాస్, సుధీంద్రనాథ్ బోస్ మరియు జి. డి. కుమార్ మొదటి దశాబ్దం ముగిసే సమయానికి, లాలా హర్దయాల్ కూడా అతనితో చేరాడు. ఈ వ్యక్తులు అమెరికా మరియు కెనడాలో స్థిరపడిన భారతీయ వలసదారులను సంప్రదించి, డబ్బు వసూలు చేసి, వార్తాపత్రికలను ప్రచురించారు మరియు అనేక ప్రదేశాలలో రహస్య సంఘాలను స్థాపించారు.

తారకనాథ్ దాస్ ఫ్రీ హిందుస్థాన్ పేరుతో ఒక వార్తాపత్రికను ప్రచురించారు మరియు అమెరికాలో నివసిస్తున్న భారతీయ విద్యార్థులకు మరియు భారతీయ వలసదారులకు ఉపన్యాసాలు ఇస్తూనే ఉన్నారు. సమితి అనే రహస్య సంస్థకు అధిపతిగా కూడా ఉన్నాడు. ఈ సంస్థలోని ఇతర సభ్యులు- శైలేంద్రనాథ్ బోస్, సారంగధర్ దాస్, జి. D. కుమార్, లస్కర్ మరియు గ్రీన్ అనే అమెరికన్.

రామ్‌నాథ్ పూరి 1908లో ఓక్‌లాండ్‌లో హిందుస్థాన్ అసోసియేషన్ పేరుతో ఒక సంస్థను స్థాపించారు మరియు సర్క్యులర్ ఆఫ్ ఫ్రీడం పేరుతో వార్తాపత్రికను ప్రచురించారు. ఈ వార్తాపత్రిక ద్వారా, అతను బ్రిటిష్ వారిని భారతదేశం నుండి బహిష్కరించడాన్ని సమర్థిస్తూనే ఉన్నాడు. జి.డి. కుమార్ వాంకోవర్ నుండి స్వదేశీ సేవక్ అనే వార్తాపత్రికను ప్రచురించారు. అక్కడ ఓ రహస్య సంస్థలో సభ్యుడు

కూడా. రహీమ్ మరియు సుందర్ సింగ్ కూడా ఈ సంస్థలో సభ్యులు. సుందర్ సింగ్ ఆర్యన్ అనే వార్తాపత్రికకు సంపాదకత్వం వహించాడు మరియు దాని ద్వారా అతను బ్రిటిష్ వ్యతిరేక ప్రచారాన్ని నిరంతరం నడిపాడు. కోవర్‌లో రహీమ్ మరియు ఆత్మారామ్ యునైటెడ్ ఇండియా లీగ్‌ను ఏర్పాటు చేశారు.

లాలా హర్దయాల్ 1911లో అమెరికా చేరుకుని అక్కడి స్టాన్‌ఫోర్డ్ యూనివర్సిటీలో ప్రొఫెసర్‌గా పనిచేశారు. శాన్ ఫ్రాన్సిస్కోలో 'హిందూస్థానీ స్టూడెంట్స్ అసోసియేషన్' పేరుతో ఒక సంస్థను ఏర్పాటు చేశాడు. 1913లో ఆస్టోరియా 'హిందూస్థానీ అసోసియేషన్' ఏర్పడింది. కరీం బక్ష్, నవాబ్‌ఖాన్, బల్వంత్ సింగ్, మున్షీరామ్, కేసర్ సింగ్ మరియు కర్తార్ సింగ్ సరభా సభ్యులు. ఠాకూర్‌దాస్ మరియు అతని స్నేహితులు సెయింట్ జాన్‌లో నివసిస్తున్న భారతీయుల సంఘాన్ని ఏర్పాటు చేశారు. 1913లో చికాగోలో 'హిందూస్థానీ అసోసియేషన్ ఆఫ్ యునైటెడ్ స్టేట్స్ ఆఫ్ అమెరికా' ఏర్పడింది.[13]

అమెరికాలోని వివిధ ప్రాంతాల్లో పనిచేస్తున్న ఈ సంస్థల కార్యకలాపాల సమన్వయం అవసరమని లాలా హర్దయాల్ భావించారు. అందుకోసం కెనడా, అమెరికాలో నివసిస్తున్న భారతీయ విప్లవకారుల సమావేశానికి పిలుపునిచ్చారు. ఈ సమావేశంలో 'హిందుస్తానీ అసోసియేషన్ ఆఫ్ పసిఫిక్ కోస్ట్' పేరుతో ఓ సంస్థను ఏర్పాటు చేయాలని నిర్ణయించారు. బాబా సోహన్ సింగ్

భక్నా మరియు లాలా హర్దయాల్ వరుసగా దాని అధ్యక్ష మరియు కార్యదర్శిగా ఎన్నికయ్యారు. లాలా హర్దయాల్ ఉద్యోగానికి రాజీనామా చేసి తన మొత్తం సమయాన్ని సంఘం పనికి వెచ్చించడం ప్రారంభించాడు. మార్చి 1913లో అసోసియేషన్ శాన్ ఫ్రాన్సిస్కో నుండి గదర్ అనే వార్తాపత్రికను తీసుకురావాలని నిర్ణయించుకుంది. ఆ తర్వాత సంఘం పేరు కూడా 'గదర్' పార్టీగా మారింది.

ఒక పెద్ద అడుగు ముందుకు

1913లో గదర్ పార్టీ ఏర్పాటు విప్లవోద్యమ అభివృద్ధికి చాలా పెద్ద మరియు ముఖ్యమైన ముందడుగు. రాజకీయాలను మతం నుంచి విముక్తి చేసి లౌకికవాదాన్ని స్వీకరించింది. మతం వ్యక్తిగత విషయంగా ప్రకటించబడింది. హిందువులు మరియు ముస్లింలు ఇరువురి జీవితాలపై సమాన ప్రభావాన్ని చూపుతున్నందున ఆర్థిక సమస్యలపై ఎక్కువ శ్రద్ధ వహించాలని అఖ్బర్ గదర్ పిలుపునిచ్చారు. ప్లేగు వ్యాధితో హిందువులు, ముస్లింలు ఇద్దరూ చనిపోతున్నారు.

కరువు వచ్చినప్పుడు ఇద్దరికీ తిండి కరువవుతుంది. ఇద్దరూ బలవంతంగా పని చేయవలసి వస్తుంది మరియు ఇద్దరూ చాలా ఎక్కువ రేట్లతో భూమి రెవెన్యూ మరియు నీటి పన్ను చెల్లించాలి. సమస్య హిందూ వర్సెస్ ముస్లింలది కాదు, భారతీయ వర్సెస్ బ్రిటిష్ దోపిడీదారులది. హిందూ-ముస్లిం ఐక్యతను ఎవరూ విచ్ఛిన్నం చేయలేని విధంగా బలంగా ఉండాలి.[14]

"గదర్ పార్టీ" లౌకికవాదాన్ని విశ్వసించింది మరియు అది స్పర్శించదగినవారు మరియు అంటరానివారి మధ్య వివక్షను విశ్వసించలేదు ఈ విషయంలో[15], గదర్ పార్టీ ఆనాటి భారతీయ నాయకుల కంటే మైళ్ల దూరంలో ఉంది, సోహన్ సింగ్ ప్రకారం, "గదర్ యొక్క విప్లవకారులు రాజకీయ-సామాజిక సంస్కరణల విషయంలో వారి సమకాలీనుల కంటే ముందున్నారు.[16]

మే 14, 1914న గదర్‌లో ప్రచురితమైన ఒక వ్యాసంలో లాలా హర్దయాల్ ఇలా వ్రాశాడు - "ప్రార్థనల సమయం పోయింది; ఇప్పుడు కత్తి పట్టే సమయం వచ్చింది. మాకు పండితులు మరియు ఖాజీలు అవసరం లేదు." గద్దర్ విప్లవకారులు రాబోయే విప్లవానికి సిద్ధం కావాలి, వారు భారతదేశానికి వెళ్లి అక్కడ నుండి బ్రిటిష్ వారిని తరిమికొట్టాలి మరియు అమెరికా వంటి ప్రజాస్వామ్య ప్రభుత్వాన్ని స్థాపించాలి, దీనిలో భారతీయులందరూ మతం, కులాలు మరియు రంగులతో సంబంధం లేకుండా సమానం.[17]

తనను తాను అరాచకవాదిగా పిలుచుకునే లాలా హర్దయాల్, ముస్లింలు, సిక్కులు లేదా వైష్ణవులు అయినా యజమాని మరియు సేవకుల మధ్య ఎప్పుడూ సమానత్వం ఉండదని చెప్పారు. ధనికులు ఎప్పుడూ పేదలను పరిపాలిస్తారు... ఆర్థిక సమానత్వం లేనప్పుడు, సోదరభావం యొక్క చర్చ కేవలం కల మాత్రమే.[18]

భారతీయుల మధ్య మత సామరస్యాన్ని పెంచడం గదర్ పార్టీ తన లక్ష్యాలలో ఒకటి. యుగాంతర్ ఆశ్రమం పేరుతో ఉన్న గదర్ పార్టీ కార్యాలయంలో అగ్రవర్ణ హిందువులు, అంటరానివారు, ముస్లింలు, సిక్కులు అందరూ ఒకచోట చేరి భోజనం చేసేవారు. మతం రాజకీయాలతో కలిస్తే, అది ప్రాణాంతకమైన విషంగా మారుతుంది, ఇది దేశం యొక్క ముఖ్యమైన అవయవాలను క్రమంగా నాశనం చేస్తుంది, సోదరుడిపై సోదరుడిని పోరాడేలా చేస్తుంది, ప్రజల మనోధైర్యాన్ని నాశనం చేస్తుంది మరియు దాని దృష్టిని నాశనం చేస్తుంది నిజమైన శత్రువును గుర్తించి, ప్రజల పోరాట స్ఫూర్తిని బలహీనపరుస్తుంది మరియు తద్వారా సామ్రాజ్యవాద కుట్రల దూకుడు ప్రణాళికలకు దేశాన్ని నిస్సహాయంగా

బలిపశువును చేస్తుంది. గదర్ విప్లవకారులు భారతదేశంలో ఈ విషయాన్ని మొదటిసారిగా గ్రహించారు. ఈ విషయాన్ని తన రాజకీయాలకు దూరంగా ఉంచుతానని ధైర్యంగా పరకటించారు. మరియు అతను చెప్పినట్లే చేశాడు. భారత రాజకీయాల్లో ఇది అతని మొదటి గొప్ప విజయం.

గద్దర్ విప్లవకారుల రెండవ గొప్ప విజయం వారి అంతర్జాతీయ దృక్పథం. "గదర్ ఉద్యమం అంతర్జాతీయ ఉద్యమం. దీని శాఖలు మలయా, షాంఘై, ఇండోనేషియా, ఈస్ట్ ఇండీస్, ఫిలిప్పీన్స్, జపాన్, మనీలా, న్యూజిలాండ్, హాంగ్ కాంగ్, సింగపూర్, ఫిజీ, బర్మా మరియు ఇతర దేశాలలో పని చేస్తున్నాయి. ఇండస్ట్రియల్ వర్కర్స్ ఆఫ్ ది వరల్డ్ (IWW) గదర్ పార్టీ లక్ష్యాల పట్ల చాలా సానుభూతితో ఉన్నారు...వారు (గదర్ విప్లవకారులు) అన్ని దేశాల స్వాతంత్ర్యానికి అనుకూలంగా ఉన్నారు."[19]

ఎందరో కవులు రాసిన కవితా సంపుటి 'గదర్ డి గూంజ్'లో ఒక కవి ఇలా అంటాడు - "సోదరులారా, చైనాపై యుద్ధం చేయకండి. భారతదేశం, చైనా మరియు టర్కీ ప్రజలు తమలో తాము సోదరులు. శత్రువులు ఉండకూడదు. అతను ఈ సోదరభావాన్ని నాశనం చేయగలడు.[20] 1911లో వాంకోవర్‌లో ఒక సంస్థ స్థాపించబడింది, దీని లక్ష్యం ప్రపంచంలోని ఇతర దేశాలతో భారతదేశం యొక్క స్వేచ్ఛ, సమానత్వం మరియు సోదర సంబంధాలను నెలకొల్పడం. అతను భారతదేశంలోనే కాకుండా బానిసత్వం మరియు దోపిడీ ఉన్న ప్రతి దేశంలో విప్లవాన్ని కోరుకున్నాడు.[21]

గద్దర్ యొక్క విప్లవకారుల ప్రచారంలో ముఖ్యమైన భాగం ప్రపంచంలోని కార్మిక సంఘాలకు ఒక విజ్ఞప్తిని జారీ చేయడం. సామ్రాజ్య వ్యవస్థను పారద్రోలేందుకు యావత్ ప్రపంచ ప్రజలు ఏకం కావాలని ఆయన విజ్ఞప్తి చేశారు.[22]

భావజాలం మరియు కార్యక్రమం

గదర్ పార్టీ బ్రిటిష్ పాలనను వ్యతిరేకించింది మరియు సాయుధ పోరాటం ద్వారా భారతదేశాన్ని బ్రిటిష్ పాలన నుండి విముక్తి చేయడం మరియు ఇక్కడ అమెరికన్ తరహా ప్రజాస్వామ్యాన్ని స్థాపించడం దీని లక్ష్యం. తన

ప్రతిపాదనలు, ప్రతినిధులు మరియు దరఖాస్తుల నుండి మాకు ఏమీ లభించదని నమ్ముతారు. బ్రిటిష్ పాలకుల ముందు మితవాద నాయకుల డ్యాన్స్ కూడా ఆయనకు నచ్చలేదు. అతను మాట్లాడిన గణతంత్రంలో, ఎన్నుకోబడిన

రాష్ట్రపతికి తప్ప ఏ విధమైన రాజుకు అవకాశం లేదు. భారతదేశ స్వాతంత్ర్యం సాధించడానికి, గదర్ పార్టీ సైనికులను తిరుగుబాటు చేయడానికి ప్రోత్సహించడానికి సైన్యంలో ప్రచారంపై ఆధారపడిన వ్యక్తిగత చర్యలపై అంతగా ఆధారపడలేదు. సైనికులు తిరుగుబాటుకు దిగాలని పిలుపునిచ్చారు.

గద్దర్ విప్లవకారుల వర్గ స్వభావం కూడా మునుపటి విప్లవకారుల కంటే భిన్నంగా ఉంది. పాత విప్లవకారులు ప్రధానంగా దిగువ మధ్యతరగతి నుండి కొంతమంది విద్యావంతులు, అయితే గదర్ పార్టీ సభ్యులు చాలా మంది రైతులు కూలీలుగా మారారు, కాబట్టి వారు తిరుగుబాటు కోసం రైతులను కూడా విజ్ఞప్తి చేశారు.

రెండు బలహీనతలు

గదర్ పార్టీ అమెరికాలో స్థాపించబడింది, అక్కడ ప్రజలు కొన్ని పౌర స్వేచ్ఛలు మరియు భావప్రకటనా స్వేచ్ఛను అనుభవించారు, అయితే ఆ సమయంలో భారతదేశంలో ఈ విషయాలు లేవు. అక్కడ గద్దర్ నాయకులు తమ పథకాలు, ఉద్దేశాలు, కార్యక్రమాలపై బహిరంగంగా చర్చలు జరిపి వాటిపై వ్యాసాలు రాసేవారు. ఈ విధంగా, బ్రిటిష్ సామ్రాజ్యవాదులు తమ ప్రణాళికల గురించి పూర్తిగా తెలుసుకుని, గద్దర్ విప్లవకారుల కార్యకలాపాల వల్ల తలెత్తే ప్రతి పరిస్థితిని ఎదుర్కోవడానికి సిద్ధంగా ఉన్నారు. గద్దర్ నాయకులు, కార్యకర్తల ఈ గోప్యతకు పార్టీ భారీ మూల్యం చెల్లించుకోవాల్సి వచ్చింది.

రెండవ ప్రధాన బలహీనత ఏమిటంటే, ఒక సామ్రాజ్యవాద శక్తి మరొక సామ్రాజ్యవాద శక్తి బారి నుండి తమను తాము విడిపించుకోవడానికి నిజాయితీగా సహాయం చేస్తుందనే వారి భ్రమాత్మక నమ్మకం. జర్మన్ లేదా బ్రిటీష్ లేదా మరేదైనా సామ్రాజ్యవాద శక్తి అదే ధోరణులను కలిగి ఉందా అనేది అతని మనస్సులో స్పష్టంగా లేదు. మొదటి ప్రపంచ యుద్ధం ప్రారంభమైనప్పుడు గదర్ పార్టీ మరియు ఇతర విప్లవకారులు "బ్రిటన్ కష్టాలు మనకు సువర్ణావకాశం" మరియు "శత్రువుకి శత్రువు మిత్రుడే" అని నినాదాలు చేశారు. ఈ నమ్మకంతో అతను సహాయం కోసం జర్మనీకి చెందిన కైజర్‌ను సంప్రదించాడు. క్యాన్సర్ ప్రతినిధులతో చర్చల సందర్భంగా, స్వతంత్ర భారతదేశం యొక్క భవిష్యత్తు ఏర్పాటుకు సంబంధించిన కొన్ని షరతులను కూడా ఆయన ముందుకు తెచ్చేందుకు ప్రయత్నించారు. కానీ ఈ సమస్యపై క్యాన్సర్‌కు సమాధానం ఎప్పుడూ అస్పష్టంగానే ఉంటుంది. అతని ఆసక్తి

యుద్ధ సమయంలో బ్రిటన్‌కు వ్యతిరేకంగా గదర్ పార్టీ విప్లవకారులను గరిష్టంగా ఉపయోగించుకోవడానికే పరిమితమైంది. బ్రిటన్ మరియు ఫ్రాన్స్ నుండి వీలైనన్ని ఎక్కువ కాలనీలను లాక్కోవడం అతని స్వంత యుద్ధ లక్ష్యాలు. ఈ తిరుగుబాటు వంటిది

సామ్రాజ్యవాదం యొక్క వాస్తవ స్వభావం గురించి విప్లవకారులకు పూర్తిగా తెలియదు. నిజమైన మరియు శాశ్వత విముక్తి కోసం, బానిస దేశాలు మొత్తం సామ్రాజ్యవాద వ్యవస్థతో పోరాడవలసి ఉంటుంది, రష్యాలో అక్టోబర్ (నవంబర్ కొత్త వ్యవస్థలో) 1917 విప్లవం తర్వాత మాత్రమే ఇది పూర్తిగా స్పష్టమైంది. గొప్ప అక్టోబర్ విప్లవం మరియు దాని ప్రభావం

1917 అక్టోబర్ సోషలిస్టు విప్లవం మానవజాతి చరిత్రలో ఒక యుగపు ఘట్టం. ఇది రష్యాలో సామ్రాజ్యవాదాన్ని ఓడించడమే కాకుండా, మొత్తం సామ్రాజ్యవాద వ్యవస్థకు విపరీతమైన దెబ్బను కూడా ఇచ్చింది. ఈ విప్లవం రష్యాలో మనిషిని మనిషి మరియు దేశం ద్వారా దేశం దోపిడీ చేయడంపై ఆధారపడిన వ్యవస్థను అంతం చేసింది. సోవియట్ ప్రజలు వారి స్వంత విధికి మాస్టర్స్ అయ్యారు. క్షేత్రాలు, కర్మాగారాలు మరియు వర్క్‌షాప్‌ల సామూహిక యాజమాన్యం స్థాపించబడింది. అక్టోబర్ విప్లవం రష్యా ప్రజలను పెట్టుబడిదారులు మరియు భూస్వాముల బానిసత్వం నుండి విముక్తి చేయడమే కాకుండా, పూర్తిగా కొత్త సమాజానికి మరియు కొత్త మనిషికి జన్మనిచ్చింది. అతను బానిస దేశాల స్వాతంత్ర్య సమరయోధులను ప్రేరేపించాడు మరియు వారి పోరాటం విజయవంతమవుతుందని 1947లో వారిలో విశ్వాసాన్ని నింపాడు. ప్రపంచంలోని వివిధ ప్రాంతాల్లో జరుగుతున్న విముక్తి పోరాటాలకు కొత్త కోణాలను కూడా ఇచ్చింది.

ప్రపంచవ్యాప్త సామ్రాజ్యవాద వ్యతిరేక పోరాటంలో భాగమైన భారత స్వాతంత్ర్య పోరాటం కూడా దాని బారిన పడలేదు. అతని దృక్పథంలో కూడా విస్తృతి ఉంది మరియు ఆర్థిక మరియు సామాజిక సమానత్వం లేకుండా స్వేచ్ఛకు అర్థం లేదని గ్రహించారు.

అక్టోబర్ విప్లవం మరియు ఐరోపా మరియు ఆసియాలో సామ్రాజ్యవాద వ్యతిరేక విప్లవం, అలాగే మొదటి ప్రపంచ యుద్ధం తర్వాత భారతీయ ప్రజల విప్లవం వైపు పెరుగుతున్న అడుగులు బ్రిటిష్ సామ్రాజ్యవాదులను అప్రమత్తం చేశాయి. అసహ్యకరమైన పరిస్థితిని ఎదుర్కోవడానికి అతను ద్విముఖ విధానాన్ని

అనుసరించాడు. ఒక వైపు, అతను మాంటేగ్-చెమ్స్‌ఫోర్డ్ సంస్కరణల అంశాన్ని లేవనెత్తడం ద్వారా మితవాద జాతీయ నాయకుల మద్దతు పొందడానికి ప్రయత్నించాడు, మరోవైపు, అతను దేశద్రోహ కేసులను విచారించడానికి మరియు అణిచివేసేందుకు చర్యలను సూచించడానికి జస్టిస్ రౌలట్ అధ్యక్షతన ఒక కమిటీని నియమించాడు. విప్లవకారులు. ఈ కమిటీ సిఫార్సులు చాలా క్రూరంగా ఉన్నాయి. సాధారణ రాజకీయ కార్యకలాపాలను కూడా దేశద్రోహంగా ప్రకటించాడు. రౌలత్ కమిటీ అణచివేత సిఫార్సులకు నిరసనగా గాంధీజీ ఒకరోజు సార్వత్రిక సమ్మెకు పిలుపునిచ్చారు. ఈ కాల్ ఊహించని ప్రభావాలను కలిగి ఉంది మరియు ప్రజలు తమ ఆగ్రహాన్ని వ్యక్తం చేయడానికి ఒకచోట చేరారు. ఇది ప్రభుత్వానికే కాదు మన నేతలకు కూడా కొత్త విషయం. బ్రిటీష్ వారు భారతీయులకు గుణపాఠం చెప్పాలని నిర్ణయించుకున్నారు మరియు ఏప్రిల్ 13, 1919న జలియన్‌వాలాబాగ్‌లో ఈ నిర్ణయం అమలులోకి వచ్చింది. దీంతో ప్రజల్లో ఆగ్రహం వ్యక్తమైంది

పంజాబ్‌లోని దాదాపు అన్ని నగరాల్లో నిరసనల తరంగం వ్యాపించింది మరియు ప్రజలు వీధుల్లోకి వచ్చారు. ప్రభుత్వం దీనిని వ్యవస్థీకృత తిరుగుబాటుగా పేర్కొంది. కానీ గాంధీజీ వీటన్నింటికీ సిద్ధంగా లేడు. ఒకరోజు సార్వత్రిక సమ్మె నినాదం చేసి ఘోర తప్పిదం చేశానని ప్రకటించారు. ఆందోళనలు విరమించి సంస్కరణలు అమలు చేయాలని ప్రజలను కోరారు.

సెప్టెంబరు 1920లో లాలా లజపతిరాయ్ కాంగ్రెస్‌ను హెచ్చరించి ఆ విధంగా చెప్పారుప్రజానీకం కోపంగా, కలత చెంది ఏదో చేయాలనే మూడ్‌లో ఉన్నారు. కాంగ్రెస్‌కు కూడా చెప్పారు ప్రజల ఈ కోపాన్ని చానల్స్ చేయకపోతే, అది తన దారి తాను తీసుకుంటుందని, ఇది దేశానికి హానికరం. "ఈ వాస్తవాన్ని మనం కళ్ళు మూసుకోవడం వల్ల ప్రయోజనం లేదు. మనం ఒక విప్లవ శకం గుండా వెళుతున్నాం.'' అని ప్రకటించి, ''ప్రకృతి సంప్రదాయం ప్రకారం మనకు విప్లవాలు నచ్చవు![23] నాగ్‌పూర్ సెషన్‌లో కాంగ్రెస్ లాలా జీ యొక్క హెచ్చరిక కూడా పరిగణించబడింది మరియు స్వరాజ్యం కోసం పోరాడాలని గాంధీకి సూచించబడింది. సహాయ నిరాకరణ ఉద్యమాన్ని ప్రారంభించండి. ఉద్యమానికి ముందు గాంధీజీ బెంగాల్ వెళ్లారు మరి కొందరు విప్లవ నాయకులను కలిసిన తర్వాత ఒక సంవత్సరం సమయం కావాలని అడిగారు ఏడాదిలోగా స్వాతంత్ర్యం రాకపోతే విప్లవకారులు తమ బాటలోనే పయనించాల్సి వస్తుంది.

పూర్తి మినహాయింపు ఉంటుంది. విప్లవ నాయకులు గాంధీ మాటలను అంగీకరించారు. సత్యాగ్రహ ఉద్యమం మొదలైంది. అనతికాలంలోనే అది దేశమంతటా వ్యాపించింది మరియు గ్రామాలలోని చిన్న గుడిసెలలో కూడా 'స్వరాజ్యం' ప్రబలింది. పదం ప్రతిధ్వనించడం ప్రారంభించింది. ఉద్యమంలో పాల్గొనేందుకు గాంధీ ఎలాంటి ఆంక్షలు విధించినా..

వాటన్నింటిని ఛేదిస్తూ రైతన్నలు నిండు ఉత్సాహంతో ఉద్యమంలోకి దూకారు. "ప్రభుత్వం ఆందోళన చెందుతోంది మరియు అతను భయపడి ఉన్నాడు, అతని చేతులు మరియు కాళ్ళు ఉబ్బడం ప్రారంభించాయి. ప్రభుత్వానికి, నగరాలకు అవిధేయత అంటు ఉంటే కోట్లాది మంది రైతులకు చేరితే బ్రిటీష్ ప్రభుత్వానికి డబ్బు ఆదా చేసేవారే లేరు. ఏ ఎంపిక మిగిలి ఉండదు; వారి తుపాకులన్నీ ముప్పై కోట్ల ప్రజల తిరుగుబాటు జ్యోతి నుండిమరియు విమానాలు కూడా వాటిని రక్షించలేవు. 24 గాంధీజీ కూడా సంతోషంగా లేడు, నిజానికి అతను కూడా అంతే భయపడ్డాడు. జరిగింది. అతను[24] ఉద్యమాన్ని ఉపసంహరించుకునే అవకాశం కోసం ఎదురు చూస్తున్నాడు మరియు ఫిబ్రవరి, 1922లో చౌరీ చౌరా ఘటన కారణంగా ఆయనకు ఈ అవకాశం దక్కింది. ఆ సంఘటనను స్వాగతించే బదులు వారు ఇలా చేసారు మరియు ప్రజల నుండి ఇలాంటి సంఘటనలను వేలకొద్దీ డిమాండ్ చేశారు.

రాజకీయాల నుంచి విడిపోయారు.

ఈ నేపథ్యంలో గాంధీ పిలుపు మేరకు ఆయుధాలు వేసిన విప్లవకారులు తమను తాము సంఘటితం చేసుకున్నారు ఆయుధాలు చేపట్టాలని నిర్ణయించుకున్నారు.హిందుస్థాన్ రిపబ్లికన్ అసోసియేషన్ సచీంద్రనాథ్ సన్యాల్, విప్లవకారులందరినీ అఖిల భారత పార్టీగా ఏర్పాటు చేయడంలో చొరవ తీసుకుని, 1923 చివరిలో హిందుస్థాన్ ప్రజాతంత్ర సంఘ్ (హిందూస్థాన్ రిపబ్లికన్ పార్టీ)ని స్థాపించారు.

అసోసియేషన్). పసుపు కాగితంపై ముద్రించిన పార్టీ రాజ్యాంగాన్ని కూడా ఆయన తయారు చేశారు, అందుకే దీనిని 'ఎల్లో పర్చా' అని పిలుస్తారు. అతను తయారుచేసిన మరో ముఖ్యమైన పత్రం 'ది రివల్యూషనరీ' పేరుతో హిందుస్థాన్ ప్రజాతంత్ర సంఘ్ మేనిఫెస్టో. ఈ పత్రం జనవరి 1, 1925 రాత్రి ఉత్తర భారతదేశం అంతటా పంపిణీ చేయబడింది. 1917 అక్టోబరు విప్లవం ప్రభావంతో, భారతీయ విప్లవకారుల లక్ష్యం మేనిఫెస్టోలో ఈ క్రింది పదాలలో ప్రకటించబడింది:

"రాజకీయ రంగంలో రివల్యూషనరీ పార్టీ యొక్క తక్షణ లక్ష్యం వ్యవస్థీకృత సాయుధ విప్లవం ద్వారా ఫెడరల్ రిపబ్లిక్ ఆఫ్ ఇండియాను స్థాపించడం. ఈ రిపబ్లిక్ యొక్క చివరి రాజ్యాంగం రూపొందించబడింది మరియు ప్రకటించబడుతుంది మొత్తం భారతదేశం యొక్క ప్రతినిధులు ప్రజలు తమ నిర్ణయాలను అమలు చేయగలరు, అయితే ఈ రిపబ్లిక్ యొక్క ప్రాథమిక సూత్రం ప్రజా ఓటుహక్కుపై ఆధారపడి ఉంటుంది మరియు వారు కోరుకుంటే మనిషిని దోచుకునేలా చేసే అన్ని వ్యవస్థలను రద్దు చేస్తారు ప్రజాప్రతినిధులు, లేకుంటే ప్రజాస్వామ్యం అపహాస్యం అవుతుంది.

మేనిఫెస్టోలో "ఈ విప్లవ పార్టీ జాతీయమైనది కాదు, అంతర్జాతీయమైనది, దాని అంతిమ లక్ష్యం ప్రపంచంలో శాంతి మరియు సామరస్యాన్ని నెలకొల్పడం. ఇది వివిధ దేశాలు మరియు రాష్ట్రాల మధ్య పోటీ కంటే సహకారాన్ని కోరుకుంటుంది; మరియు ఈ కోణంలో ఇది చేస్తుంది. భారతదేశం యొక్క ప్రకాశవంతమైన గతం మరియు నేటి బోల్షివిక్ రష్యా యొక్క గొప్ప ఋషులను అనుసరించండి.

మతపరమైన సమస్యపై, ప్రజల ఆర్థిక మరియు సామాజిక ప్రయోజనాల ప్రశ్నపై మరియు కాంగ్రెస్ మరియు ఇతర రాజకీయ పార్టీలపై విప్లవకారుల అభిప్రాయాన్ని మేనిఫెస్టో స్పష్టం చేసింది.ఈ ప్రశ్నలన్నింటికీ మానిఫెస్టో యొక్క విధానం ఖచ్చితంగా గతాన్ని విడిచిపెట్టి, సోవియట్ రష్యాను 'విజయవంతమైన సోషలిజం యొక్క మొదటి దేశం' అని పిలవడం ద్వారా సోషలిజాన్ని స్వాగతించింది. జాతీయ స్వాతంత్ర్యం కోసం జరిగిన ఉద్యమాల అంతర్జాతీయ స్వభావాన్ని కూడా మనం ఇందులో అర్థం చేసుకుంటాము. అయితే, ఈ అవగాహన ఇంకా స్పష్టంగా లేదు. స్వతంత్ర భారతదేశం యొక్క సామాజిక-ఆర్థిక వ్యవస్థ ఎలా ఉంటుందనే దానిపై వెలుగునిచ్చే ప్రయత్నం మేనిఫెస్టోలో జరిగింది మరియు ఈ లక్ష్యాన్ని సాధించడానికి కార్మికులు మరియు రైతులను సంఘటితం చేయవలసిన అవసరం కూడా అంగీకరించబడింది. కానీ మేనిఫెస్టో రచయిత మార్క్సిస్టు అని లేదా అతను శాస్త్రీయ సోషలిజం యొక్క సారాంశాన్ని గ్రహించాడని దీని అర్థం కాదు.[25]

అతను ముఖ్యంగా దేవుడు మరియు ఆధ్యాత్మికత వైపు మొగ్గు చూపుతాడు. మేనిఫెస్టో ప్రకారం - "సత్యాన్ని స్థాపించడం మరియు ప్రచారం చేయడమే పార్టీ లక్ష్యం. ప్రపంచం కళ్ళు మూసుకుని దానిని విస్మరించాలనే భ్రమ లేదా భ్రమ కాదు. ఇది విడదీయరానిది.

శక్తి, జ్ఞానం మరియు అందం యొక్క అత్యున్నత మూలమైన ఆత్మ ఆత్మ యొక్క స్పష్టమైన రూపం." రచయిత మార్క్సిజం యొక్క ఆర్థిక కోణాన్ని అంగీకరిస్తాడు,

ఇది కాకోరికి ముందు విప్లవకారులతో పోల్చితే ఖచ్చితంగా ఒక ముందడుగు. కానీ మార్క్సిజం వరకు తాత్విక విషయానికి వస్తే, రచయిత దేవుడు మరియు సహనంపై స్థిరంగా ఉంటాడు, సన్యాల్ జీ స్వయంగా ఇలా వ్రాశాడు - "చరిత్ర యొక్క భౌతికవాద వివరణలో చరిత్ర యొక్క భౌతిక విశ్లేషణకు ఒక ముఖ్యమైన స్థానం ఉంది. అనే భావన నిరంతరంగా ఉంది. ప్రారంభం నుండి ముగింపు వరకు... ఈ రోజు కూడా నేను ఈ సూత్రాలను అంగీకరించలేకపోయాను... [26].

అతను కమ్యూనిజం నుండి భిన్నమైన మరొక ముఖ్యమైన సమస్య శ్రామికవర్గ నాయకత్వం యొక్క భావన. "మధ్యతరగతి యువతకు మాత్రమే నాయకత్వం వహించే సత్తా ఉందని, కార్మికులు మరియు రైతులు విప్లవ సైన్యానికి సైనికులుగా పనిచేస్తారని ఆయన అభిప్రాయపడ్డారు.[27]

సత్యేంద్ర నారాయణ్ మజుందార్ తన పుస్తకం ఇన్ సెర్చ్ ఆఫ్ ఎ రివల్యూషనరీ ఐడియాలజీ అండ్ రివల్యూషనరీ ప్రోగ్రామ్‌లో సచీంద్రనాథ్ సన్యాల్ మరియు అతని కాలంలోని ఇతర విప్లవకారుల సైద్ధాంతిక విశ్వాసాలను క్లుప్తంగా అందించారు. 'క్రాంతికారి' మరియు 'హిందూస్థాన్ ప్రజాతంత్ర సంఘ్' రెండు పత్రాల రాజ్యాంగంపై వ్యాఖ్యానిస్తూ, అతను ఇలా వ్రాశాడు - "ఈ రెండు పత్రాలు ఆ రోజుల్లో కమ్యూనిజం వైపు ఆకర్షితులవుతున్న విప్లవకారుల ఆలోచనను సూచిస్తాయి.[28]

దీని తర్వాత, రెండు పత్రాలు సూచిస్తున్నాయి. విశిష్టతలకు, అతను ఇలా వ్రాశాడు - "ఈ రెండు పత్రాల ప్రత్యేకతలు - (ఎ) బోల్షివిక్ రష్యా వైపు మరియు సోషలిజం యొక్క విజయ పతాకాన్ని ఎగురవేసిన మొదటి దేశంగా కమ్యూనిజం వైపు స్పష్టమైన మొగ్గు; (బి) జాతీయ విముక్తి కోసం విప్లవం యొక్క అంతర్జాతీయ స్వభావాన్ని అర్థం చేసుకోవడం ప్రారంభం, అయితే ఈ అవగాహన ఇంకా స్పష్టంగా లేదు; (సి) స్వతంత్ర భారతదేశం యొక్క సామాజిక మరియు ఆర్థిక వ్యవస్థను వివరించే ప్రయత్నం; (డి) కార్మికులు మరియు రైతులను సంఘటితం చేయాలని నిర్ణయించుకోవాలి; (ఇ) పార్టీలో ప్రజాస్వామ్య-కేంద్రవాద సూత్రాన్ని ప్రవేశపెట్టడం."[29]

మజుందార్ రెండు పత్రాల బలహీనతలను ఈ క్రింది విధంగా పేర్కొన్నాడు - "(ఎ) ఖచ్చితంగా కమ్యూనిజం వైపు మొగ్గు ఉంది; కానీ అతను ఇంకా కమ్యూనిజం అధ్యయనానికి బలమైన పునాదిని కనుగొనలేదు; (బి) జాతీయ విముక్తి పోరాటంలో కార్మికులు మరియు రైతుల పాత్ర యొక్క నిజమైన ప్రాముఖ్యత

స్పష్టంగా అర్థం కాలేదు; (సి) మానిఫెస్టో రచయిత ఇప్పటికీ మతపరమైన మార్మికవాద ప్రభావంలో ఉన్నారు; (డి) తీవ్రవాదాన్ని ఎదుర్కోవడానికి కార్మికులు మరియు రైతులను సంఘటితం చేసే పనితో తీవ్రవాద వ్యతిరేక ప్రచారాన్ని పునరుద్ధరించడం అసాధ్యమని మేనిఫెస్టో మెచ్చుకోవడంలో విఫలమైంది; (ఇ) జాతీయ పరిస్థితిపై తప్పుడు విశ్లేషణను ఇస్తూ, మానిఫెస్టో 'మన జీవితంలోని ప్రతి రంగంలో తీవ్ర నిస్సహాయత యొక్క భావన ఉంది మరియు ఉగ్రవాదం తగిన ఉత్సాహాన్ని ఉత్పత్తి చేయడానికి సమర్థవంతమైన సాధనం' మొదలైనవి. అయితే అప్పటికి భారతదేశంలోని శ్రామిక ప్రజలు పోరాట మార్గంలో నడిచారు. దాని లీడింగ్ క్యాడర్, శ్రామిక వర్గం, క్రూరమైన పోలీసు అణచివేత ఉన్నప్పటికీ నిరంతరం మరియు ధైర్యంగా అద్భుతమైన పోరాటాలు చేసింది.[30]

బెంగాల్‌లో కూడా అదే దిశలో అభివృద్ధి జరిగింది. అక్కడ చాలా మంది అనుశీలన్ మరియు యుగాంతర్ నాయకులు సోవియట్ రష్యా మరియు కమ్యూనిజం పట్ల ఆసక్తి చూపడం ప్రారంభించారు. కానీ ఈ ఆసక్తి కమ్యూనిజం అధ్యయనం లేదా అక్టోబర్ విప్లవం మరియు దాని ప్రత్యేకతపై సరైన అవగాహనపై ఆధారపడి లేదు. అతను సోవియట్ యూనియన్ మరియు కమింటర్న్‌లను "బాంబు తయారీ శిక్షణ వంటి ఆయుధాలు మరియు ఇతర సహాయాల సంభావ్య వనరుగా" చూశాడు. కానీ సోవియట్ యూనియన్ మరియు కమ్యూనిస్ట్ ఇంటర్నేషనల్ రెండూ ప్రజానీకంతో పాటు ఏ విధమైన సాయుధ కార్యకలాపాలను ప్రోత్సహించలేదని తెలుసుకున్నప్పుడు అతని ఆసక్తి క్షీణించింది.[31]

ఆ సమయంలో అంటే ముప్పైల ద్వితీయార్థంలో కమ్యూనిస్టు భావజాలం భారతదేశంలో ప్రాచుర్యం పొందింది. అక్టోబర్ విప్లవం ఓటమి మరియు రష్యాకు వ్యతిరేకంగా సామ్రాజ్యవాద జోక్యంతో పాటు, ఈ మార్పుకు మరికొన్ని కారణాలు ఉన్నాయి. వంటి - (a) పెషావర్ మరియు కాన్పూర్ యొక్క బోల్షెవిక్ కుట్ర కేసు. (బి) దేశంలోని అనేక ప్రాంతాల్లో రైతుల మిలిటెంట్ పోరాటాలు. (సి) కార్మికుల దేశవ్యాప్త పెద్ద సమ్మెలు. (డి) కార్మిక-రైతు పార్టీ ఏర్పాటు. (ఇ) దేశంలోని వివిధ కమ్యూనిస్టు గ్రూపులను కలపడం ద్వారా అఖిల భారత పార్టీని ఏర్పాటు చేసేందుకు ప్రయత్నాలు. జాతీయ మరియు అంతర్జాతీయ స్థాయిలో జరుగుతున్న ఈ సంఘటనల ప్రభావంతో, అనుశీలన్‌లోని కొంతమంది కార్యకర్తలు పార్టీ నుండి విడిపోయి కమ్యూనిస్ట్ ఉద్యమంలో చేరారు. అతను అనుశీలన్‌లో బాగా గౌరవించబడ్డాడు మరియు విప్లవ యువతలో కమ్యూనిజాన్ని ప్రాచుర్యం

పొందడంలో ముఖ్యమైన పాత్ర పోషించాడు. హిందుస్థాన్ సమాజ్ వాదీ ప్రజాతంత్ర సంఘ్ ఏర్పాటు

1925లో, యునైటెడ్ ప్రావిన్స్ (ప్రస్తుతం ఉత్తరప్రదేశ్)లోని విప్లవ పార్టీకి చెందిన ప్రముఖ నాయకులందరూ కకోరి కుట్ర కేసుకు సంబంధించి పట్టుబడి జైలు పాలయ్యారు. ఇందులో హిందుస్థాన్ ప్రజాతంత్ర సంఘ్ సంస్థకు పెద్ద దెబ్బ తగిలింది. చంద్రశేఖర్ ఆజాద్ మరియు కుందన్‌లాల్ మాత్రమే గుప్తా మాత్రమే పోలీసుల బారి నుంచి తప్పించుకోగలిగాడు. వీరే కాకుండా బయట విడిచిపెట్టిన సహచరులందరూ రెండవ శ్రేణి సైనికులే. పార్టీని పునర్ వ్యవస్థీకరించే బాధ్యత ఈ రెండో వరుస సహచరులపై పడింది. ఆ సమయంలో అంటే 1925లో లాహోర్‌లో కొందరు విప్లవకారులు చురుకుగా ఉన్నారు మరియు కొందరు కాన్పూర్‌లో మళ్లీ పని ప్రారంభించేందుకు ప్రయత్నిస్తున్నారు. ఆ సమయంలో, ఈ రెండు కేంద్రాల సహచరుల మనస్సు సైద్ధాంతిక కోణం నుండి స్పష్టంగా లేదు. అవును, సరైన సిద్ధాంతం కోసం అన్వేషణ ఖచ్చితంగా ప్రారంభమైంది. ఈ దిశలో, రెండు కేంద్రాల సహోద్యోగులు కూడా సమర్థులైన గైడ్‌లను కనుగొన్నారు.

ఈ సమయంలో (1925-26) లాహోర్ స్నేహితులు, ముఖ్యంగా భగత్ సింగ్ మరియు సుఖ్ దేవ్ అరాచకవాదులు బకునిన్ చేత ప్రభావితమయ్యారు. భగత్ సింగ్ అరాచకం నుండి సోషలిజం వరకు దీన్ని తీసుకువచ్చిన ఘనత ఇద్దరు వ్యక్తులకు చెందుతుంది - కామ్రేడ్ సోహన్‌సింగ్ జోష్ ఇప్పుడు మనతో లేరు మరియు లాలా ఛబిల్దాస్. జోష్ ప్రసిద్ధ కమ్యూనిస్ట్ నాయకుడు మరియు కీర్తి అనే పంజాబీ మాస పత్రిక. పత్రికకు ఎడిటర్‌గా వ్యవహరించారు. అతను భగత్ సింగ్‌తో వివిధ విషయాలపై మాట్లాడాడు మరియు అతనిని ప్రశంసించాడు. నన్ను రాయమని ప్రోత్సహించేవారు. లాలా ఛబిల్దాస్ 'తిలక్ స్కూల్ ఆఫ్ పాలిటిక్స్',

నేషనల్ కాలేజీ అని కూడా పిలువబడే ప్రిన్సిపాల్. ఆ యువ విప్లవకారులు

ఏం చదవాలో, ఎలా చదవాలో చెప్పేవాడు. భగవతి చరణ్ వోహ్రా సోషలిజం వైపు అడుగులు వేస్తున్నారు మొదటి నుంచి ట్రెండ్ ఉంది. సోహన్‌సింగ్ జోష్ యొక్క అన్ని మార్గదర్శకత్వం మరియు లాలా ఛబిల్‌దాస్ మార్గదర్శకత్వం.

పుస్తకాలు లేకుంటే పుస్తకాల గురించిన సలహాలన్నీ పనికిరాకుండా పోయేవి. ఈ అవసరం కొందరికి తీరుతుంది లాలా లజపతిరాయ్ 'ద్వారకాదాస్ లైబ్రరీ' దీనిని చాలా వరకు సాధించింది. ఈ లైబ్రరీలో రాజకీయాలు

మార్క్సిజం మరియు సోవియట్ రష్యాపై పుస్తకాలతో సహా మార్క్సిజం మరియు సోవియట్ రష్యాపై మంచి పుస్తకాల సేకరణ ఉంది.

ఏవి ప్రభుత్వం జప్తు చేయలేదు. లాహోర్ విప్లవకారులు ఆ లైబ్రరీని పూర్తిగా ఉపయోగించుకున్నారు. ఆ పనిలో, అతను గ్రంథాలయ అధిపతి మరియు విప్లవకారుల సానుభూతిపరుడు శ్రీ రాజారాం శాస్త్రి (ప్రస్తుతం మరణించాడు) నుండి చాలా సహాయం పొందాడు. పుస్తకాలు పొందడానికి మరొక ఆధారం 'రామకృష్ణ అండ్ సన్స్' అనే పుస్తక దుకాణం. ఈ దుకాణం అనార్కలి మార్కెట్‌లో ఉంది మరియు అతను ఇంగ్లాండ్ నుండి జప్తు చేసిన పుస్తకాలను దిగుమతి చేసుకోవడానికి మంచి ఏర్పాట్లు చేశాడు. పంజాబ్ విప్లవకారులు, ముఖ్యంగా భగత్ సింగ్ మరియు భగవతి చరణ్ వోహ్రా ఈ సౌకర్యాలను పూర్తిగా ఉపయోగించుకున్నారు. శ్రీ రాజారామ్ శాస్త్రి ఈ పంక్తుల రచయితతో ఒకసారి మాట్లాడుతూ, భగత్ సింగ్ నిజానికి పుస్తకాలు చదవలేదని, అయినప్పటికీ అతని జ్ఞాన దాహం ఎప్పుడూ చల్లారలేదని చెప్పారు. భగత్ సింగ్ పుస్తకాలను అధ్యయనం చేయడం, నోట్స్ తయారు చేయడం, తన స్నేహితులతో చర్చించడం, కొత్త జ్ఞానం ఆధారంగా తన అవగాహనను స్వీయ-విమర్శనాత్మకంగా పరీక్షించడానికి ప్రయత్నించాడు మరియు ఈ ప్రక్రియలో, అతను తన ప్రయత్నంలో ఏ తప్పులు చూసినా సరిదిద్దడానికి ప్రయత్నించాడు

చేస్తుంది. ఈ విషయాలన్నీ పంజాబ్ గ్రూప్ వేగంగా అభివృద్ధి చెందడానికి దోహదపడ్డాయి. ఫలితంగా, 1928 ప్రారంభంలో, అతను అరాచకవాదాన్ని విడిచిపెట్టి, సోషలిజాన్ని లక్ష్యంగా అంగీకరించాడు. అతను మార్క్సిజాన్ని పూర్తిగా అర్థం చేసుకున్నాడని దీని అర్థం కాదు. గత ప్రభావం నుండి ఇంకా పూర్తిగా విముక్తి పొందలేదు.

కాన్పూర్ సహచరులు కూడా అదే దిశలో కదులుతున్నారు, అయినప్పటికీ వారి పురోగతి లాహోర్ సహచరుల వలె వేగంగా లేదు. కాన్పూర్‌లో, రాధామోహన్ గోకుల్ జీ, సత్యభక్త్ మరియు మౌలానా హస్రత్ మోహానీ తమను తాము కమ్యూనిస్టులుగా చెప్పుకున్నారు. వీరిలో రాధామోహన్ జీ పేరు ప్రత్యేకంగా చెప్పుకోదగినది. అతని దగ్గర మంచి పుస్తకాల సేకరణ ఉండేది. అతను అధ్యయనశీలి మాత్రమే కాకుండా, శక్తివంతమైన రచయిత కూడా. 1927లో "కమ్యూనిజం అంటే ఏమిటి? దేవుడు, మతం మరియు మూఢనమ్మకాలపై వార్తాపత్రికలు మరియు మ్యాగజైన్‌లలో చాలా వ్రాసిన రాధా మోహన్ జీ నుండి అతను నేర్చుకున్న పాఠం మరియు అతన్ని 'ఆధునిక చార్వాక్' అని పిలిచాడు.

సత్యభక్తుని కమ్యూనిజం ఆధ్యాత్మిక రంగును కలిగి ఉంది మరియు మౌలానా హస్రత్ మోహానీ ఆలోచనలను కమ్యూనిజం మరియు ఇస్లాం మిశ్రమం అని

పిలుస్తారు. ఈ బలహీనతలు ఉన్నప్పటికీ, హిందీ మాట్లాడే ప్రజలలో సోవియట్ రష్యా మరియు కమ్యూనిజం ప్రజాదరణ పొందడంలో ఈ ముగ్గురి పాత్రను కాదనలేము. కాన్పూర్ యువ విప్లవకారులు ఈ గొప్ప వ్యక్తుల నుండి సోషలిజంలో మొదటి దీక్షను స్వీకరించారు. విజయ్ కుమార్ సిన్హా ద్వారా షౌకత్ ఉస్మానీ కాన్పూర్ గ్రూప్‌తో కూడా పరిచయం కలిగి ఉన్నాడు. కానీ మేము అతని నుండి ఎలాంటి సైద్ధాంతిక మార్గదర్శకత్వం పొందలేకపోయాము. విప్లవకారులు కాన్పూర్‌లో చాలా ప్రసిద్ధ వ్యక్తి అయిన శ్రీ గణేష్శంకర్ విద్యార్థి నుండి అన్ని రకాల సహాయాన్ని కూడా పొందారు. రాజకీయ అధ్యయనాలు మరియు జనంలో పని చేయడంపై ఆయన ప్రత్యేక దృష్టి పెట్టారు.

వీటన్నింటి ఫలితంగా కాన్పూర్ సహచరులు కూడా సోషలిజం వైపు మొగ్గు చూపడం ప్రారంభించారు. కానీ ఈ వంపు హేతుబద్ధంగా కాకుండా మరింత భావోద్వేగంగా ఉంది. అప్పటికి కాన్పూర్ గ్రూప్ చంద్రశేఖర్ ఆజాద్ మరియు కుందన్‌లాల్ గుప్తాతో పరిచయాన్ని ఏర్పరచుకుంది. కాకోరి కుట్ర కేసులో ఈ ఇద్దరు సహచరులు పరారీలో ఉన్నట్లు ప్రకటించారు.

1928 ప్రారంభంలో, భగత్ సింగ్ వివిధ పార్టీలను కలపడం ద్వారా విప్లవకారుల అఖిలభారత సంస్థను ఏర్పాటు చేయాలనే ఆలోచనను తన సహచరుల ముందుంచారు.

అతని ప్రతిపాదనలు ఈ క్రింది విధంగా ఉన్నాయి - (ఎ) సోషలిజాన్ని మన అంతిమ లక్ష్యం అని ధైర్యంగా ప్రకటించాల్సిన సమయం ఆసన్నమైంది. (బి) మా అంతిమ లక్ష్యం ఏమిటో ప్రజలకు తెలిసేలా పార్టీ పేరును తదనుగుణంగా మార్చాలి. (సి) ప్రజల అవసరాలు మరియు మనోభావాలకు నేరుగా సంబంధం ఉన్న పనులను మాత్రమే మనం చేపట్టాలి మరియు సాధారణ పోలీసు అధికారులను లేదా గూఢచారులను చంపడంలో మన శక్తిని మరియు సమయాన్ని వృథా చేయకూడదు. (డి) డబ్బు కోసం మనం ప్రభుత్వ ఖజానాను మాత్రమే ముట్టుకోవాలి మరియు వీలైనంత వరకు మనం ప్రైవేట్ ఇళ్లపై చర్యలు తీసుకోకూడదు. మరియు (ఇ) సమిష్టి నాయకత్వ సూత్రాన్ని ఖచ్చితంగా పాటించాలి.

భగత్ సింగ్ ఈ విషయాలన్నింటినీ లాహోర్ మరియు కాన్పూర్ నుండి వచ్చిన తన సహచరులతో చర్చించాడు మరియు చంద్రశేఖర్ ఆజాద్ మరియు కుందన్‌లాల్‌ల సమ్మతిని కూడా తీసుకున్నాడు. దీని తర్వాత 1928 సెప్టెంబర్ 8 మరియు 9 తేదీల్లో ఢిల్లీలో వివిధ ప్రావిన్సుల ప్రతినిధుల సమావేశం నిర్వహించాలని

నిర్ణయించారు. దీని కోసం ఐదు ప్రావిన్సుల ప్రతినిధులను ఆహ్వానించారు, అయితే వీటిలో నాలుగు ప్రావిన్సులు మాత్రమే తమ ఆమోదం తెలిపాయి. సమావేశంలో పాల్గొనేందుకు బెంగాల్‌ను ఒప్పించలేకపోయాం. ఆ- "హిందూస్థాన్ రిపబ్లికన్ పాల్గొనలేదు ఎందుకంటే S. మజుందార్ ఈ విషయంలో వ్రాసినందున, అసోసియేషన్ యొక్క బెంగాల్ ప్రతినిధులు తాము ఉగ్రవాదానికి మరియు హింసకు వ్యతిరేకమని సమావేశంలో చెప్పారు." ఇది సరైనది కాదు. 1928 ఆగస్టు చివరి వారంలో బెంగాల్ కామ్రేడ్‌లతో ప్రతిపాదనలు చర్చించి ఢిల్లీ సమావేశానికి రమ్మని ఆహ్వానించడానికి పార్టీ తరపున నన్ను స్వయంగా కలకత్తాకు పంపారు. వారణాసికి చెందిన తారాపద భట్టాచార్య నుండి సంప్రదింపులు అందాయి. కలకత్తాలో నాకు పరిచయమైన పెద్దమనిషి ఇప్పుడే జైలు నుంచి విడుదలయ్యాడని చెప్పారు. అతను వృద్ధుడిగా కనిపించాడు, అతని శరీరం లావుగా మరియు కృశించి, అతని ప్రవర్తన చాలా అసహ్యంగా ఉంది. నేను కలుస్తున్న వ్యక్తి నియంతృత్వ పోకడలు కలిగిన అహంకారపూరితమైన వ్యక్తి అని అతని సంభాషణ మరియు బాడీ లాంగ్వేజ్ నుండి అర్థం చేసుకోవడానికి నాకు ఎక్కువ సమయం పట్టలేదు. అక్కడ ఎప్పుడూ ఉండే నలుగురైదుగురు చిన్నపిల్లలు సుశీల్ దా అని సంబోధించేవారు. నేను అతని గదిలోకి ప్రవేశించగానే అతను యు.పి. కాకోరి సంఘటనకు గుంపును తిట్టడం మొదలుపెట్టాడు - "మమ్మల్ని అడగకుండా ఇలా ఎందుకు చేశావు? మరి ఇప్పుడు మొత్తం సంస్థను నాశనం చేసి, మా సహాయం అడగడానికి వచ్చి ప్రయోజనం ఏమిటి?" నేను మీ నుంచి ఎలాంటి సహాయం కోరేందుకు రాలేదని, కొన్ని అంశాలపై చర్చించి ఢిల్లీ సమావేశానికి ఆహ్వానించేందుకు వచ్చానని చెప్పాను. దీని తర్వాత నేను అన్ని ప్రతిపాదనల గురించి ఒక్కొక్కటిగా చెప్పాను మరియు ఢిల్లీ సమావేశానికి హాజరు కావాలని అభ్యర్థించాను. అని అతను చెప్పాడు

షరతులపై మాత్రమే సమావేశంలో పాల్గొనగలరు మరియు అతని షరతులు అంగీకరించబడినట్లు నా నుండి హామీ కోరారు.వెళ్తుంది. వారి షరతులు క్రింది విధంగా ఉన్నాయి - (ఎ) మనకు సోషలిజం లేదా కమ్యూనిజంతో ఎటువంటి సంబంధం ఉండదు;ఆందోళన చెందరు. (బి) పార్టీ పేరు మార్చబడదు. (సి) ప్రభుత్వం నుండి నేరుగా భవిష్యత్తులో, సంఘర్షణకు కారణమయ్యే కాకోరి లాంటివి మమ్మల్ని అడగకుండా చేయవు. (డి) కేంద్ర

కమిటీలంటూ ఏమీ ఉండవని, వాటి ద్వారానే బెంగాల్ అధికారం మనకు దక్కుతుందన్నారు. సబార్డినేట్ పద్ధతిలో పని చేయాల్సి ఉంటుంది. (ఇ) మేము మా కార్యకలాపాలను సంస్థ ద్వారా మాత్రమే నిర్వహిస్తాము

తయారీ, ఆయుధాలు మరియు డబ్బు కూడబెట్టడం వంటి వాటికే పరిమితం కావాలి. (ఎఫ్) అది డబ్బు కోసం మాత్రమే రాజకీయేతర కార్యకలాపాలకు మాత్రమే అనుమతి ఉంటుంది. దీంతో వారిని ఒప్పించేందుకు ప్రయత్నించాను ఎలాంటి షరతులు విధించకుండా ముక్తకంఠంతో సమావేశానికి వచ్చి అన్నీ చర్చించుకుంటున్నామని. పాలుపంచుకొను. అతను నా మాట వినడానికి సున్నితంగా నిరాకరించాడు. వారి నిబంధనలన్నీ మావి కాబట్టి

అవి ప్రతిపాదనలకు పూర్తి భిన్నంగా ఉన్నాయి కాబట్టి నేను వారి నిబంధనలను అంగీకరించడానికి సున్నితంగా తిరస్కరించాను. ఇచ్చాడు. ఈ కారణాలతో బెంగాల్ సహచరుల గైర్హాజరీలో ఢిల్లీ సమావేశాన్ని నిర్వహించాల్సి వచ్చింది.

1928 సెప్టెంబర్ 8న ఢిల్లీ సమావేశంలో మరియు తదుపరి సమావేశంలో పాల్గొనేందుకు నాలుగు ప్రావిన్సులకు ప్రాతినిధ్యం వహిస్తున్న మొత్తం పది మంది సహచరులు కోట్లా ఫిరోజ్ షా వద్ద సమావేశమయ్యారు. వీరిలో ఇద్దరు బీహార్, ఇద్దరు పంజాబ్, ఒకరు రాజస్థాన్, ఐదుగురు యునైటెడ్ ప్రావిన్స్ (ప్రస్తుతం ఉత్తరప్రదేశ్) నుంచి వచ్చారు. యు.పి. ఐదుగురు సహోద్యోగుల్లో ఇద్దరు ఇతర సహోద్యోగులు వారి కొన్ని షరతులను అంగీకరించనందున సమావేశంలో కూర్చోవడానికి నిరాకరించారు. ఆ విధంగా సంభాషణలో కేవలం ఎనిమిది మంది సహచరులు మాత్రమే పాల్గొన్నారు. భద్రతా కారణాల రీత్యా ఆజాద్‌ను ఢిల్లీకి తీసుకురాలేదు.

అయితే అన్ని విషయాలపై ఆయన నుంచి ముందస్తు అనుమతి పొందారు. సమావేశంలో రెండు రోజుల చర్చ తర్వాత, భగత్ సింగ్ ప్రతిపాదించిన అన్ని ప్రతిపాదనలను రెండింటికి వ్యతిరేకంగా ఆరుగురు మెజారిటీతో ఆమోదించారు. ఫణీంద్రనాథ్ ఘోష్ మరియు మన్మోహన్ బెనర్జీ (ఇద్దరూ బీహార్‌కు చెందినవారు) సోషలిజాన్ని పార్టీ యొక్క అంతిమ లక్ష్యంగా స్వీకరించి పార్టీ పేరును మార్చాలనే ప్రతిపాదనను వ్యతిరేకించారు. తర్వాత, 1928 డిసెంబరులో భగత్ సింగ్ కలకత్తా వెళ్లి, ఆ సమయానికి జైలు నుండి బయటకు వచ్చిన త్రైలోక్య చక్రవర్తి మరియు ప్రతుల్ గంగూలీని కలిసినప్పుడు, ఢిల్లీ సమావేశానికి బెంగాల్‌ను ఆహ్వానించడానికి ముందుగా వచ్చిన కామ్రేడ్‌లతో, ఆమె దురదృష్టవశాత్తూ సరిపోలిందని చెప్పాడు. ఒక తప్పు మనిషితో. భగత్ సింగ్ ఢిల్లీ నిర్ణయాలను ఇరువురు నేతలకు తెలియజేసి, అన్ని విషయాలపై వారి సమ్మతిని కూడా పొందారు.

మా సహచరులకు బాంబు తయారీలో శిక్షణ ఇవ్వడానికి యతీంద్రనాథ్ దాస్‌ను ఆగ్రాకు పంపడానికి కూడా అతను అంగీకరించాడు.

1928 నాటికి, మేము సోషలిజాన్ని ఒక సిద్ధాంతంగా అంగీకరించాము, కానీ ఆచరణలో గతం యొక్క నీడ ఇప్పటికీ మనపై ఆధిపత్యం చెలాయించింది. ఇప్పటికీ, సాండర్స్ హత్య మరియు సెంట్రల్ అసెంబ్లీలో బాంబు విసిరడం వెనుక భగత్ సింగ్ యొక్క మానసిక నిరాశ లేదా నిరాశ పని చేసిందని చెప్పడం తప్పు,. మజుందార్ నిరూపించే ప్రయత్నం చేశారు. అతను వ్రాశాడు - త్రైలోక్య చక్రవర్తి అతనికి (భగత్ సింగ్) కాంగ్రెస్ కలకత్తా సెషన్‌లో (డిసెంబర్ 1928) ఏర్పాటు చేసిన విధంగా ఐదు వేల మంది యువ వాలంటీర్ కార్ప్స్‌ను నిర్వహించమని సలహా ఇచ్చాడు. భగత్ సింగ్ తన సలహాను అనుసరించడానికి ప్రయత్నించాడు కానీ విఫలమయ్యాడని చక్రవర్తి ఇంకా రాశారు. ఇది అతని మనస్సులో నిరాశ మరియు నిరుత్సాహానికి దారితీసింది మరియు సంచలనాత్మకంగా ఏదైనా చేయవలసిన అవసరం గురించి అతని నమ్మకాన్ని మరింత ధృవీకరించింది.

కొద్దిసేపటికే అసెంబ్లీలో బాంబులు విసిరిన ఘటన చోటుచేసుకుంది.[32] ఈ మొత్తం కథ వాస్తవాలతో సరిపోలడం లేదు. మొదటి విషయం ఏమిటంటే, పార్టీ కేంద్ర కమిటీని విశ్వాసంలోకి తీసుకోకుండా భగత్ సింగ్ ఎప్పుడూ పెద్ద రాజకీయ అడుగు వేయలేదు. ఐదు వేల మంది యువకులతో స్వచ్ఛంద సైన్యాన్ని ఏర్పాటు చేయాలనే ప్రశ్న కేంద్ర కమిటీ ముందు ఎప్పుడూ చర్చకు రాలేదు. రెండవది, అటువంటి స్వచ్ఛంద సైన్యం యొక్క ఆలోచన గాలిలో వంతెనను నిర్మించడం లాంటిది.

నాలుగు-ఐదు రోజుల పాటు సంచుల సహాయంతో ఐదు వేల మంది స్వచ్ఛంద సైన్యాన్ని (కాంగ్రెస్ - ఎస్.) బహిరంగంగా పెంచడం ఒక విషయం, కానీ రహస్య విప్లవాత్మక పని కోసం రాజకీయంగా అప్రమత్తమైన, శిక్షణ పొందిన మరియు క్రమశిక్షణ కలిగిన యువకుల సైన్యాన్ని పెంచడం. మరేదో నెలరోజుల్లో దాన్ని నిలబెట్టడం కూడా సాధ్యం కాలేదు. ఇక్కడ భగత్ సింగ్ 1929 జనవరి మొదటి వారంలో కలకత్తా నుండి తిరిగి వచ్చాడనే విషయాన్ని కూడా గుర్తుంచుకోవాలి. ఫిబ్రవరిలో యతీంద్రనాథ్ దాస్ ఆగ్రా వచ్చినప్పుడు, మనలో ప్రతి ఒక్కరూ ఏదో ఒక విధంగా బాంబు ఫ్యాక్టరీని స్థాపించే పనిలో బిజీగా ఉన్నాము. ఆపై, మీరట్‌లో అరెస్టులకు ముందు, ఫిబ్రవరి చివరలో, ఆగ్రాలోనే అసెంబ్లీలో బాంబు విసిరేందుకు నిర్ణయం తీసుకున్నారు. అటువంటి పరిస్థితిలో, భగత్ సింగ్ ట్రైలోక్యబాబు సలహాను అనుసరించడానికి ప్రయత్నించడం, విఫలం కావడం, నిరాశ మరియు ఓటమికి బలి కావడం మొదలైన ప్రశ్నలే తలెత్తలేదు. వైఫల్యం, నిరాశ, నిరుత్సాహం

మొదలైన కల్పిత చర్చలతో, అసెంబ్లీలో బాంబు విసిరే చర్య దాని రాజకీయ ప్రాముఖ్యతను కోల్పోతుంది మరియు కేవలం ఒక వ్యక్తి యొక్క నిరాశ మరియు నిరాశ ఫలితంగా మారుతుంది.

మన్మథనాథ్ గుప్తా అసెంబ్లీలో బాంబులు విసిరే హానికరమైన మరియు కించపరిచే కథనాన్ని అందించారు. 1928 మరియు 29 ప్రథమార్థంలో చిత్రంలో ఎక్కడా లేని సుఖ్‌దేవ్ రాజ్ (షాహీద్ సుఖ్‌దేవ్ కాదు) 100% కల్పిత కథనం ఆధారంగా, పార్టీలో బాంబులు విసిరినందుకు సుఖ్‌దేవ్ మరియు బతుకేశ్వర్ దత్‌లు శిక్షించబడతారని గుప్తా జీ చెప్పారు. పంపడానికి అసెంబ్లీ

అనుకూలంగా ఉండేది. కానీ భగత్ సింగ్ పట్ల వ్యక్తిగత అసూయ కారణంగా, అతను భగత్ సింగ్‌ను బి చేసాడు. యొక్క. దత్‌తో కలిసి వెళ్లాల్సి వచ్చింది. చంద్రశేఖర్ ఆజాద్ తదితరులు బాంబు విసిరిన తర్వాత సభ నుంచి వెళ్లిపోవడాన్ని సమర్థించారు. కానీ భగత్ సింగ్ దీనికి అంగీకరించలేదు. జనాలను జాగృతం చేయాలంటే అత్యున్నత త్యాగం అవసరమన్నది ఆయన వాదన.[33]

అసెంబ్లీలో బాంబులు విసిరేందుకు సుఖ్‌దేవ్‌ని ఎంపిక చేశారని ఇక్కడ చెప్పడం తప్పు.ఉంది. ఆగ్రాలో జరిగిన తొలిరోజు కేంద్ర కమిటీ సమావేశంలో నిర్ణయించిన ఇద్దరి పేర్లు బతుకేశ్వరం.దత్ మరియు విజయ్ కుమార్ సిన్హా. ఈ పని కోసం ఏ స్థాయిలో సుఖ్‌దేవ్‌ను కమిటీ నియమించింది

నేను పరిశీలనకు రాలేదు. మా ముందున్న ప్రధాన చర్చ రాజకీయం, కాదు

అదృష్టవశాత్తూ ఆ సమయంలో మన మధ్య లేని వ్యక్తిగత అసూయ లేదా శత్రుత్వం. దాని గురించి సందేహం లేదు అసెంబ్లీలో బాంబులు విసిరినందుకు విజయ్ కుమార్ సిన్హా స్థానంలో భగత్ సింగ్‌ను పంపడం.

దీనికి సుఖ్‌దేవ్ పూర్తి బాధ్యత వహించాడు. అతను నిజాయితీగా చేసాడు కాబట్టి భగత్ సింగ్ తప్ప మరెవరి మరణం రాజకీయ ప్రయోజనానికి ఉపయోగపడుతుందని అతను నమ్మాడు. పూర్తికాదు. అత్యున్నత త్యాగానికి సంబంధించినంత వరకు, విప్లవ ఉద్యమంలో త్యాగం

కొరత లేదు (మరియు ప్రతి త్యాగం అత్యున్నతమైనది). భగత్‌సింగ్‌కు నిరాశ తప్పలేదు మరియు విఫలమైన ఆశయాలతో ఒక యువకుడు అసెంబ్లీలో బాంబు విసిరి ఆత్మహత్య చేసుకోవాలని నిర్ణయించుకున్నాడు.సులువైన మార్గాన్ని కనుగొన్నారు.

అసెంబ్లీలో బాంబులు వేయాలనే నిర్ణయం ఎలా, ఎప్పుడు తీసుకున్నారు?

జాతీయ విముక్తి పోరాట చరిత్రలో మూడవ దశాబ్దపు చివరి సంవత్సరాలు, ముఖ్యంగా 1928-30 సంవత్సరాలు, చాలా ముఖ్యమైనవి. వామపక్ష శక్తులు సంఘటితమై బలంగా ఉన్న సమయం ఇది మాట్లాడటం మొదలుపెట్టాడు. శ్రామికవర్గం యొక్క ప్రధాన మిలిటెంట్ దాడులు దేశవ్యాప్తంగా జరిగాయి.

దానిని తీసుకున్నాడు. కార్మికుల సంఘటిత కార్మిక సంఘాల కార్యకలాపాలు పెరుగుతున్నాయి ఫలితంగా, కార్మికులు పని పరిస్థితులను మెరుగుపరచడానికి మరియు వేతనాలను పెంచడానికి మరింత కృషి చేస్తున్నారు. వారు సత్వరమే పోరాడే స్థితిలో ఉన్నారు. కార్మికులు, యువత మరియు విద్యార్థుల మధ్య

దేశంలో మొదటిసారిగా వామపక్ష రాజకీయాలలో కమ్యూనిస్టుల ప్రభావం వేగంగా పెరిగింది ఉద్యమం తల ఎత్తింది. ఆనాటి యువ తరం ఆలోచనా ధోరణిని వివరిస్తున్నారు జవహర్‌లాల్ నెహ్రూ ఇలా వ్రాశారు- "కమ్యూనిజం మేధావులలో మరియు ప్రభుత్వ అధికారులలో కూడా ప్రబలంగా ఉంది.

మరియు సోషలిజం యొక్క అస్పష్టమైన ఆలోచనలు వ్యాపించాయి. కాంగ్రెస్ యువతీ యువకులు ఇంతకుముందు వారు 'బ్రైస్ ఆన్ డెమోక్రసీ', మార్లే మరియు కీత్ మరియు మజ్జినీలను చదివేవారు, ఇప్పుడు వారు ఎప్పుడైనా చదివేవారు.

అందుబాటులో ఉంటే, మేము ఈ కొత్త ఆలోచనల గురించి తెలుసుకోవడానికి సోషలిజం, కమ్యూనిజం మరియు రష్యాపై పుస్తకాలు చదువుతాము.

మీరట్ కుట్ర కేసు పట్ల ప్రజల్లో ఆసక్తిని కలిగించడంలో చాలా సహాయపడింది?

ఆర్థిక సంక్షోభం కూడా ప్రజలు దీనిపై దృష్టి పెట్టవలసి వచ్చింది. ఉత్సుకత యొక్క కొత్త స్ఫూర్తి చుట్టూ స్పష్టంగా కనిపించింది - ఇప్పటికే ఉన్న సంస్థల పట్ల ప్రశ్నించడం మరియు సవాలు చేసే ఉత్సుకత. ఆ మానసిక తుఫాను యొక్క సాధారణ ధోరణి స్పష్టంగా ఉంది. కానీ ఆమె ఇప్పటికీ తేలికపాటి గాలి - తన గురించి తెలియదు. "[34]

బ్రిటిష్ సామ్రాజ్యవాదులు దీని గురించి ఆందోళన చెందారు మరియు ప్రారంభంలోనే ఉద్యమాన్ని అణిచివేయాలని నిర్ణయించుకున్నారు. అధికారులు ఎంత భయాందోళనకు గురవుతున్నారో, ప్రభుత్వ బుద్ధి ఎలా పని చేస్తుందో చూడడానికి ఒక్క ఉదాహరణ చాలు. ఇంటెలిజెన్స్ బ్యూరో డైరెక్టర్ సర్ డేవిడ్ పాట్రిక్, 1929లో తాను తయారు చేసిన 'కమ్యూనిజం ఇన్ ఇండియా' అనే తన నివేదికలో 'బోల్షివిక్ శాపం' యొక్క స్వభావాన్ని ఈ క్రింది మాటల్లో వివరించాడు - "1920లో థర్డ్ ఇంటర్నేషనల్ దాని రెండవ ఇన్ అతను కాంగ్రెస్‌లో ఆమోదించిన

థీసిస్, సర్ సిసిల్ కే భారతదేశానికి వ్యతిరేకంగా ఒక ఖచ్చితమైన కుట్రకు సూక్ష్మక్రిములను సరిగ్గా గుర్తించాడు. ఆ థీసిస్‌లో వలసవాద మరియు అర్ధ-వలస దేశాల జాతీయ ఉద్యమం నిష్పక్షపాతంగా మరియు ప్రాథమికంగా విప్లవాత్మక పోరాటమని మరియు అందువల్ల ప్రపంచ విప్లవ పోరాటంలో భాగమని చెప్పబడింది. బోల్షివిక్‌ల దాడిలో గ్రేట్ బ్రిటన్ భారాన్ని మోసిందనడంలో సందేహం లేదు... ప్రపంచ విప్లవానికి వ్యతిరేకంగా ఆమె ప్రధాన రక్షకభటులలో ఒకటిగా ఉంది, దీనిని బోల్షివిక్‌లు తమ అంతిమ విజయానికి అవసరమైన షరతుగా భావిస్తారు. బ్రిటీష్ సామ్రాజ్యంలో భారతదేశం బలహీనమైన స్థానం అని బోల్షెవిక్‌లు విశ్వసించారు. మరియు భారతదేశం స్వతంత్రం పొందే వరకు రష్యాకు ఇంగ్లండ్ శాపం నుండి విముక్తి లభించదని మతపరమైన విశ్వాసంగా వారు తమ హృదయాలలో ఉంచుకున్నారు."[35]

జె. కమ్యూనిజం యొక్క సిద్ధాంతం మరియు అభ్యాసం కంటే వ్యవస్థీకృత సమాజానికి వినాశకరమైనది ఏదీ లేదని అప్పటి భారత ప్రభుత్వ గృహ సభ్యుడిగా ఉన్న కెర్ చెప్పారు."[36]

కమ్యూనిజం, వామపక్ష శక్తులు మరియు శ్రామిక వర్గ ఉద్యమాన్ని అణిచివేసేందుకు, కేంద్ర అసెంబ్లీలో రెండు బిల్లులను ప్రవేశపెట్టాలని ప్రభుత్వం నిర్ణయించింది - ప్రజా భద్రత బిల్లు మరియు వాణిజ్య వివాదాల బిల్లు. మొదటి బిల్లు బ్రిటీష్ ఇండియా లేదా ఏదైనా భారతీయ రాచరిక రాష్ట్రంలో నివాసితులు కాని వ్యక్తులకు వ్యతిరేకంగా ఉంది. మొదటి బిల్లులో, బ్రిటిష్ లేదా ఇతర విదేశీ కమ్యూనిస్టులను భారతదేశం నుండి బహిష్కరించే హక్కు గవర్నర్ జనరల్‌కు ఇవ్వబడింది. కార్మికుల ట్రేడ్ యూనియన్ హక్కులను కాలరాయడమే రెండో బిల్లు ఉద్దేశం.

ఈ రెండు బిల్లులను అసెంబ్లీలో విపక్షాలన్నీ, ప్రజానీకం, పత్రికా వర్గాలు తీవ్రంగా వ్యతిరేకించాయి. ఈ సర్వత్రా వ్యతిరేకతను పట్టించుకోకుండా, ప్రభుత్వం సెప్టెంబర్ 6, 1928న ప్రజా భద్రతా చట్టాన్ని ఆమోదించింది.[37]

అసెంబ్లీలో బిల్లును ప్రవేశపెట్టారు. సెప్టెంబర్ 24న సభ దానిని తిరస్కరించింది. జనవరి 1929లో, ప్రభుత్వం దానిని కొన్ని మార్పులతో మళ్లీ అసెంబ్లీ ముందుంచింది.

బిల్లును మళ్లీ అసెంబ్లీలో ప్రవేశపెట్టాలని ప్రభుత్వం నిర్ణయించినట్లు పత్రికల్లో వార్తలు వచ్చినప్పుడు భగత్ సింగ్ ఆగ్రాలో ఉన్నారు. ఈ వార్తలపై ఆయన స్పందన

చాలా ఘాటుగా ఉంది. ప్రభుత్వ ఈ నిరంకుశ వైఖరికి నిరసనగా ఏదో ఒకటి చేయక తప్పదన్నారు. అతను లాహోర్‌కు వెళ్లి, సుఖ్‌దేవ్‌తో తన ప్రతిపాదనలను చర్చించి, తిరిగి వచ్చి, కేంద్ర కమిటీ సమావేశాన్ని పిలిచి, దాని ముందు తన ప్రతిపాదనలను సమర్పించాడు. క్లుప్తంగా ఆయన ప్రతిపాదనలు ఈ క్రింది విధంగా ఉన్నాయి - (1) ప్రభుత్వ ఈ కఠినమైన మరియు మొండి వైఖరికి వ్యతిరేకంగా పార్టీ అసెంబ్లీలో బాంబులు విసిరి నిరసన తెలపాలి. (2) ఈ పనిని నిర్వహించడానికి నియమించబడిన సహచరులు పని తర్వాత తప్పించుకోవడానికి ప్రయత్నించే బదులు అక్కడికక్కడే లొంగిపోవాలి మరియు కేసు సమయంలో కోర్టును పార్టీ లక్ష్యాలను ప్రచారం చేయడానికి ఒక వేదికగా ఉపయోగించుకోవాలి; మరియు (3) అతను నిర్ణయాన్ని అమలు చేయడానికి మరొక సహచరుడితో కలిసి వ్యక్తిగతంగా కొనసాగడానికి అనుమతించబడాలి. భగత్ సింగ్ మొదటి రెండు సూచనలను కేంద్ర కమిటీ సభ్యులందరూ స్వాగతించారు. అయితే అతని మూడో సూచనను ఎవరూ అంగీకరించలేదు. ఈ సమావేశం ఆగ్రాలో జరిగింది మరియు మొదటి రోజు సుఖ్‌దేవ్ హాజరుకాలేదు. మరుసటి రోజు వచ్చాడు. సుఖ్‌దేవ్ రాక తర్వాత భగత్ సింగ్‌కు బలం వచ్చింది మరియు చాలా చర్చల తర్వాత, చివరకు కమిటీ భగత్ సింగ్ యొక్క మూడవ ప్రతిపాదనను ఆమోదించింది.

రెండవ బిల్లు (వాణిజ్య వివాద బిల్లు) 4 సెప్టెంబర్ 1928న అసెంబ్లీలో ప్రవేశపెట్టబడింది. సభ దానిని సెలెక్ట్ కమిటీకి పంపింది. అక్కడి నుంచి కొన్ని మార్పులతో మళ్లీ 1929 ఏప్రిల్ 2న అసెంబ్లీ ముందుకు చర్చకు తీసుకొచ్చారు. ఏప్రిల్ 8న సభ దానిని[38] కి వ్యతిరేకంగా కొన్ని ఓట్లతో ఆమోదించింది. ఓటింగ్ ఫలితాలను ప్రకటించేందుకు స్పీకర్ లేవగానే భగత్ సింగ్, బతుకేశ్వర్ దత్ లు ప్రేక్షకుల గ్యాలరీ నుంచి అసెంబ్లీ భవనంలోకి బాంబులు విసిరి, నినాదాలు చేయడంతో పాటు కరపత్రాలు కూడా జారవిడిచారు. . ఈ కరపత్రం అదే రోజు హిందూస్థాన్ టైమ్స్ యొక్క సాయంత్రం అనుబంధంలో ప్రచురించబడింది. ఇది విప్లవాత్మక ఉద్యమం యొక్క క్లుప్త కాలానికి మనలను తీసుకువస్తుంది, దీనిని ప్రజలు కొన్నిసార్లు తీవ్రవాద-కమ్యూనిజం లేదా టెర్రో-కమ్యూనిజం అని పిలుస్తారు. కమ్యూనిజం లేదా టెర్రరిజం - కమ్యూనిజం

లాహోర్ మరియు కాన్పూర్ విప్లవకారులు 1926-27 నుండి సోషలిజం వైపు వెళ్లడం ప్రారంభించారు. అయితే, 1928 సెప్టెంబరు 8-9 నాటి ఢిల్లీ సమావేశంలో, సోషలిజం సూత్రంగా మరియు సోషలిస్టు సమాజ స్థాపన అంతిమ లక్ష్యంగా అంగీకరించబడింది.

అవును, ఆచరణలో మేము అదే పాత వ్యక్తిగత పనిని కొనసాగించాము. మేము కార్మికులు, రైతులు,వారు యువత మరియు మధ్యతరగతి మేధావులను నిర్వహించడం గురించి మాట్లాడేవారు, కానీ పంజాబ్‌లోనౌజవాన్ భారత్ సభ ఏర్పాటు తప్ప మరెక్కడా ఆ దిశగా సీరియస్ అడుగు పడలేదు.

ఎత్తే ప్రయత్నం చేయలేదు. ఆ కోణంలో, మన శాస్త్రీయ సోషలిజం అంటే మార్క్సిజంఅవగాహన అసంపూర్ణంగా ఉంది. మార్క్సిజం ఆచరణను సిద్ధాంతం నుండి వేరు చేయడానికి అనుమతించదు,

అందులో వ్యక్తిగత పనికి ఆస్కారం లేదని మాకు అర్థం కాలేదు.మేము నిరంకుశ ప్రభుత్వ అధికారుల హత్యలు మరియు హింసాత్మక కార్యకలాపాలను నిలిపివేస్తాముకార్మికులు, రైతులు, యువత మరియు విద్యార్థులతో కూడిన బహుజన సంఘాలను ఏర్పాటు చేసే పనిలో తిరుగుబాటు పాల్గొంది.కలపాలనుకున్నారు. కానీ ఆచరణలో హింసాత్మక కార్యకలాపాలు మరియు సాయుధ చర్యలపై మా ప్రాధాన్యత ఉంది.

కేవలం ప్రిపరేషన్‌కే పరిమితమైంది. ప్రజలను వారి నిద్ర మరియు ప్రభుత్వం నుండి మేల్కొల్పడానికి మేము నమ్మాముఅణచివేతపై స్పందించడానికి ఇవన్నీ అవసరం. కాంగ్రెస్ కలకత్తా సమావేశ సందర్భాలు కానీ డిసెంబర్ 1928లో భగత్ సింగ్ సోహన్ సింగ్ ఉత్సాహంగా అన్నాడు - "మేము మీ పార్టీలో భాగమే. నేను అతని పని మరియు అతని ప్రోగ్రామ్‌తో 100% అంగీకరిస్తున్నాను, కానీ కొన్నిసార్లు అలాంటి క్షణాలు వస్తాయి.

ప్రజలలో విశ్వాసం యొక్క భావాన్ని మేల్కొల్పడానికి శత్రువు సాయుధ చర్యల ద్వారా దాడి చేసినప్పుడు

తక్షణమే స్పందించడం అవసరం." ఆ సమయంలో మన మెదళ్ళు ఇలా పనిచేస్తాయి.ఉన్నారు. మన అవగాహనలో అంతర్లీనంగా ఉన్న వైరుధ్యం దాని స్వంత తర్కాన్ని కలిగి ఉంది. కార్మికులు మరియు రైతులను సంఘటితం చేయడానికి మా నిర్ణయం పవిత్ర ఉద్దేశం మాత్రమే. మా బలం చాలా

ప్రతీకార కార్యకలాపాలను నిర్వహించడంలో మాత్రమే. మన అపోహను సరిదిద్దే ప్రయత్నం థర్డ్ ఇంటర్నేషనల్ ద్వారా జరిగింది. ఈ ప్రయత్నాన్ని భారత కమ్యూనిస్ట్ పార్టీ "జాతీయవాదులకు విజ్ఞప్తి" ద్వారా 1924 డిసెంబర్ 15 నాటి వాన్‌గార్డ్ సప్లిమెంట్‌లో ప్రచురించింది. ఈ విజ్ఞప్తి విప్లవకారుల గురించి

చెప్పింది - "రహస్య సమావేశాల ద్వారా.

చిన్న చిన్న ఉగ్రవాద చర్యలు కూడా తక్కువ ప్రభావవంతంగా ఉండవు. ఇలాంటి అర్థరహిత తీవ్రవాదాన్ని అవలంబించే వారి విప్లవం గురించిన అవగాహన కూడా అంతే తప్పు. ప్రస్తుత సమాజంలో రాజకీయ, సామాజిక విప్లవాలు అహింసాయుతంగా లేదా రక్తపాతం లేకుండా ఉంటాయని ఆశించలేం. కానీ రక్తపాతం లేదా హింస ప్రతి చర్యను విప్లవం అని పిలవలేము. ఒక నిర్దిష్ట సామాజిక వ్యవస్థ లేదా రాజకీయ సంస్థ దాని మద్దతుదారులలో కొంతమందిని చంపడం ద్వారా ఎప్పటికీ అంతం చేయబడదు. కొద్దిమంది ప్రభుత్వ అధికారులను చంపడం ద్వారా లేదా బ్రిటీష్ పార్లమెంటులో అనేక సంస్కరణలను ఆమోదించడం ద్వారా దేశ స్వాతంత్ర్యం సాధించడం మరింత అసాధ్యం. ఈ రెండు చర్యలు సమానంగా నిర్జీవమైనవి, ఎందుకంటే వాటిలో ఏవీ చెడు యొక్క మూలాన్ని కొట్టవు

చేయండి. రెండూ రాజకీయ తప్పిదాలే. కానీ తీవ్రవాదులను 'విప్లవ నేరస్థులు' అని పిలవడం పూర్తిగా అర్థంలేనిది, ఎందుకంటే 'రాజ్యాంగవాదులు' ఖచ్చితంగా విప్లవకారులు కాని వారు మరియు నిర్ణయాత్మక క్షణం వచ్చినప్పుడు ప్రతిచర్యగా మారతారు."[39] అదే వ్యాసంలో మరొక చోట, విప్లవానికి సరైన నిర్వచనం ఇవ్వబడింది -

"విప్లవం అంటే ఏమిటి? భారతదేశంలోని జాతీయ వర్గాలలో దాని గురించి చాలా అపోహ ఉంది. విప్లవం సాధారణంగా బాంబులు, రివాల్వర్లు మరియు రహస్య సమాజాలతో ముడిపడి ఉంటుంది. భారతీయ రాజకీయ నిఘంటువులో ఎక్కువగా ఉపయోగించే 'విప్లవ నేరం' అనే పదం విప్లవానికి పర్యాయపదంగా ఉంది. ఏది ఏమైనప్పటికీ, విప్లవం అనేది చాలా తీవ్రమైన సమస్య, ఇది ప్రస్తుత చారిత్రక యుగానికి ముగింపు మరియు దాని స్థానంలో కొత్త శకానికి నాంది పలుకుతుంది, ఆ సమాజంలో ఉన్న పరిస్థితుల నుండి ప్రయోజనం పొందుతున్న కాంప్రడార్ ఆర్థిక వర్గాలు మరియు రాజకీయ సంస్థలు తీవ్రమైన ప్రతిఘటన లేకుండా ఏదైనా మార్పు జరగనివ్వండి, అది వారి ఆధిపత్యాన్ని అంతం చేస్తుంది మరియు సాధారణంగా జరిగే విధంగా, రాజకీయ హింస మరియు సామాజిక తిరుగుబాటు 'విప్లవం' అని పిలువబడే చారిత్రక సంఘటనలో భాగమవుతుంది"[40].

1925లో, యంగ్ కమ్యూనిస్ట్ ఇంటర్నేషనల్ బెంగాల్ యూత్ రివల్యూషనరీ ఆర్గనైజేషన్‌కు విజ్ఞప్తి చేసింది. ఇది యంగ్ కమ్యూనిస్ట్ ఇంటర్నేషనల్ యొక్క మ్యానిఫెస్టో రూపంలో ఉంది, ఇది మాస్ యొక్క 1వ సంపుటి, సంఖ్య 7లో

ప్రచురించబడింది. జాతీయ స్వాతంత్ర్యం కోసం పోరాటంలో తూర్పు విప్లవ యువత చాలా ముఖ్యమైన పాత్ర పోషిస్తున్నట్లు మ్యానిఫెస్టోలో గుర్తించబడింది. ప్రజల కోసం తన జీవితాన్ని త్యాగం చేసిన 'వీరో-టెర్రరిస్ట్' యొక్క ధైర్యం మరియు ధైర్యసాహసాలకు లోతైన గౌరవాన్ని తెలియజేస్తూ, మేనిఫెస్టో ఇలా పేర్కొంది - "ప్రజల కోసం పోరాడుతున్న ఒక విప్లవకారుడికి,[41] గొంతు పిసికి చంపేవారిని మరియు ఉరితీసేవారిని తొలగించే నైతిక హక్కు ఉంది.

దురదృష్టవశాత్తూ, ఆ సమయంలో మాకు ఈ పత్రాలు ఏవీ కనుగొనబడలేదు మరియు మేము మా అనుభవాల ఆధారంగా కొనసాగించాల్సి వచ్చింది. వ్యక్తిగత పని పరిధి చాలా పరిమితం అని అర్థం చేసుకోవడానికి మాకు మూడు సంవత్సరాలు పట్టింది. అంచెలంచెలుగా సోషలిజం వైపు పయనిస్తున్నాం. అరెస్టు తర్వాత, వారు జైలులో చాలా సమయం పొందారు, చదవడానికి, తమలో తాము చర్చించుకోవడానికి మరియు వారి గతం గురించి మాట్లాడుకోవడానికి చాలా విషయాలు పొందారు.

కానీ సీరియస్‌గా ఆలోచించడానికి మాకు చాలా అవకాశం లభించింది, ఆపై మేము సరైన నిర్ణయానికి రాగలిగాము. సమీక్షించబడుతున్న కాలంలో సానుకూలంగా ఏమీ లేదని దీని అర్థం కాదు. అతని బలహీనతలతో పాటు, అతనికి కొన్ని సానుకూల మరియు బలమైన అంశాలు కూడా ఉన్నాయి.

నా అవగాహన మరియు నా సహోద్యోగుల యొక్క నిర్దిష్ట లోపాలను నేను వెలుగులోకి తెచ్చాను. నేను క్లుప్తంగా పునరుద్ఘాటిస్తాను, మొదటగా, కమ్యూనిజాన్ని మనం అంగీకరించడం మార్క్సిజం యొక్క సరైన అధ్యయనంపై ఆధారపడి లేదు. రెండవ బలహీనత ఏమిటంటే, సంఘటిత కార్మికులు మరియు రైతుల మధ్య సమన్వయం మరియు ఉగ్రవాదాన్ని ఎదుర్కోవడం యొక్క అసంబద్ధతను అర్థం చేసుకోలేకపోవడం.

ఈ అన్ని లోపాలు మరియు పరిమితులు ఉన్నప్పటికీ, ఈ స్వల్పకాలిక ప్రసిద్ధ కాలం కూడా దాని క్రెడిట్‌కు చాలా ముఖ్యమైన విజయాలను కలిగి ఉంది. లాహోర్‌లోని నౌజవాన్ భారత్ సభ (1928), అసెంబ్లీ బాంబు కేసు (1929) సందర్భంగా కోర్టు ముందు భగత్ సింగ్ మరియు బతుకేశ్వర్ దత్ ఇచ్చిన ప్రకటన, లాహోర్ సెషన్‌లో పంపిణీ చేయబడిన హిందుస్థాన్ సమాజ్ వాదీ ప్రజాతంత్ర సంఘం యొక్క మ్యానిఫెస్టో. కాంగ్రెస్ (డిసెంబర్ 1929) మరియు ది విజన్ ఆఫ్ ది బాంబ్ (జనవరి 1930)

ఆ యుగానికి సంబంధించిన ఉత్తమ ప్రతినిధి పత్రం. ఈ పత్రాల ఆధారంగా, మార్క్సిజాన్ని సిద్ధాంతంగా మరియు సోషలిజాన్ని అంతిమ లక్ష్యంగా అంగీకరించడం 'హిందూస్థాన్ సమాజ్‌వాదీ ప్రజాతంత్ర సంఘ్' (HSP) యొక్క మొదటి అడుగు అని మనం చెప్పగలం. బెంగాల్‌లో కూడా ఉద్యమ ధోరణి అలాగే ఉంది; అయితే వేగం చాలా తక్కువగా ఉంది. ఎస్పర్ సోషలిజాన్ని తన అంతిమ లక్ష్యం అని ప్రకటించిన సమయంలో, బెంగాల్‌లోని దాదాపు అన్ని విప్లవ పార్టీలు మరియు ప్రధాన పార్టీలు ఈ ప్రశ్నపై అనిశ్చిత స్థితిలో ఉన్నాయి.

సోషలిజాన్ని లక్ష్యంగా అంగీకరించడమే కాకుండా, ఈ యుగంలోని విప్లవకారులు మనిషిని మనిషి మరియు ఒక దేశం మరొక దేశం దోపిడీ చేయకుండా వర్గరహిత సమాజానికి అనుకూలంగా ఉన్నారు. తన పోరాటం కేవలం బ్రిటీష్ సామ్రాజ్యవాదంపైనే కాదు, ప్రపంచ సామ్రాజ్యవాద వ్యవస్థపైనా అని ఆయన ప్రకటించారు. అతను తన హృదయంలో సోవియట్ యూనియన్ పట్ల లోతైన గౌరవం మరియు ప్రేమను కలిగి ఉన్నాడు. విప్లవం తర్వాత ఏర్పడిన ప్రభుత్వ రూపం ఒక రకమైన శ్రామికవర్గం యొక్క నియంతృత్వమని అతను నమ్మాడు. అతను మతం మరియు ఆధ్యాత్మికతను పూర్తిగా వదిలించుకున్నాడు. అతను లౌకికవాదాన్ని విశ్వసించాడు మరియు అతని దృక్పథం విపరీతమైనది. మతతత్వానికి వ్యతిరేకంగా ఉండేది.

అసెంబ్లీ బాంబు ఘటన తర్వాత, హిందుస్థాన్ సమాజ్‌వాదీ ప్రజాతంత్ర సంఘ్‌కు చెందిన చాలా మంది సహచరులను అరెస్టు చేశారు. తన విచారణ సమయంలో, అతను తన అభిప్రాయాలను ప్రచారం చేయడానికి, సోషలిజం ఆలోచనలను ప్రాచుర్యంలోకి తెచ్చేందుకు మరియు విప్లవ పార్టీ యొక్క లక్ష్యాలు మరియు లక్ష్యాలను ప్రజలకు అందించడానికి ఒక వేదికగా కోర్టును విస్తృతంగా ఉపయోగించుకున్నాడు.

అతని వ్యూహం విజయవంతమైంది. దీని గురించి ఎస్. ఎన్. మజుందార్ ఇలా వ్రాశారు - "హిందూస్థాన్ సోషలిస్ట్ రిపబ్లికన్ అసోసియేషన్ యొక్క అన్ని తప్పులు మరియు బలహీనతలు ఉన్నప్పటికీ, ఇది మొత్తం జాతీయ ఉద్యమంలో మరియు యువ విప్లవకారులను కమ్యూనిజం వైపు ఆకర్షించడంలో ముఖ్యమైన పాత్ర పోషించింది పార్టీ సహకారాన్ని విస్మరించలేం."[42] జి.ఎస్.

డియోల్ ప్రకారం - "విప్లవ ఉద్యమం యొక్క పరిధి ఎంత పరిమితమైనప్పటికీ, అది భారత జాతీయ ఉద్యమం యొక్క వేగాన్ని మరొక ప్రవాహంగా మార్చింది."

ద్వారా మరియు వేగవంతం. నిస్సందేహంగా, వారి (భగత్ సింగ్ మరియు అతని సహచరులు) కార్యకలాపాలు భారత జాతీయ కాంగ్రెస్ సంపూర్ణ స్వాతంత్ర్యం కోరడానికి మరియు డిసెంబర్ 1929 లాహోర్ సెషన్‌లో సంపూర్ణ స్వయంపాలన తీర్మానాన్ని ఆమోదించడానికి మార్గం సుగమం చేశాయని చెప్పవచ్చు. "[43]

"డియోల్ ప్రకారం, విప్లవకారుల కార్యకలాపాలు మరియు పోరాటాలు దేశంలో చాలా పేలుడు పరిస్థితిని సృష్టించాయి. దీని కారణంగా కాంగ్రెస్ 1930 నాటి సహాయ నిరాకరణ ఉద్యమాన్ని ప్రారంభించవలసి వచ్చింది." భగత్ సింగ్ మరియు అతని సహచరులు ప్రారంభించారు. ఈ అభిప్రాయం మార్చి 2, 1930న మహాత్మా గాంధీ వైస్రాయ్‌కి వ్రాసిన లేఖ నుండి ఈ సారాంశం ద్వారా ధృవీకరించబడింది; 'హింసాత్మక పార్టీ తనదైన ముద్ర వేస్తోంది మరియు తన ఉనికిని చాటుకోవడం ప్రారంభించింది.' తాను ప్రారంభించాలనుకుంటున్న అహింసా ఉద్యమం బ్రిటీష్ పాలన యొక్క హింసాత్మక శక్తిని మాత్రమే కాకుండా అభివృద్ధి చెందుతున్న హింసాత్మక పార్టీ యొక్క వ్యవస్థీకృత హింసాత్మక శక్తులను కూడా ప్రతిఘటించగలదని ఆయన మరింత స్పష్టం చేశారు."[44]

శాస్త్రీయ సోషలిజం వైపు 'హిందూస్థాన్ సమాజ్‌వాదీ ప్రజాతంత్ర సంఘ్'కు చెందిన చాలా మంది ప్రముఖ నాయకులు 1929 మధ్య నాటికి అరెస్టు చేయబడి జైళ్లలో బంధించబడ్డారు, అక్కడ వారికి అధ్యయనం చేయడానికి మరియు చర్చించడానికి పుష్కలంగా అవకాశం లభించింది. అతనిలో ఏర్పడిన కొత్త అవగాహన ఆధారంగా, అతను తన గతాన్ని, ముఖ్యంగా వ్యక్తిగత కార్యకలాపాల యొక్క ఆదర్శాన్ని మరియు ధైర్యసాహసాలను తిరిగి పరిశీలించాడు మరియు తన మునుపటి పని పద్ధతిని విడిచిపెట్టి, సోషలిస్టు విప్లవాన్ని అనుసరించాలని నిర్ణయించుకున్నాడు. బోర్స్టాల్ జైలులో ఉన్న ఇతర సహచరులతో తీవ్ర అధ్యయనం మరియు సుదీర్ఘ చర్చల తర్వాత, భగత్ సింగ్ ఇక్కడ మరియు అక్కడక్కడ కొంతమంది గూఢచారులు మరియు ప్రభుత్వ అధికారుల వ్యక్తిగత సమాచారం అనే నిర్ణయానికి వచ్చారు.

చంపడం ద్వారా లక్ష్యం సాధించబడదు.

1929 అక్టోబరు 19న పంజాబ్ స్టూడెంట్స్ కాంగ్రెస్‌కు భగత్ సింగ్ ఒక సందేశం పంపాడు, అందులో అతను ఇలా చెప్పాడు - "ఈ రోజు మనం యువతను బాంబులు మరియు పిస్టల్స్‌ని దత్తత తీసుకోమని అడగలేము... వాటిని పారిశ్రామిక

ప్రాంతాలలోని మురికివాడల్లో మరియు గ్రామాలలో ఉపయోగించాలి. .. శిథిలావస్థలో ఉన్న గుడిసెలలో నివసిస్తున్న కోట్లాది మంది ప్రజలు మేల్కోవాలి. ,

ఫిబ్రవరి 2, 1931 న, అతను 'యువ రాజకీయ కార్యకర్తలకు' ఒక విజ్ఞప్తిని వ్రాసాడ ఇందులో సామాన్య ప్రజల మధ్య పనిచేయడం యొక్క ప్రాముఖ్యతను ఆయన పదేపదే నొక్కిచెప్పారు. "గ్రామాలు మరియు కర్మాగారాల్లోని రైతులు మరియు కూలీలు నిజమైన విప్లవ సైనికులు" అని ఆయన చెప్పారు.[45]

ఈ అప్పీల్‌లో, భగత్ సింగ్ తాను ఉగ్రవాదిని అని బలవంతంగా తిరస్కరించాడు. ఉన్నాయి. ఆయన మాట్లాడుతూ - ''నేను టెర్రరిస్టులా నటించాను కానీ ఉగ్రవాదిని కాను. నేను కాదు. నేను సుదీర్ఘమైన ప్రోగ్రామ్‌ను కలిగి ఉన్న విప్లవకారుడిని మరియు దాని గురించి ఖచ్చితంగా అనుకుంటున్నాను. ఆలోచనలు ఉన్నాయి. నేను టెర్రరిస్టును కానని, ఎప్పుడూ లేనని పూర్తి శక్తితో చెప్పాలనుకుంటున్నాను.

నేను నా విప్లవ జీవితాన్ని ప్రారంభించిన కొద్ది రోజులు తప్ప, బహుశా కూడా కాదు.ఉండేది. ఇలాంటి పద్ధతుల ద్వారా మనం ఏమీ సాధించలేమని నేను నమ్ముతున్నాను" అని అతను యువకులకు చెప్పాడు రాజకీయ కార్యకర్తలు తమ విద్య కోసం మార్క్స్ మరియు లెనిన్‌లను అధ్యయనం చేయాలని సూచించారు మీ గైడ్‌ను తయారు చేసుకోండి, ప్రజలు, కార్మికులు, రైతులు మరియు విద్యావంతులైన మధ్యతరగతి ప్రజల మధ్యకు వెళ్లండి

యువతలో పని చేయండి, రాజకీయంగా వారికి అవగాహన కల్పించండి, వారిలో వర్గ స్పృహ కలిగించండి, వాటిని సంఘాలుగా ఏర్పాటు చేయండి. ఈ పనులన్నీ అప్పుడే జరుగుతాయని యువతకు కూడా చెప్పారు.

ప్రజలకు సొంత పార్టీ ఉంటే తప్ప ఇది సాధ్యం కాదు. వారికి ఎలాంటి పార్టీ కావాలి ఈ విషయాన్ని వెల్లడిస్తూ ఆయన ఇలా వ్రాశారు - "మాకు వృత్తిపరమైన విప్లవకారులు కావాలి, ఇది

ఈ పదం లెనిన్‌కు చాలా ప్రియమైనది, విప్లవం తప్ప మరో ప్రయోజనం లేని పూర్తి-కాల కార్మికులకు. జీవితంలో ఆశయాలు, ఇతర లక్ష్యాలు ఉండకూడదు. అటువంటి కార్మికుల సంఖ్య ఎక్కువ పార్టీగా మిమ్మల్ని మీరు ఎంత ఎక్కువగా నిర్వహించుకుంటే, మీ విజయావకాశాలు అంత ఎక్కువగా ఉంటాయి. ,

ఆయన ఇంకా మాట్లాడుతూ, "క్రమపద్ధతిలో ముందుకు సాగడానికి మీకు చాలా అవసరమైనది పైన పేర్కొన్న రకమైన కార్యకర్తలతో కూడిన పార్టీ. స్పష్టమైన మనస్సు మరియు సమస్యలపై పదునైన పట్టు మరియు చొరవ తీసుకొని తక్షణ

నిర్ణయాలు తీసుకునే సామర్థ్యం ఉన్న అలాంటి కార్మికులు. ఈ పార్టీ క్రమశిక్షణ చాలా కఠినంగా ఉంటుంది మరియు ఇది అండర్‌గ్రౌండ్ పార్టీగా ఉండవలసిన అవసరం లేదు. ప్రజల్లో ప్రచారం చేయడం ద్వారా పార్టీ పని ప్రారంభించాలి. రైతులు మరియు కూలీలను సంఘటితం చేయడం మరియు వారి చురుకైన సానుభూతిని పొందడం చాలా ముఖ్యం. ఈ పార్టీకి కమ్యూనిస్టు పార్టీ అని పేరు పెట్టవచ్చు. , ఇక్కడ భగత్ సింగ్ మార్క్సిజం, కమ్యూనిజం మరియు కమ్యూనిస్ట్ పార్టీని బహిరంగంగా సమర్థించడం కనిపిస్తుంది. విప్లవం యొక్క నిర్వచనం విప్లవం గురించి భగత్ సింగ్ అభిప్రాయాలు చాలా స్పష్టంగా ఉన్నాయి. అని దిగువ కోర్టులో ప్రశ్నించగా

విప్లవం అనే పదానికి అర్థం ఏమిటని అడిగినప్పుడు, ఆయన బదులిచ్చారు - "బ్లడీ పోరాటం విప్లవానికి అవసరం లేదు, లేదా వ్యక్తిగత ప్రతీకారానికి చోటు లేదు. ఇది బాంబులు మరియు పిస్టల్స్ సంస్కృతి కాదు. విప్లవం అంటే ఇదే. అన్యాయంపై స్పష్టంగా ఆధారపడిన ప్రస్తుత వ్యవస్థను మార్చాలి." తన అభిప్రాయాన్ని మరింత స్పష్టం చేస్తూ, అతను చెప్పాడు - "అంతిమంగా మనం విప్లవం అంటే అటువంటి వినాశకరమైన ప్రభావాలను తొలగించే సామాజిక వ్యవస్థ స్థాపన." శ్రామికవర్గం యొక్క సార్వభౌమాధికారం గుర్తించబడింది మరియు ప్రపంచ యూనియన్ పెట్టుబడిదారీ బానిసత్వం మరియు సామ్రాజ్యవాద యుద్ధాల నుండి ఉత్పన్నమయ్యే ఇబ్బందుల నుండి మానవాళిని రక్షించగలదు.

సోషలిజం వైపు భగత్ సింగ్ సైద్ధాంతిక పురోగతి చాలా వేగంగా ఉంది. అతను 1924 మరియు 1928 మధ్య వివిధ విషయాలపై వివరణాత్మక అధ్యయనాలు చేశాడు. లాలా లజపతిరాయ్ ద్వారకాదాస్ లైబ్రరీ లైబ్రేరియన్ రాజారామ్ శాస్త్రి ప్రకారం, ఆ రోజుల్లో భగత్ సింగ్ అక్షరాలా "పుస్తకాలు మింగేశాడు." అతనికి ఇష్టమైన అంశాలు రష్యన్ విప్లవం, సోవియట్ యూనియన్, ఐర్లాండ్, ఫ్రాన్స్ మరియు భారతదేశం యొక్క విప్లవాత్మక ఉద్యమాలు, అరాచకవాదం మరియు మార్క్సిజం. అతను మరియు అతని సహచరులు 1928 చివరి నాటికి సోషలిజమే తమ ఉద్యమం యొక్క అంతిమ లక్ష్యం అని ప్రకటించారు మరియు తదనుగుణంగా తమ పార్టీ పేరును కూడా మార్చుకున్నారు. అతని సైద్ధాంతిక పురోగతి అతనిని ఉరితీసే రోజు వరకు కొనసాగింది. దేవుడు మరియు మతం గురించి

దేవుడు, మతం మరియు ఆధ్యాత్మికతపై భగత్ సింగ్ అభిప్రాయాల గురించి కొన్ని మాటలు చెప్పకుండా ఈ పరిచయం అసంపూర్ణంగా ఉంటుంది. ఇది కూడా

అవసరం ఎందుకంటే నేడు అన్ని రకాల ప్రతిచర్య, సంప్రదాయవాద మరియు మతవాద ప్రజలు తమ స్వంత రాజకీయాలు మరియు భావజాలానికి అనుకూలంగా భగత్ సింగ్ మరియు చంద్రశేఖర్ ఆజాద్ యొక్క పేరు మరియు కీర్తిని ఉపయోగించుకోవడానికి ప్రయత్నిస్తున్నారు.

తనను తాను నాస్తికుడిగా వర్ణించుకుంటూ – "భగత్ సింగ్ తొలి విప్లవకారుల పద్ధతులు మరియు దృక్పథాన్ని పూర్తిగా గౌరవించాడు మరియు వారి మతతత్వ మూలాలను అన్వేషించాడు. వారి స్వంత రాజకీయ చర్యలపై శాస్త్రీయ అవగాహన లేనప్పుడు, ఆ విప్లవకారులు తమ ఆధ్యాత్మికతను కాపాడుకోవడానికి, వ్యక్తిగత ప్రలోభాలకు వ్యతిరేకంగా పోరాడటానికి, నిరాశను అధిగమించడానికి, భౌతిక సుఖాలను మరియు వారి కుటుంబాలు మరియు జీవితాలను కూడా వదులుకోవడానికి శక్తిని కూడగట్టుకోవాల్సి ఉందని ఆయన ఎత్తి చూపారు. అహేతుక విశ్వాసాలు మరియు ఆధ్యాత్మికత అవసరం ఏర్పడింది. ఒక వ్యక్తి తన జీవితాన్ని పణంగా పెట్టడానికి మరియు అన్ని ఇతర త్యాగాలు చేయడానికి నిరంతరం సిద్ధంగా ఉన్నప్పుడు, అతనికి లోతైన ప్రేరణ అవసరం. ప్రారంభ విప్లవకారులు మరియు ఉగ్రవాదుల యొక్క ఈ ముఖ్యమైన అవసరం ఆధ్యాత్మికత మరియు మతం ద్వారా నెరవేర్చబడింది. కానీ ఆ ప్రజలు తమ పని యొక్క స్వభావాన్ని అర్థం చేసుకున్న, విప్లవాత్మక భావజాలం వైపు పయనించిన, కృత్రిమ ఆధ్యాత్మికత యొక్క ఊతకర్ర లేకుండా అన్యాయానికి వ్యతిరేకంగా పోరాడగల, విముక్తి మరియు స్వేచ్ఛ కోసం పోరాడిన మూలాల నుండి ప్రేరణ పొందాల్సిన అవసరం లేదు. పోరాటం తప్ప మరో మార్గం లేనందున దళితులు స్వర్గం మరియు మోక్షానికి సంబంధించిన ప్రలోభాలు మరియు భరోసా లేకుండా కూడా ఆత్మవిశ్వాసంతో మరియు నిర్భయంగా ఉరి ఎక్కగలిగారు.[46]

అసెంబ్లీ బాంబు కేసు అప్పీలు సందర్భంగా లాహోర్ హైకోర్టులో ఒక ప్రకటన ఇస్తూ, భగత్ సింగ్ ఆలోచనల ప్రాముఖ్యతను నొక్కి చెప్పాడు - "విప్లవం యొక్క కత్తి ఆలోచనల సానపై పదును పెట్టబడింది" మరియు దాని ఆధారంగా అతను చెప్పాడు. ఈ ఫార్ములాను సమర్పించారు: విమర్శ మరియు స్వతంత్ర ఆలోచన ఒక విప్లవకారుడికి రెండు అనివార్యమైన లక్షణాలని, మరియు పురోగతి కోసం పోరాడే వ్యక్తి పాత విశ్వాసాలలోని ప్రతి ఒక్క అంశాన్ని విమర్శించాలి, నమ్మకూడదు మరియు సవాలు చేయాలి. ఈ ప్రబలమైన నమ్మకం యొక్క ప్రతి మూలను మనం పరిశీలించి, దానిని వివేకంతో అర్థం చేసుకోవాలి. అంధ విశ్వాసం మరియు

మూఢనమ్మకాలు ప్రమాదకరమని, అది మనస్సును విసుగు చెంది మనిషిని ప్రతిఘటించేదిగా చేస్తుందని ఆయన గట్టిగా చెప్పారు.

భగత్ సింగ్ "దేవునిలో విపరీతమైన హామీని మరియు మద్దతును పొందుతాడు మరియు విశ్వాసం అతని కష్టాలను సులభతరం చేస్తుంది, కానీ తుఫానులు మరియు తుఫానులలో ఒకరి కాళ్ళపై నిలబడటం అంత తేలికైన పని కాదని కూడా అతను గుర్తించాడు కానీ అతను మద్దతు కోసం ఏదైనా కృత్రిమ అవయవం యొక్క ఆలోచనను గట్టిగా తిరస్కరించాడు, "నా విధిని ఎదుర్కోవటానికి నాకు ఎటువంటి మందు అవసరం లేదు." "తన కాళ్ళపై నిలబడటానికి ప్రయత్నించే మరియు వాస్తవిక వ్యక్తిగా మారడానికి ప్రయత్నించే వ్యక్తి, మత విశ్వాసాన్ని పక్కనపెట్టి, ఒక వ్యక్తి వలె, ధైర్యం యొక్క అన్ని కష్టాలను మరియు కష్టాలను ఎదుర్కోవలసి ఉంటుంది."

కలిసికట్టుగా ఎదుర్కోవాలి.

భగవంతుడు, మత విశ్వాసం మరియు మతానికి ఈ నివాళి భగత్ సింగ్‌కు ప్రమాదవశాత్తు కాదు లేదా అతని గర్వం లేదా అహం యొక్క ఫలితం కాదు. అతను 1926 నాటికే దేవుని అధికారాన్ని తిరస్కరించాడు. అతని మాటల్లోనే, "1926 చివరి నాటికి, విశ్వాన్ని సృష్టించే, నిర్వహించే మరియు నియంత్రించే సర్వశక్తిమంతుడైన సర్వోన్నత జీవి ఉనికి యొక్క సిద్ధాంతం పూర్తిగా నిరాధారమైనదని నేను నమ్ముతున్నాను."

అనుభూతి ఎప్పటికీ చావదు

అది 1930 జూలై చివరి ఆదివారం. భగత్ సింగ్ మమ్మల్ని కలవడానికి లాహోర్ సెంట్రల్ జైలు నుండి బాటిల్ జైలుకు వచ్చాడు. అతను ఇతర నిందితులతో డిఫెన్స్ నిబంధనలపై చర్చలు జరపాలని చేసిన విజ్ఞప్తిపై ప్రభుత్వం నుండి ఈ సౌకర్యాన్ని పొందగలిగాడు. కాబట్టి ఆ రోజు మేము ఏదో రాజకీయ అంశంపై చర్చిస్తున్నాము, సంభాషణ నిర్ణయం వైపు మళ్లింది, దాని కోసం మేమంతా ఆసక్తిగా ఎదురుచూస్తున్నాము. హాస్యాస్పదంగా, మేము ఒకరికొకరు వ్యతిరేకంగా నిర్ణయాలు తీసుకోవడం ప్రారంభించాము, ఈ నిర్ణయాల నుండి రాజ్‌గురు మరియు భగత్ సింగ్ మాత్రమే నిర్దోషులుగా విడుదలయ్యారు. అతడిని ఉరి తీయడం ఖాయమని మాకు తెలుసు.

"రాజ్‌గురు మరియు నా నిర్ణయం? మీరు మమ్మల్ని నిర్దోషులుగా ప్రకటిస్తున్నారా?" భగత్ సింగ్ నవ్వుతూ అడిగాడు.ఎవరూ ఎలాంటి సమాధానం

చెప్పలేదు.మా మౌనాన్ని చూసి నవ్వుతూ అన్నాడు - "మనం చచ్చేదాకా ఉరి వేసుకుందాం. ఇది వాస్తవం. ఇది నాకు తెలుసు. మీకు కూడా తెలుసు. అలాంటప్పుడు మీరు ఈ కోణంలో ఎందుకు కళ్ళు మూసుకున్నారు?" "

అప్పటికి భగత్ సింగ్ కు బుద్ధి వచ్చింది. చాలా నిదానంగా మాట్లాడుతున్నాడు. ఇది అతని మార్గం. శ్రోతలు తమను మభ్యపెట్టేందుకు ప్రయత్నిస్తున్నారని ఆవేదన వ్యక్తం చేశారు. అరిచి మాట్లాడడం అతనికి అలవాటు కాదు. బహుశా ఇదే అతని బలం కూడా.

అతను తన సహజ శైలిలో మాట్లాడుతూ - "ఇది దేశభక్తుడికి అత్యున్నత పురస్కారం మరియు నేను ఈ అవార్డును అందుకోబోతున్నందుకు గర్వపడుతున్నాను. నా మృత దేహాన్ని నాశనం చేయడం ద్వారా వారు ఈ దేశంలో సురక్షితంగా ఉంటారని వారు భావిస్తున్నారు. ఇది వారి తప్పు. వారు నన్ను చంపగలరు, కానీ వారు నా శరీరాన్ని నలిపివేయలేరు, కానీ నా ఆలోచనలు శాపంలా ఉంటాయి, వారు ఇక్కడ నుండి పారిపోకూడదు.

భగత్ సింగ్ పూర్ణ ఉద్వేగంతో మాట్లాడుతున్నాడు. మన ఎదురుగా కూర్చున్న వ్యక్తి మన మిత్రుడన్న సంగతిని కొంత కాలానికి మరిచిపోయాం. అతను ఇలా అన్నాడు - "కానీ ఇది చిత్రంలో ఒక అంశం మాత్రమే. మరొక వైపు సమానంగా ప్రకాశవంతంగా ఉంటుంది. బ్రిటిష్ ప్రభుత్వానికి, జీవించి ఉన్న భగత్ సింగ్ కంటే చనిపోయిన భగత్ సింగ్ ప్రమాదకరం. నన్ను ఉరితీసిన తర్వాత, ఈ అందమైన మన దేశపు వాతావరణంలో నా విప్లవాత్మక ఆలోచనల పరిమళం వ్యాపిస్తుంది. ఇది యువతను మత్తెక్కిస్తుంది మరియు వారు స్వేచ్ఛ మరియు విప్లవం కోసం వెర్రితలలు వేస్తారు. యువకుల ఈ పిచ్చి బ్రిటీష్ సామ్రాజ్యవాదులను విధ్వంసం అంచుకు తీసుకువస్తుంది. ఇది నా గట్టి నమ్మకం. దేశానికి, ప్రజలకు నేను చేసిన సేవలకు గుర్తింపు వచ్చే రోజు కోసం ఆసక్తిగా ఎదురుచూస్తున్నాను.

నా ప్రేమకు మీరు అత్యధిక ప్రతిఫలాన్ని పొందుతారు.భగత్ సింగ్ అంచనా ఒక్క ఏడాదిలోనే నిజమైంది. అతని పేరు ధైర్యం, త్యాగం, దేశభక్తి మరియు సంకల్పాన్ని ధిక్కరించే మరణానికి చిహ్నంగా మారింది. సోషలిస్టు సమాజ స్థాపన ఆయన కల విద్యావంతులైన యువతకు కలగా మారగా, 'ఇంక్విలాబ్ జిందాబాద్' అనే ఆయన నినాదం యావత్ జాతి రణరంగంగా మారింది. 1930-32లో ప్రజలంతా ఒక్కటిగా నిలిచారు. జైలు, కొరడా దెబ్బలు అతని మనోధైర్యాన్ని దెబ్బతీయలేకపోయాయి. 'క్విట్ ఇండియా' ఉద్యమ సమయంలో కూడా ఇదే

సెంటిమెంట్ మరింత ఉన్నత స్థాయిలో కనిపించింది. పెదవులపై భగత్ సింగ్ పేరు మరియు జెండాలపై అతని నినాదంతో, యువకులు మరియు పిల్లలు వెన్నతో చేసిన బుల్లెట్లను ఎదుర్కొన్నారు. దేశం మొత్తం వెర్రితలలు వేసింది. ఆపై 1945-46 కాలం వచ్చింది, ప్రపంచం పూర్తిగా కొత్త భారతదేశం వైపులా మారడం చూసింది. కార్మికులు, రైతులు, విద్యార్థులు, యువకులు, నౌకాదళం, సైన్యం, వైమానిక దళం మరియు పోలీసులు కూడా - ప్రతి ఒక్కరూ గట్టిగా సమ్మె చేయడానికి ఉత్సాహంగా ఉన్నారు. నిష్క్రియ ప్రతిఘటన క్రియాశీల ఎదురుదాడి ద్వారా భర్తీ చేయబడింది. 1930-31 వరకు కొంతమంది యువతకు మాత్రమే పరిమితమైన త్యాగం మరియు హింస యొక్క సహనం ఇప్పుడు మొత్తం ప్రజలలో కనిపిస్తుంది. తిరుగుబాటు స్ఫూర్తి యావత్ దేశాన్ని పట్టుకుంది. భగత్ సింగ్ సరిగ్గానే చెప్పాడు - "భావనలు ఎప్పటికీ చావవు." మరియు ఆ సమయంలో కూడా ఆమె చనిపోలేదు.

209

సూచనలు

1. Quoted in the Sedition Committee (Rowlatt) Report 1919, P-3.
2. ఐబిడ్, పే. 2.
3. ఐబిడ్, పే. 2
4. మన్మథనాథ్ గుప్తా: హిస్టరీ ఆఫ్ ది ఇండియన్ రివల్యూషనరీ మూవ్‌మెంట్, రెండవ ఎడిషన్, 1960, పేజి. 44.
5. తారిణి శంకర్ చక్రవర్తి: భారతదేశంలో సాయుధ విప్లవ పాత్ర, క్రాంతికారి ప్రకాశన్, మీర్జాపూర్, p. 142.
6. బుధదేవ భట్టాచార్య (ed -) స్వాతంత్ర్య పోరాటం & అనుశీలన్ సమితి, P-48.
7. ఐబిడ్, పే. 68.
8. JC Car Political Troubles in India 1907-1917, Preface, 1973 P-XIII.
9. Quoted in Sedition Committee Report P-7.
10. తారిణి శంకర్ చక్రవర్తి: పి. 93.
11. G. Adhikari : Challenge, PPH, New Delhi, Jan. 1984 P-3.
12. Tridib Chaudhary : Freedom Struggle and Anushilan Samiti, Introduction P-XVI&XVII
13. అమెరికాలో భారతీయ విప్లవకారుల కార్యకలాపాల గురించి చాలా విషయాలు ఎల్. పి. మాథుర్ యొక్క Indian Revolutionary Movement in United States of Americaపుస్తకం నుండి తీసుకోబడింది. ఈ పుస్తకం ఎస్. 1970లో చాంద్ & కో., న్యూఢిల్లీ ప్రచురించింది.
14. Paraphrased from Ghadar Weekly Vol. 1, No. 3 (Dec. 30, 1913) by Sohan Singh Josh, Hindustan Ghadar Party, A Short History. P-160
15. ఐబిడ్, పే. 189
16. ఐబిడ్, పే. 175.
17. ఐబిడ్, పే. 192.
18. ఐబిడ్, పే. 177.

19. ఐబిడ్, పే. 193.
20. ఐబిడ్, పే. 193.
21. L.P. Mathur, op. Cit. P-23.
22. ఐబిడ్, పే. 29
23. Presidential Address to Special (Calcutta) Session of the Indian National Congress, Sep. 1920. Quoted by R.P. Dutt. India Today; P-280
24. ఐబిడ్, పే. 284.
25. అనుబంధం సంఖ్య చూడండి. 12.
26. శచీంద్రనాథ్ సన్యాల్ మరియు అతని యుగం, పేజీలో విశ్వామిత్ర ఉపాధ్యాయ్ రచించిన సచీంద్రనాథ్ సన్యాల్ పుస్తకం 'బండి జీవన్' నుండి కోట్ చేయబడింది. 195.
27. ఐబిడ్, పే. 156.
28. S. N. Mazumdar, In Search of a Revolutionary Theory and a Revolutionary Program. P-178.
29. అదే పేజీ. 177.
30. అదే పేజీ. 178.
31. ఐబిడ్, పే. 154.
32. ఐబిడ్, పే. 181-2.
33. అదే పేజీ. 183.
34. awaharlal Nehru, An Autobiography, John Lane the Bodley Head, London, 1936. P-164-165.
35. Quoted by Pratima Ghosh, Meerut Conspiracy Case & the Left-Wing in India. P-47.
36. ఐబిడ్, పే. 53.
37. ఈ బిల్లు మార్చి 21న సభలో చర్చకు సమర్పించబడింది. కానీ స్పీకర్ దానిని ఏప్రిల్ 2, 1929కి వాయిదా వేశారు. ఏప్రిల్ 2న, బిల్లు ఆధారం మరియు మీరట్ కుట్ర కేసులో నిందితులపై అభియోగాలు ఒకేలా ఉన్నందున, ఈ పరిస్థితిలో బిల్లుపై చర్చ నిందితుల రక్షణపై ప్రభావం చూపదని ఆయన తీర్పు చెప్పారు ఉంటుంది. ఈ కారణాలతో ఆయన బిల్లుపై చర్చకు అనుమతించలేదు. ఏప్రిల్

4న, భారత ప్రభుత్వం దానిని మళ్లీ సభ ముందుంచింది మరియు చర్చకు అనుమతి కోరింది. ఏప్రిల్ 11న స్పీకర్ ప్రభుత్వ విజ్ఞప్తిని తిరస్కరించి తన నిర్ణయాన్ని సమర్థించారు. ఏప్రిల్ 13న వైస్రాయ్ దీనిని ఆర్డినెన్స్‌గా ప్రకటించారు.

38. Quoted by G. Adhikari in an Article in Mainstream, April 29, 1981.
39. G. Adhikari (ed.), Documents of the History of the Communist Party of India, Vol. II P-443.
40. ఐబిడ్, పే. 442.
41. ఐబిడ్, పే. 473.
42. S. N. Mazumdar, op. Cit. 176.
43. G. S. Deol, Sardar Bhagat Singh.
44. ఐబిడ్, పే. 113.
45. Bipan Chandra, Introduction to Why I am an Atheist ? Sardar Bhagat Singh Research Committee, New Delhi – 1979
46. ఐబిడ్

అనుబంధం 2
భగత్ సింగ్ భావజాలం మరియు దాని ఔచిత్యం

హంసరాజ్ రహబర్

'ఉగ్రవాదం పూర్తి విప్లవం కాదు, ఉగ్రవాదం లేకుండా విప్లవం కపూర్తి కాదు. , 1928-29 రెండు సంవత్సరాలు మన చరిత్రలో విప్లవాత్మకమైన ఉప్పెనల సంవత్సరాలు. ఈ రెండేళ్లలో మన రాజకీయాలలో, ఆలోచనల్లో వచ్చిన గుణాత్మక మార్పు నేటికీ అర్థం కాలేదు, అర్థం చేసుకోకపోవడం వల్ల దేశానికి పెను నష్టం వాటిల్లింది, ఇంకా జరుగుతూనే ఉంది, మరింత నష్టం జరగకుండా ఉండాలంటే ఈ గుణాత్మక మార్పును అర్థం చేసుకోవాలి. . అయితే ఇది కాంగ్రెస్ చరిత్రను అధ్యయనం చేయడం ద్వారా కాకుండా విప్లవ ఉద్యమ చరిత్ర నుండి, ముఖ్యంగా భగత్ సింగ్ పత్రాల నుండి అర్థం చేసుకోవచ్చు.

నేను ఈ అధ్యయనాన్ని నా జాతీయ బాధ్యతగా భావించి అందిస్తున్నాను మరియు దేశంలోని యువ తరం దీనిపై ప్రత్యేక శ్రద్ధ చూపుతుందని ఆశిస్తున్నాను.ఏప్రిల్ 8, 1929న భగత్ సింగ్ మరియు బతుకేశ్వర్ దత్ సెంట్రల్ అసెంబ్లీలో రెండు బాంబులు విసిరి 'సామ్రాజ్యవాదాన్ని తరిమికొట్టండి!' విప్లవం చిరకాలం జీవించు! మరియు ప్రపంచవ్యాప్తంగా కార్మికులు ఏకం! హాలులో నినాదాలు చేస్తూ కరపత్రాన్ని విసిరారు. ఈ కరపత్రంలోని మొదటి వాక్యం - "చెవిటివారు వినడానికి, దేశంలోని పరిస్థితిని ఇలా చిత్రీకరించారు."

"గత పదేళ్లలో పాలనా సంస్కరణల పేరుతో బ్రిటిష్ ప్రభుత్వం ఈ దేశాన్ని ఎలా అవమానించిందో మళ్లీ చెప్పాల్సిన అవసరం లేదు. అలాగే భారత దేశపు తలలపై రాళ్లు రువ్వుతూ భారత పార్లమెంటు అనే ఈ సభ మనల్ని కించపరిచిన ఉదాహరణలను గుర్తు చేయాల్సిన అవసరం లేదు. ప్రతిదీ సుపరిచితం మరియు స్పష్టంగా ఉంది. సైమన్ కమీషన్ నుండి కొన్ని సంస్కరణల ముక్కల కోసం ప్రజానీకం కళ్లతో ఎదురుచూస్తూ, ఆ ముక్కల దురాశ కోసం తమలో తాము పోరాడుతున్న వేళ. విదేశీ ప్రభుత్వాలు ప్రజా భద్రత మరియు వాణిజ్య వివాద చట్టాల రూపంలో తమ అణచివేతను కఠినతరం చేస్తున్నాయి. దీనితో పాటు,

తదుపరి సెషన్‌లో, వార్తాపత్రికలు ప్రజలపై దేశద్రోహం (ప్రెస్ సెడిషన్) చట్టాన్ని కఠినతరం చేస్తామని బెదిరిస్తున్నాయి. ప్రజా కార్యకర్తల నాయక

విచక్షణారహిత అరెస్టులు ప్రభుత్వ వైఖరి ఏమిటో స్పష్టం చేస్తున్నాయి. ,

విదేశీ ప్రభుత్వం దాని అణచివేతకు చట్టపరమైన రూపాన్ని ఇచ్చింది. కానీ ఎక్కడ అణచివేత ఉంటుందో అక్కడ ప్రతీకారం కూడా ఉంటుంది, విప్లవం దాని సహజ ప్రతిచర్య. కాబట్టి, కరపత్రం యొక్క మూడవ పేరాలో ఈ ప్రతిచర్య క్రింది విధంగా వ్యక్తీకరించబడింది -

“జాతీయ అణచివేత మరియు అవమానాల యొక్క ఈ ఉత్తేజకరమైన పరిస్థితిలో దాని బాధ్యత యొక్క తీవ్రతను గ్రహించిన హిందుస్థాన్ సమాజ్ వాదీ ప్రజాతంత్ర సంఘ్ ఈ చర్య తీసుకోవాలని తన సైన్యానికి ఆదేశాలు జారీ చేసింది. చట్టం పేరుతో సాగుతున్న ఈ ప్రహసనానికి ముగింపు పలకడమే ఈ పని ఉద్దేశం. విదేశీ ప్రభుత్వం మరియు బ్యూరోక్రసీ తమకు కావలసినది చెప్పవచ్చు, కానీ దాని చట్టబద్ధత యొక్క ముసుగును చించివేయడం అవసరం. ,

చివరి పేరాలో, ఈ ప్రక్రియ యొక్క లక్ష్యం మరియు ఈ సంఘటనకు దారితీసిన విప్లవం ఈ పదాలలో వివరించబడింది -"మేము మానవ జీవితాన్ని పవిత్రంగా ఉంచుతాము. ప్రతి మనిషికి సంపూర్ణ శాంతి మరియు స్వేచ్ఛ యొక్క అవకాశం లభించే ఉజ్వల భవిష్యత్తును మేము విశ్వసిస్తున్నాము. మానవ రక్తాన్ని చిందించాలనే మా బలవంతం పట్ల మేము చింతిస్తున్నాము, అయితే విప్లవం ద్వారా అందరికీ సమాన స్వేచ్ఛ ఇవ్వబడుతుంది." మనిషిని మనిషి చేసే దోపిడీని అంతం చేయడానికి విప్లవం సందర్భంగా కొంత రక్తపాతం అవసరం."

ఇది ఒక చారిత్రాత్మక ఘట్టం, గతంలో జరిగిన తీవ్రవాద సంఘటనల కంటే భిన్నమైనది, బాంబులు ఒక వ్యక్తిపై కాదు, రాజ్యాంగంపై నల్ల చట్టాలపై విసిరారు. ఇది ఇది

ఈ సంఘటనకు నిజమైన ప్రాముఖ్యత ఉంది.

‘బాంబులు ఎందుకు విసిరావు’ అని జూన్ 6న కోర్టు ముందు భగత్ సింగ్, బతుకేశ్వర్ దత్ ఇచ్చిన ప్రకటనలో వారు తమ లక్ష్యాలను, ఈ సంఘటన ప్రాముఖ్యతను, రాజకీయాల్లో గుణాత్మక మార్పును ఈ మాటల్లో వివరించారు.

'హృదయ విదారకమైన బాధను వ్యక్తీకరించడానికి వేరే మార్గం లేని వారి తరపున నిరసన తెలియజేయడానికి మేము అసెంబ్లీ నేలపై బాంబులు విసిరాము. మా ఏకైక ఉద్దేశ్యం బధిరులకు మా గొంతు వినిపించడం మరియు అది ఆశించిన

వారికి సమయ హెచ్చరికను అందించడం. ఇతర వ్యక్తులు కూడా మనలాగే ఆలోచిస్తున్నారు మరియు భారతీయ జాతి బాహ్యంగా ప్రశాంతమైన సముద్రంలా కనిపించినప్పటికీ, లోపల తుఫాను దూసుకుపోతోంది. గంభీరమైన పరిస్థితులను లెక్కచేయకుండా గాలిస్తున్న వారికి ప్రమాదమని హెచ్చరించారు. ఆ ఊహాత్మకమైన అహింసకు ముగింపు పలుకుతున్నామని, కొత్త తరం మనసుల్లో ఎలాంటి స్పృహ లేని నిష్ప్రయోజనం గురించి.ఎటువంటి సందేహం లేదు. దేశంలోని లక్షలాది మంది ప్రజలలాగే మనం కూడా స్పష్టంగా ఊహించిన భయంకరమైన ప్రమాదాల గురించి హెచ్చరించడానికి, మానవజాతి పట్ల చిత్తశుద్ధి మరియు ప్రేమతో మేము ఈ మార్గాన్ని ఎంచుకున్నాము.

"మేము మునుపటి పేరాలో 'ఊహాత్మక అహింస' అనే పదాన్ని ఉపయోగించాము. మేము దానిని వివరించాలనుకుంటున్నాము. మా దృష్టిలో, దూకుడు విధానంతో జరిగినప్పుడు అది అన్యాయం మరియు మా దృష్టిలో హింస. కానీ నిర్దేశిత (సామాజిక) లక్ష్యాన్ని సాధించడానికి శక్తిని ఉపయోగించినప్పుడు అది నైతిక దృక్కోణం నుండి సమర్థించబడుతుంది, ఈ ఉద్యమం గురించి మేము ఇప్పటికే తెలియజేసాము గురు యొక్క రచనల నుండి గోవింద్ సింగ్ మరియు శివాజీ, వాషింగ్టన్ మరియు గ్యారీ బాల్డీ మరియు లెనిన్.

ఇది భగత్ సింగ్ మరియు బతుకేశ్వర్ దత్ అనే ఇద్దరు వ్యక్తుల గొంతు కాదు, వారి ప్రాథమిక హక్కులు మరియు ఆర్థిక శ్రేయస్సు యొక్క ఏకైక సాధనం కోల్పోయిన లక్షలాది మంది ఆకలితో ఉన్న మరియు పేద దేశవాసుల స్వరం. అణగారిన, దోపిడీకి గురైన మరియు అవమానించబడిన దేశం యొక్క స్వరం ఇది. దోపిడీ మరియు అన్యాయానికి వ్యతిరేకంగా పోరాడుతున్న సంప్రదాయం యొక్క గొంతు ఇది. కొత్త ఉద్యమం యొక్క కొత్త స్పృహ ఈ స్వరంలో వ్యక్తీకరించబడింది, అందుకే దాని స్వరం కొత్తగా ఉంది, ఇది యాభై ఐదు సంవత్సరాల తర్వాత కూడా కొత్తగా ఉంటుంది మరియు భవిష్యత్తులో కూడా కొత్తగా ఉంటుంది.

హిందుస్థాన్ సమాజ్ వాదీ ప్రజాతంత్ర దళ్ ప్రాతినిధ్యం వహించిన ఈ కొత్త ఉద్యమం జాతీయ స్వభావం మరియు కంటెంట్‌లో అంతర్జాతీయమైనది.

ఇంక్విలాబ్ జిందాబాద్ అనే నినాదం దేశ రాజకీయాల్లో మొదటిసారిగా లేవనెత్తబడి, 1931 అక్టోబర్ 2న భగత్ సింగ్ ఉరి నుండి పంపిన 'ప్రజలకు సందేశం'లో "వందేమాతరం" స్థానంలో నిలిచింది. ఈ నినాదాన్ని అంటే విప్లవాన్ని ఈ మాటల్లో వివరించాడు, "మీరు నినాదాలు చేసినప్పుడు, మీరు నిజంగా మీరు

కోరిన పని చేయాలని నేను అర్థం చేసుకున్నాను. అసెంబ్లీ బాంబు కేసు సమయంలో, మేము విప్లవం అనే పదానికి ఈ వివరణ ఇచ్చాము.

విప్లవం అంటే ప్రస్తుత వ్యవస్థ మరియు ప్రస్తుత సమాజ వ్యవస్థను పూర్తిగా పడగొట్టడం. ఇందుకోసం ముందుగా ప్రభుత్వ అధికారాన్ని మన చేతుల్లోకి తీసుకోవాలన్నారు. ప్రస్తుతం పాలనా యంత్రం ధనవంతుల చేతుల్లో ఉంది. సాధారణ ప్రజల ప్రయోజనాలను పరిరక్షించడానికి మరియు మా ఆదేశాలకు కార్యాచరణ రూపం ఇవ్వడానికి, అంటే కార్ల్ మార్క్స్ సూత్రాల ప్రకారం సమాజాన్ని పునర్వ్యవస్థీకరించడానికి మేము ప్రభుత్వ యంత్రాంగాన్ని స్వాధీనం చేసుకోవాలనుకుంటున్నాము. మేము దీని కోసమే పోరాడుతున్నాము, అయితే దీని కోసం మనం సామాన్య ప్రజలకు అవగాహన కల్పించాలి

ఈ కొత్త ఉద్యమం యొక్క కొత్త కంటెంట్ కార్ల్ మార్క్స్ సూత్రాల ప్రకారం పాత సమాజం స్థానంలో కొత్త సమాజం ఏర్పడటం. ఇది ఖచ్చితంగా గుణాత్మకమైన మార్పు. కానీ ఈ మార్పును బాగా అర్థం చేసుకోవడానికి మరియు దాని సారాంశాన్ని గ్రహించడానికి, ఈ కొత్త ఉద్యమంగా రూపాంతరం చెందిన పాత ఉద్యమాన్ని మనం పరిశీలించాలి. భగత్ సింగ్ 'డ్రీమ్‌ల్యాండ్' ముందుమాటలో రాశారు-

"రాజకీయ రంగంలో 'డ్రీమ్‌ల్యాండ్' స్థానం ముఖ్యమైనది. ప్రస్తుత పరిస్థితుల్లో ఆ ఉద్యమం ఒక ముఖ్యమైన శూన్యతను నింపుతుంది. వాస్తవానికి, మన ఆధునిక చరిత్రలో ఏదో ఒక ముఖ్యమైన పాత్ర పోషించిన మన దేశంలోని అన్ని రాజకీయ ఉద్యమాలకు ఆదర్శం లేదు. అమెరికా ప్రభుత్వ వ్యవస్థ నుండి ప్రేరణ పొందిన గదర్ పార్టీ తప్ప, ఇప్పటికే ఉన్న ప్రభుత్వాన్ని రిపబ్లికన్ తరహా ప్రభుత్వంతో భర్తీ చేయాలనుకుంటున్నట్లు స్పష్టంగా పేర్కొంది, ఎన్ని ప్రయత్నాలు చేసినప్పటికీ, ఒక్క విప్లవ పార్టీ కూడా నిలబడలేదు. ఈ ఆలోచన కోసం ఆమె పోరాడుతున్నది స్పష్టంగా ఉండాలి. అన్ని పార్టీల్లోనూ పరాయి పాలకులపై పోరాటం చేయాలనే ఒకే ఒక్క ఆలోచన ఉండేవారు. ఈ ఆలోచన చాలా అభినందనీయం. కానీ దీనిని విప్లవాత్మక ఆలోచన అని చెప్పలేము. విప్లవం అంటే కేవలం తిరుగుబాటు లేదా రక్తపాత సంఘర్షణ కాదని మనం స్పష్టం చేయాలి. విప్లవం తప్పనిసరిగా ఇప్పటికే ఉన్న వ్యవహారాల స్థితిని (అంటే అధికారం) పూర్తిగా కూల్చివేసిన తర్వాత కొత్త మరియు మెరుగైన ఆమోదిత ప్రాతిపదికన సమాజాన్ని క్రమబద్ధంగా పునర్నిర్మించే కార్యక్రమాన్ని కలిగి ఉంటుంది. ,

గతం వర్తమానంలో మరియు వర్తమానంలో, భవిష్యత్తులో జీవిస్తుంది. అందువల్ల, వర్తమానం మరియు భవిష్యత్తును అర్థం చేసుకోవడానికి, గతాన్ని అర్థం చేసుకోవడం అవసరం. దీనినే సంప్రదాయం అంటారు. ఏదీ పూర్తిగా కొత్తది కాదు. ప్రతి కొత్త విషయం పాత వస్తువు యొక్క అభివృద్ధి మరియు మార్చబడిన రూపం. పాత ఉద్యమం ఆకాశం నుంచి జారిపోలేదు, కొత్త ఉద్యమం ఆకాశం నుంచి జారలేదు. పాత ఉద్యమం దేశం యొక్క నిర్దిష్ట పరిస్థితి నుండి పుట్టింది మరియు ఈ పరిస్థితి కొత్త రూపం తీసుకున్నప్పుడు, పాత ఉగ్రవాద ఉద్యమం ఈ కొత్త విప్లవాత్మక ఉద్యమంగా మారింది. సమాజం యొక్క అభివృద్ధి ప్రక్రియకు అనుగుణంగా పాత కొత్త రూపం తీసుకోవడం చాలా అవసరం. ఈ అభివృద్ధి ప్రక్రియ జనవరి 26, 1930న దేశవ్యాప్తంగా రహస్యంగా పంపిణీ చేయబడిన 'ఫిలాసఫీ ఆఫ్ ది బాంబ్' పత్రంలో ఈ క్రింది విధంగా పేర్కొనబడింది -

నేటి యువ తరం వారిని బంధించే మానసిక బానిసత్వం మరియు మత సనాతనధర్మం మరియు వాటిని వదిలించుకోవడానికి యువ సమాజం యొక్క అశాంతిలో పురోగతి యొక్క బీజాలను చూడవచ్చు.

యువకుడు మనస్తత్వ శాస్త్రాన్ని గ్రహించిన కొద్దీ, అతను దేశం యొక్క బానిసత్వం గురించి మరింత తెలుసుకుంటాడు.

ఈ చిత్రం అతనికి మరింత స్పష్టంగా కనిపిస్తుంది మరియు దేశాన్ని విముక్తి చేయాలనే అతని కోరిక బలంగా మారుతుంది.వెళ్తుంది. మరియు యువకుడు న్యాయం, కోపం మరియు అనుభూతిని పొందుతున్నంత కాలం అతని ఈ పని కొనసాగుతుంది కోపంతో అన్యాయం చేసే వారిని చంపడం ప్రారంభించవద్దు. ఆ విధంగా దేశంలో తీవ్రవాదం

జన్మించెను. ఉగ్రవాదం పూర్తి విప్లవం కాదు మరియు ఉగ్రవాదం లేకుండా విప్లవం కూడా పూర్తి కాదు. ఇది విప్లవంలో ముఖ్యమైన భాగం మరియు అనివార్యమైన భాగం. ఈ సిద్ధాంతానికి మద్దతు ఇవ్వండి

చరిత్రలో ఏ విప్లవమైనా విశ్లేషించవచ్చు. తీవ్రవాద తీవ్రవాది మనసులో భయాన్ని సృష్టించడం ద్వారా, బాధలో ఉన్న వ్యక్తులలో ప్రతీకార భావనను మేల్కొల్పుతుంది మరియు వారికి శక్తిని ఇస్తుంది. ఇది ధైర్యాన్ని పెంచుతుంది మరియు అస్థిరమైన భావోద్వేగాలు ఉన్న వ్యక్తులలో ఆత్మవిశ్వాసాన్ని నింపుతుంది. ఇది విప్లవం యొక్క నిజమైన లక్ష్యాన్ని ప్రపంచానికి స్పష్టం చేస్తుంది. ఎందుకంటే ఇది ఏ దేశానికీ నిజం కాదు

స్వాతంత్ర్యం కోసం భారతదేశం యొక్క బలమైన ఆకాంక్షకు ఇది నిశ్చయమైన నిదర్శనం. ఇతర దేశాలలో వలె అదే విధంగా, ఉగ్రవాదం భారతదేశంలో విప్లవ రూపం తీసుకుంటుంది మరియు చివరికి విప్లవం జరుగుతుంది. అప్పుడే దేశానికి సామాజిక, రాజకీయ, ఆర్థిక స్వేచ్ఛ లభిస్తుంది. ,అంటే ఈ కొత్త పరిస్థితిలో తీవ్రవాద ఉద్యమం ఒక విప్లవ ఉద్యమం. అన్యాయంపై ఆధారపడిన వ్యవస్థను నాశనం చేయడమే దీని లక్ష్యం.కొత్త సమాజాన్ని మార్క్సిస్టు సిద్ధాంతం ప్రకారం వ్యవస్థీకరించాలి.

రాజకీయాల్లో ఈ గుణాత్మకమైన మార్పు వచ్చినప్పుడు అది కూడా ఆలోచనలోకి, ఆలోచనలోకి రావడం అనివార్యమైంది. ఈ మార్పు భగత్ సింగ్ రాసిన "నేను నాస్తికుడిని ఎందుకు" అనే వ్యాసంలో చూడవచ్చు. జనవరి 26, 1930న లాహోర్‌లోని 'పీపుల్' అనే ఆంగ్ల వారపత్రికలో ఈ కథనం ప్రచురితమైంది. విప్లవ యువకుల్లో ఆస్తికుడి నుండి నాస్తికుడిగా మారిన మొదటి వ్యక్తి భగత్ సింగ్. ఇది అంత తేలిగ్గా జరగలేదు. అతను సుదీర్ఘ అభివృద్ధి ప్రక్రియ ద్వారా వెళ్ళవలసి వచ్చింది మరియు అతని సహచరుల నుండి వ్యతిరేకతను కూడా ఎదుర్కోవలసి వచ్చింది. సహోద్యోగులు అతన్ని అహంభావి అని మరియు నియంత అని ఆరోపించారు. సాంస్కృతికంగా సంప్రదాయవాద ఆలోచనలను విడిచిపెట్టి, కొత్త ఆలోచనలను అంగీకరిస్తూ, ఒకరి స్వంత వ్యక్తులతో చిక్కుకోవలసి ఉంటుంది.

భగత్ సింగ్ తన అహం కారణంగా నమ్మిన వ్యక్తి నాస్తికుడు అవుతాడని వ్రాశాడు.

సాధ్యం కాదు. మార్పు యొక్క అభివృద్ధి ప్రక్రియను అర్థం చేసుకోవడానికి ఈ వ్యాసం చాలా ముఖ్యమైనది. భగత్ సింగ్ ఇలా వ్రాశాడు - "నేను చాలా పిరికి స్వభావం మరియు భవిష్యత్తులో చిక్కుకుపోయే అబ్బాయిని. నేను మా తాత ప్రభావంతో పెరిగాను. అతను ఒక దృఢమైన ఆర్య సమాజి, తండ్రి కూడా ఉదార మత దృక్పథం కలిగిన ఆర్య సమాజి. . అతని చదువు కారణంగా నా ప్రాథమిక విద్య పూర్తి చేసిన తర్వాత, నేను అక్కడ ఒక వసతి గృహంలో నివసించడం ప్రారంభించాను.

గంటల తరబడి గాయత్రీ మంత్రం జపించేవాడు. సహాయ నిరాకరణ ఉద్యమం జరుగుతున్న రోజుల్లో నేషనల్ కాలేజీలో చేరాను. అక్కడ నేను దేవుడు మరియు మతపరమైన సమస్యల గురించి ఆలోచించడం మరియు చర్చించడం ప్రారంభించాను. కానీ నాకు దేవుడి ఉనికి మీద గట్టి నమ్మకం ఉండేది.

ఆ తర్వాత విప్లవ పార్టీలో చేరాను. నేను కలిసిన మొదటి నాయకుడు, పూర్తిగా తెలిసినప్పటికీ, దేవుని ఉనికిని తిరస్కరించే ధైర్యం చేయలేని వ్యక్తి. నేను భగవంతుని గురించి అడిగితే - "నాస్తికత్వ

సూత్రాన్ని అంగీకరించడానికి

అవసరమైన ధైర్యం లేకుండా

మీకు భగవంతుడిని ధ్యానించాలని అనిపించినప్పుడు,

అతను నాస్తికుడు." నేను కలిసిన రెండో నాయకుడికి

దేవుడిపై గట్టి నమ్మకం.

గౌరవనీయులైన కామ్రేడ్ సచీంద్రనాథ్ సన్యాల్,

అతని పేరును నేను మీకు చెప్తాను. అతని ప్రసిద్ధ

పుస్తకం 'బంది జీవితం'లో, మొదటి పేజీలోనే భగవంతుని మహిమ విపరీతంగా ఉంది. వేదాంతి వల్ల భగవంతుని ఆధ్యాత్మిక వైభవం ఈ అందమైన పుస్తకంలోని రెండవ భాగం చివరి పేజీలో అతని ఆలోచనల సారాంశం." ఇస్టాగాసే ప్రకారం, జనవరి 28, 1925 న భారతదేశం అంతటా పంపిణీ చేయబడిన విప్లవాత్మక కరపత్రం అతనిది. అండర్‌గ్రౌండ్ యాక్టివిటీస్‌లో ఒక ప్రముఖ నాయకుడు తన అభిప్రాయాలను వ్యక్తపరుస్తాడు మరియు ఇతర కార్మికులు విభేదాలు ఉన్నప్పటికీ అతనితో ఏకీభవించవలసి ఉంటుంది భగవంతుని ఉనికిని తిరస్కరించాలనే ఆలోచన ఆ సమయంలో తలెత్తలేదని నేను చెప్పాలనుకుంటున్నాను.

“అప్పటి వరకు నేను శృంగార విప్లవకారుడిని మాత్రమే. అప్పటి వరకు మేము కేవలం అనుచరులమే. అప్పుడు పూర్తి బాధ్యత నా భుజాలపై వేసుకోవాల్సిన సమయం వచ్చింది. కొంత కాలంగా ఆ పార్టీ గట్టి వ్యతిరేకత కారణంగా ఉనికికే ప్రమాదం ఏర్పడింది. ఉత్సాహంతో సహచరులే కాదు నాయకులు కూడా మమ్మల్ని ఎగతాళి చేయడం ప్రారంభించారు. కొన్ని రోజులుగా నాకు కూడా ఏదో ఒక రోజు నా పార్టీ కార్యక్రమం విఫలమైందనే సందేహం ఉంది. ఇది నా విప్లవ జీవితంలో ఒక పెద్ద విప్లవాత్మక మలుపు. చదువుతున్న ఫీలింగ్ నాలో ఉప్పొంగుతూనే ఉంది. "అధ్యయనం చేయండి, తద్వారా మీరు మీ ప్రత్యర్థుల వాదనలకు ప్రతిస్పందించగలరు." వివరణాత్మక అధ్యయనం యొక్క వివరాలను తెలియజేస్తూ, నేను 1926 చివరి నాటికి దానిని నమ్మాను విశ్వం యొక్క సృష్టికర్త, సంరక్షకుడు మరియు సర్వశక్తిమంతుడి ఉనికి యొక్క సిద్ధాంతం

నిరాధారమైనదని నిర్ధారించబడింది. నేను ఈ అంశంపై స్నేహితులతో వాదించడం ప్రారంభించాను. నేను నాస్తికుడిగా ప్రకటించబడ్డాను. కానీ నాస్తికుడు అంటే ఏమిటో క్రింద ఇస్తున్నాను. "మే 1927లో, భగత్ సింగ్‌ను లాహోర్‌లో అరెస్టు చేసి, ఒక నెలపాటు రైల్వే పోలీసు జైలులో ఉంచారు. ఈ సమయంలో, పోలీసు అధికారులు విప్లవకారులకు వ్యతిరేకంగా పోరాడమని బెదిరించారు మరియు మభ్యపెట్టారు.

వాంగ్మూలం ఇచ్చి సాక్ష్యంగా మారితే జైలుశిక్ష, మరణశిక్ష నుంచి రక్షింపబడడమే కాకుండా రివార్డు కూడా వస్తుంది, కోర్టులో హాజరుపరచరు. పోలీసు అధికారులు కూడా దేవుడి నామం పెట్టుకుని ప్రార్థించమని ప్రోత్సహించారు. ఇది నాకు పరీక్షా సమయం అని రాశారు. ఆ పరీక్షలో పాసయ్యాను. నేను ఎప్పుడూ ప్రార్థించలేదు. ఒక్క క్షణం కూడా నా ప్రాణాన్ని కాపాడుకోవాలని అనుకోలేదు. ఆ పరీక్షలో ఉత్తీర్ణత సాధించడం అంత తేలికైన విషయం కాదు. విశ్వాసం కష్టాలను తగ్గించడమే కాకుండా సంతోషాన్ని కూడా ఇస్తుంది. తుఫానులు మరియు తుఫానుల సమయంలో సురక్షితంగా ఉండటం పిల్లల ఆట కాదు. అటువంటి పరీక్ష సమయంలో, ఒకరిలో మిగిలి ఉన్న అహం కూడా నాశనం అవుతుంది. దమ్మuంటే అతనికి అహం కంటే ఎక్కువ బలం ఉంటుందని చెప్పాలి.

భగత్ సింగ్ రెండోసారి అరెస్ట్ అయినప్పుడు లాహోర్ కుట్ర కేసు ప్రారంభమైంది. కాబట్టి ఇది వ్రాయబడింది - "

ఇప్పుడు సరిగ్గా ఇదే పరిస్థితి. (మా విషయంలో) నిర్ణయం ఎలా ఉంటుందో ఇప్పటికే బాగా తెలుసు. వారం రోజుల్లో తీర్పు వెలువరించనుంది, ఆదర్శం కోసం ప్రాణాలర్పించాలి అనే ఆలోచన తప్ప ఇంకేం ఓపిక? భక్తుడైన హిందువు తదుపరి జన్మలో రాజు కావాలని ఆశపడవచ్చు, ఒక ముస్లిం లేదా క్రైస్తవుడు త్యాగాలకు బదులుగా స్వర్గపు ఆనందాలను ఊహించుకోవచ్చు. కానీ నేను ఏమి ఆశించాలి? నా పాదాల క్రింద నుండి పలకలు లాగబడిన క్షణం, అదే నా చివరి క్షణం అని నాకు తెలుసు. వేదాల పరిభాషలో చెబితే నా ఆత్మ నాశనమైపోతుంది. నేను బహుమతిని చూసేందుకు ధైర్యం చేస్తే, అద్భుతమైన ముగింపుతో పోరాడే జీవితం (నా) ప్రతిఫలంగా ఉంటుంది. అంతకు మించి ఏమీ లేదు. ,

లెనిన్ అభిప్రాయం ఏమిటంటే- "మనిషి ఒక జీవితాన్ని మాత్రమే జీవించగలడు. తన మరణ సమయంలో ఆమెను వృధాగా పోగొట్టుకున్నందుకు చింతించకుండా జీవించాలి. ,

భగత్ సింగ్ 23 ఏళ్ల చిన్న వయస్సులో పాముని ముద్దాడవలసి వచ్చింది మరియు అతను దానిని నవ్వుతూ ముద్దాడాడు. అతని మనసులో పశ్చాత్తాపం లేదు. కారణం ఏమిటంటే, అతను తన మనస్సు నుండి ఈ ప్రపంచంలోని మరియు తదుపరి ప్రపంచంలోని ప్రతి స్వార్థాన్ని తొలగించాడు.

ఆదర్శం కోసం చనిపోవాలనే సంకల్పమే మిగిలింది. మతపరమైన తండ్రి నుండి తనకు సంక్రమించిన దేశభక్తి భావాన్ని, దానిని స్వచ్ఛమైన శాస్త్రీయ ఆలోచనలో చేర్చి విప్లవంగా మార్చాడు మరియు తన చిన్నతనంలో అతను నిమగ్నమై ఉన్న భవిష్యత్తు తన లేదా తన కుటుంబ భవిష్యత్తు కాదు. దేశం. జాతి భవిష్యత్తును ఉజ్వలంగా మార్చడం అతని గొప్ప ఆదర్శం, ఇది అతనికి చిరునవ్వుతో ముక్కును ముద్దాడటానికి ధైర్యాన్ని ఇచ్చింది మరియు బ్రిటిష్ సామ్రాజ్యవాదులను హెచ్చరించడానికి మరియు దేశప్రజలను జాగ్రృతం చేసేలా ప్రేరేపించింది.

బాంబు విసిరేందుకు పథకం వేశారు. నియో సైంటిఫిక్ స్పృహలోంచి పుట్టిన ఆయన ధైర్యసాహసాలు పత్రాల ప్రతి మాటలోనూ వ్యక్తమవుతున్నాయి.

"ఈ ఆదర్శం నుండి ప్రేరణ పొందడం ద్వారా మేము ఖచ్చితమైన మరియు చాలా బలమైన హెచ్చరికను ఇచ్చాము. దీనిని కూడా నిర్లక్ష్యం చేసి, ప్రస్తుత వ్యవస్థ చిగురించే సహజ శక్తుల మార్గాన్ని అడ్డుకోవడం కొనసాగిస్తే, దాని ఫలితంగా భయంకరమైన సంఘర్షణ తలెత్తడం ఖాయం. అన్ని నిరోధక అంశాలు విసిరివేయబడతాయి మరియు శ్రామికవర్గం యొక్క నియంతృత్వం స్థాపించబడుతుంది, తద్వారా విప్లవం యొక్క లక్ష్యాన్ని సాధించడం అనేది మానవులందరి జన్మహక్కు, ఇది కార్మికవర్గం మానవ సమాజం యొక్క నిజమైన ఆధారం ఈ ఆదర్శాలు మరియు ఈ వ్యవస్థ కోసం.

కోర్టు ద్వారా మాకు వచ్చే అన్ని ఇబ్బందులను మేము స్వాగతిస్తాము. ఈ విప్లవ పీఠంపై మనం

తమ యవ్వనాన్ని ధూపంలా కాల్చడానికి కట్టుబడి ఉన్నారు. ఈ గొప్ప కారణం కోసం ఎవరైనా

త్యాగాన్ని పెద్దగా భావించలేం. విప్లవం వర్ధిల్లేందుకు తృప్తిగా ఎదురుచూస్తాం.

మేము బాంబులు ఎందుకు విసిరాము - కోర్టులో ప్రకటన)

పంతొమ్మిదవ శతాబ్దపు రెండవ భాగంలో, డార్విన్ యొక్క పరిణామం, హెర్బర్ట్ స్పెన్సర్ యొక్క అజ్ఞేయవాదం మరియు సైన్స్‌లో కొత్త ఆవిష్కరణల ద్వారా ప్రభావితమైన అనేక మంది మేధావులు యూరప్ మరియు అమెరికాలో

జన్మించారు. ఎవరు సందేహాస్పద స్వేచ్ఛావాది మరియు నాస్తికుడు. ఎవరు మతం మరియు అన్ని మతపరమైన కార్యకలాపాలను మోసం మరియు చెడు సంస్కృతిగా తిరస్కరించారు. ఈ వ్యక్తులు అమెరికాలో స్వేచ్ఛా-ఆలోచనా సమూహంలో సభ్యులు మరియు ఫ్రాన్స్‌లో "ఎన్‌సైక్లోపెడిస్ట్‌లు" అని పిలవబడ్డారు, కానీ ఈ వ్యక్తులు వారి నమ్మకాలకు కట్టుబడి ఉండలేరు మరియు వారి సంస్థలు శతాబ్దం చివరి నాటికి విచ్ఛిన్నమయ్యాయి. కారణం ఏమిటంటే, అతని నాస్తికత్వం ఒక రకమైన మూఢనమ్మకానికి బదులుగా భిన్నమైన మూఢనమ్మకం. అది కాకపోతే

ఆధ్యాత్మిక పిడివాదం స్థానంలో భౌతికవాద పిడివాదం ఉంది. లెనిన్ 'మతంపై ఆలోచనలు' పుస్తకం ముందుమాటలో ఇలా వ్రాశాడు - "మార్క్సిజం లేకుండా నాస్తికత్వం అసంపూర్ణమని మరియు అనిశ్చితమని ఇక్కడ చెప్పకుందాం. పెట్టుబడిదారీ విధానం యొక్క స్వతంత్ర ఆలోచనాపరుల ఉద్యమం క్షీణించడం ద్వారా ఈ వాదన ధృవీకరించబడింది. సైన్స్ యొక్క భౌతికవాదం ఎక్కడ అలాగే చారిత్రక భౌతికవాదంగా అభివృద్ధి చెందదు, అంటే మార్క్సిజం, బదులుగా అది భావవాదంలో ముగుస్తుంది.

భగత్ సింగ్ మతాన్ని మరియు అన్ని మతపరమైన కార్యకలాపాలను చెడు విలువలుగా తిరస్కరించిన పిడివాద నాస్తికుడు కాదు. భగత్ సింగ్ మార్క్సిజాన్ని చదవడమే కాదు, దానిని సమ్మిళితం చేసి, భారతీయ ప్రజల విప్లవాత్మక ప్రవర్తనతో అనుసంధానించడం ద్వారా దానికి జాతీయ రూపాన్ని కూడా ఇచ్చాడు. పత్రాల అధ్యయనం అతని ఆలోచనా విధానం చారిత్రక భౌతికవాదమని రుజువు చేస్తుంది.

'డ్రీమ్‌ల్యాండ్' అనేది రామసరణ్ దాస్ యొక్క కవితా రచన, దీనికి భగత్ సింగ్ ముందుమాట రాశారు. రాంశరణ్ దాస్ 1908లో విప్లవకారుడిగా మారారు మరియు ఆ తర్వాత విప్లవ ఉద్యమంలో కొనసాగుతూ గదర్ పార్టీలో చేరారు. 1915 లో, అతనికి మరణశిక్ష విధించబడింది, అది తరువాత జీవిత ఖైదుగా మార్చబడింది. తన సహచరులు చాలా మంది అండర్‌టేకింగ్‌లు ఇచ్చి వెళ్లిపోయిన సమయంలో అతను దక్షిణాదిలోని జైలులో ఈ కవితను రాశాడు. ఆ పరిస్థితిలో కూడా కవి ధైర్యం కోల్పోకుండా ఈ సృజనాత్మక రచన వైపు దృష్టి సారించాడు. అయితే ఈ సుదీర్ఘ జైలు శిక్షలో కూడా రాంసరణ్ దాస్ ఆలోచనలు పాత విప్లవకారుల ఆలోచనల్లాగే ఉన్నాయి. సహజంగానే ఆ ఆలోచనలే ఈ కూర్పుకు ఆధారం. భగత్ సింగ్ తన పరిచయంలో ఇలా వ్రాశాడు-

"అతను (కవి) ప్రారంభంలో తత్వశాస్త్రం గురించి చర్చిస్తాడు. ఈ తత్వశాస్త్రం బెంగాల్ మరియు పంజాబ్ ప్రజలందరిలో ప్రబలంగా ఉంది.

ఇది విప్లవ ఉద్యమానికి వెన్నెముక. ఈ విషయంలో నాకు రచయితతో చాలా భిన్నాభిప్రాయాలు ఉన్నాయి.

నేను భౌతికవాదిని అయితే విశ్వం గురించి అతని వివరణ కారణ మరియు అధిభౌతికమైనది.

నేను మరియు ఈ దృగ్విషయం యొక్క నా వివరణ కారణం అవుతుంది. ఇంకా ఈ సృష్టి దేశం -

ఇది కాలాల కోణం నుండి తగనిది కాదు, మన దేశంలో ఉన్న సాధారణ ఆలోచనలు రచయిత ద్వారా వ్యక్తీకరించబడ్డాయి.

వ్యక్తీకరించబడిన ఆలోచనలకు అనుగుణంగా ఉంటాయి. అతని అణగారిన మానసిక స్థితిని ఎదుర్కోవడానికి, అతను

ప్రార్థన మార్గాన్ని అవలంబించారు. పుస్తకం ప్రారంభం పూర్తిగా ఉందనే విషయం చూస్తే ఇది స్పష్టమవుతుంది

దేవుని వర్ణన మరియు నిర్వచనానికి అంకితం చేయబడింది, అతని మహిమ. దేవుని ఆధ్యాత్మికతపై నమ్మకం

ఇది నిరాశ యొక్క సహజ ఉప ఉత్పత్తి. ఈ నమ్మకం ఒక భ్రమ, ఒక కల లేదా ఇది ఊహ. ఇది శంకరాచార్యులు మరియు ఇతర ప్రాచీనులచే అభివృద్ధి చేయబడిన స్పష్టమైన ఆధ్యాత్మికత ఆ కాలంలోని హిందూ సాధువులు జన్మనిచ్చి అభివృద్ధి చేశారు. కానీ భౌతికవాద తత్వశాస్త్రంలో ఇది ఆలోచనకు ఆస్కారం లేదు. ఇంకా ఏదో ఒకవిధంగా రచయిత యొక్క ఈ మార్మికతఇది అసహ్యకరమైనది లేదా విచారకరమైనది కాదు. దాని స్వంత అందం మరియు ఆకర్షణ ఉంది. ఇది అతనికి ఉత్తేజకరమైనది,ఉదాహరణకి-

"ఒక మైలురాయిగా మారండి, తెలియనిది, మరియు మీ ఛాతీపై భారీ మరియు భారీ నిర్మాణం యొక్క భారాన్ని సంతోషంగా భరించండి, బాధలలో ఆశ్రయం పొందండి, అన్ని ప్రాపంచిక ప్రశంసలు కురిపించే రాయిని అసూయపడకండి."

దేనినైనా పూర్తిగా తిరస్కరించడం లేదా పూర్తిగా అంగీకరించడం ఫార్మిజం. దీనికి విరుద్ధంగా, సమయం మరియు స్థలం నేపథ్యంలో శాస్త్రీయ విశ్లేషణ చేయడం మాండలిక భౌతికవాదం. భగత్ సింగ

అతని విశ్లేషణ పద్ధతి మాండలిక భౌతికవాదం. ఇంకా చూడండి - "ఆయన కవితలో చాలా ముఖ్యమైన భాగం చివరలో వస్తుంది. మనమందరం సృష్టించాలని

కోరుకునే భావి సమాజం గురించి అతను వ్రాసిన చోట. కానీ నేను మొదట్లో ఒక విషయం స్పష్టంగా చెప్పాలనుకుంటున్నాను. 'డ్రీమ్‌ల్యాండ్' ఒక ఆదర్శధామం ఈ విషయంపై తాను శాస్త్రీయమైన థీసిస్‌ను వ్రాసినట్లు రచయితే చెప్పకోలేదు, అయితే రాబర్ట్ ఓవెన్ మరియు అతని సూత్రాలు లేనప్పుడు, లాలా రామశరణ్ దాస్ యొక్క 'యుటోపియా' కూడా ఒక ముఖ్యమైన పాత్ర పోషిస్తుంది. మన ఉద్యమ తాత్వికతకు క్రమబద్ధమైన రూపం ఇవ్వడం యొక్క ప్రాముఖ్యతను మనం అర్థం చేసుకున్నప్పుడు ఈ పుస్తకం ఆ సమయంలో అతనికి చాలా ఉపయోగకరంగా ఉంటుంది.

ఒక మార్క్సిస్ట్ కోసం, సమాజం మరియు చరిత్ర యొక్క పరిణామాన్ని అర్థం చేసుకోవడం చాలా ముఖ్యం. భగత్ సింగ్ సమాజాన్ని వివరంగా అధ్యయనం చేసినట్లు పత్రాలు చూపిస్తున్నాయి.

భారతదేశంలో కూడా, ప్రాచీన ఆలోచన క్రమంగా అదే పద్ధతిలో అభివృద్ధి చెందింది, దాని పటిష్టతపై ప్రశ్నార్థకం వేసిన వ్యక్తి భగత్ సింగ్ మాత్రమే కాదు, ఈ ప్రశ్న గుర్తును మన జాతీయ పెట్టుబడిదారీ విధానం యొక్క ప్రతినిధి వివేకానంద కూడా ఉంచారు. దీనికి రెండు సంవత్సరాల ముందు -

ఒక మతం ఏ వాదన చేసినా, వాటన్నింటిని తర్కం ఆధారంగా పరిశీలించడం అవసరం. హేతుబద్ధంగా పరీక్షించబడకూడదని మతం ఎందుకు పేర్కొంటుందో ఎవరూ వివరించలేరు. తర్కం యొక్క ప్రమాణాలు లేకుండా, మతం గురించి కూడా నిజమైన తీర్పు ఇవ్వబడదు. అసహ్యకరమైన పని చేయడానికి మతం అనుమతి ఇవ్వగలదు." (వివేకానంద సాహిత్యం, ఎనిమిదవ సంపుటం, పేజీ-43)

వివేకానందుడు మన దేశంలో హెగెల్ పాత్రను పోషించాడు మరియు భౌతికవాదం యొక్క గడపకు ఆదర్శవాదాన్ని తీసుకువచ్చాడు. మార్క్స్ మరియు ఎంగెల్స్ హెగెల్‌ను దాని తలపై నిలబెట్టి, దాని కాళ్ళపై మాండలికాలను ఉంచారు, అదేవిధంగా భగత్ సింగ్ వివేకానందను తలపై నిలబెట్టి, మాండలికాలను దాని పాదాలపై ఉంచారు.

వివేకానంద తర్వాత ఇంత గొప్ప ఆలోచనాపరుడు ఈ భారత భూమిపై పుట్టలేదని నా 'యోధ సన్యాసి వివేకానంద' పుస్తకంలో రాశాను. కారణం అప్పటి వరకు నేను భగత్ సింగ్ పత్రాలను అధ్యయనం చేయలేదు. ఇప్పడు నేను హృదయపూర్వకంగా చెప్పగలను, భగత్ సింగ్ వివేకానంద యొక్క లాజిక్ పద్ధతిని అభివృద్ధి చేసాడు, అతను 23 సంవత్సరాల వయస్సులో గొప్ప ఆలోచనాపరుడు.

స్వాతంత్ర్య బలిపీఠంపై వేలాది మంది యువకులు అమరులయ్యారు, వారిలో భగత్ సింగ్ షహీద్-ఎ-ఆజం, ఎందుకంటే అతను గత ఇరవై ఐదు సంవత్సరాల విప్లవ ఉద్యమ అనుభవాన్ని ఉపయోగించాడు.

మార్క్సిజం యొక్క విప్లవాత్మక సిద్ధాంతాన్ని అమర్చారు మరియు దానికి జాతీయ రూపాన్ని ఇచ్చారు. అంటే మార్క్సిజం యొక్క భారతీయ రూపం పేరు భగత్ సింగ్ భావజాలం. ఇప్పుడు మనం దాని ఔచిత్యాన్ని పరిశీలిస్తాము.

మూడవ దశాబ్దం చివరిలో, ప్రధానంగా రెండు రాజకీయ పార్టీలు ఉన్నాయి - 'ఇండియన్ సోషలిస్ట్ రిపబ్లికన్ పార్టీ' మరియు 'ఇండియన్ నేషనల్ కాంగ్రెస్'. కాంగ్రెస్ నాయకుల కంటే భగత్ సింగ్ మరియు అతని సహచరుల ప్రభావం చాలా ఎక్కువగా ఉంది. కారణం ఆయన పార్టీ పరిస్థితి విప్లవ శక్తులకు మరియు కొత్త చైతన్యానికి ప్రాతినిధ్యం వహించడం.

కమ్యూనిస్ట్ పార్టీ ఆఫ్ ఇండియా కూడా 1925 నాటికి ఉనికిలోకి వచ్చింది మరియు మీరట్ కుట్ర కేసులో కొంతమంది నాయకులు అరెస్టయ్యారు, అయితే దాని ప్రభావం చాలా తక్కువగా ఉంది, అది భగత్ సింగ్ పత్రాలలో కూడా ప్రస్తావించబడలేదు. 'హిందూస్థాన్ సమాజ్‌వాదీ డెమోక్రసీ' పార్టీ మొదటి నుంచి లక్ష్యం సంపూర్ణ స్వాతంత్ర్యం కాగా, కాంగ్రెస్ 1927లో మద్రాసు సమావేశంలో సంపూర్ణ స్వాతంత్ర్య తీర్మానాన్ని ఆమోదించింది, 1928లో బ్రిటిష్ ప్రభుత్వం ఇచ్చిన కలకత్తా సమావేశంలో దానిని ఉపసంహరించుకుంది. వలసరాజ్యాల స్వయం పాలన కాలం ముగిసిన తర్వాత, ఇది డిసెంబర్ 31, 1929న మళ్లీ ఆమోదించబడింది. ఈ ప్రతిచర్యను విప్లవకారులు 'ఫిలాసఫీ ఆఫ్ ది బాంబ్' అనే పత్రంలో వ్యక్తం చేశారు -

"ఇది (కాంగ్రెస్) స్వరాజ్యం నుండి పూర్తి స్వాతంత్ర్యం కోసం తన లక్ష్యాన్ని మార్చుకుంది, ఈ ప్రకటన నుండి కాంగ్రెస్ బ్రిటీష్ పాలనపై యుద్ధం ప్రకటించలేదు, కానీ విప్లవకారులపై యుద్ధం ప్రకటించింది."

ఉప్పు సత్యాగ్రహాన్ని ప్రారంభించే ముందు గాంధీ వైస్రాయ్ లార్డ్ లిన్లిత్‌గోకు మార్చి 1930లో లేఖ రాశారు. తన లేఖలో రాశారు-

"హింసాత్మక పార్టీ యొక్క శక్తి మరియు ప్రభావం పెరుగుతోంది. నా లక్ష్యం, ఈ శక్తిని ఒకవైపు, ప్రభుత్వ వ్యవస్థీకృత హింసాత్మక శక్తికి వ్యతిరేకంగా, మరోవైపు, ఈ హింసాత్మక పార్టీ యొక్క పెరుగుతున్న శక్తికి వ్యతిరేకంగా, ఈ శక్తిని సమీకరించడం. చేతిలో పనిలేకుండా కూర్చోవడం అంటే రెండు రకాల హింసాత్మక శక్తులకు స్వేచ్ఛా నియంత్రణ ఇవ్వడం." (టుడేస్ ఇండియా, పేజీ 240)

ఇది 'ఫిలాసఫీ ఆఫ్ ది బాంబ్' పత్రం యొక్క ప్రకటన యొక్క సత్యాన్ని రుజువు చేస్తుంది. గాంధేయ తత్వశాస్త్రం విప్లవానికి వ్యతిరేకమైనట్లే, దాని సాధనాలు కూడా విప్లవానికి వ్యతిరేకం. ఈ ఉప్పు సత్యాగ్రహం కూడా 1920 నాటి సహాయ నిరాకరణ ఉద్యమంలా స్వాతంత్ర్యం కోసం పోరాడుతున్న యువకుల చేతులు, కాళ్లు కట్టేసి, వారిపై దాడి చేసేందుకు ప్రభుత్వ వ్యవస్థీకృత హింసకు స్వేచ్ఛనిచ్చింది. అదే విషయాన్ని పేర్కొన్న పత్రంలో ఈ క్రింది విధంగా చెప్పబడింది-

'వలస స్వరాజ్యానికి బదులు కాంగ్రెస్‌కు చెందిన స్పీకర్లు పూర్తిగా ప్రజల ముందున్న మాట వాస్తవమ

స్వేచ్ఛ ఢంకా మోగిస్తారు. దెబ్బలు తగిలి మళ్లీ తలెత్తుకోలేనంత నిరుత్సాహానికి గురయ్యే వరకు ఒకవైపు పెట్టె, మరొకరు వాటిని మాత్రమే సహించే పోరాటానికి సిద్ధం కావాలని ఆయన ఇప్పుడు ప్రజలకు చెప్పనున్నారు. దాన్ని పోరాటం అనవచ్చా? మరి దాని నుంచి దేశానికి సంపూర్ణ స్వాతంత్ర్యం లభిస్తుందా? ఏ దేశమైనా అత్యున్నత లక్ష్యాన్ని సాధించాలనే లక్ష్యంతో ఉండటం మంచిది, కానీ అదే సమయంలో ఈ లక్ష్యాన్ని చేరుకోవడానికి, తగిన మరియు ఇంతకు ముందు ఉపయోగించిన మార్గాలను ఉపయోగించాలి, లేకపోతే ప్రపంచం కూలిపోతుంది. మన ముందు ఎగతాళిగా కనిపిస్తామనే భయం ఉంటుంది. ,

కాంగ్రెస్ ఉద్యమం ప్రారంభం కాకముందే 'ఫిలాసఫీ ఆఫ్ ది బాంబ్' అనే పత్రం రాశారని, ఉద్యమం జరిగి ఏడాది నిండినప్పుడు భగత్ సింగ్ 'మెసేజ్ టు ది నేషన్' అని రాశారని, రౌండ్ టేబుల్‌లో రాజ్యాంగాన్ని మార్చాలని వైస్రాయ్ కాంగ్రెస్ నేతలను కోరారు. సదస్సుకు ఆహ్వానించారు. అప్పుడు భగత్ సింగ్ ఈ జోస్యం చెప్పాడు-

'ఈ పరిస్థితిలో ఉద్యమాన్ని వాయిదా వేసేందుకు కాంగ్రెస్ నేతలు సిద్ధంగా ఉన్నట్లు కనిపిస్తున్నారు. వారు లీగ్ ఉద్యమాన్ని సస్పెండ్ చేయడానికి అనుకూలంగా లేదా వ్యతిరేకంగా నిర్ణయం తీసుకున్నారా అనేది మాకు చాలా ముఖ్యం కాదు. ప్రస్తుత ఉద్యమం ఏదో ఒక రూపంలో రాజీతో ముగియడం ఖాయం. ఒప్పందం త్వరగా కుదిరిందా లేదా ఆలస్యంగా జరిగిందా అనేది వేరే విషయం. మరియు "ఉద్యమం యొక్క లక్ష్యం చాలా పరిమితం" అని కూడా చెప్పారు.

భగత్ సింగ్ మాటల సిరా ఇంకా ఆరిపోకముందే, గాంధీ-ఇర్విన్ ఒప్పందంపై సంతకం చేయబడింది, దీనిలో భారతీయ పారిశ్రామికవేత్తలు లైసెన్సులు మరియు

కోటాలు పొందారు మరియు ప్రతిగా విదేశీ వస్తువులను బహిష్కరించే ఉద్యమాన్ని కాంగ్రెస్ ఎప్పటికీ ప్రారంభించదని ప్రభుత్వ షరతు అంగీకరించబడింది.

భగత్ సింగ్ తన పై సందేశంలో మరింత పెద్ద అంచనా వేసాడు - "మా పార్టీ బ్రిటిష్ వారి నుండి అధికారాన్ని లాక్కొని కూలీల రైతులకు అప్పగించాలని అనుకుంటుండగా, కాంగ్రెస్ నాయకులు లార్డ్ హార్డింజ్ లేదా ఇర్విన్ స్థానంలో తేజ్ బహదూర్, పురుషోత్తమదాస్ లేదా ఠాకూర్‌దాస్, ఇది సాధారణ ప్రజలకు ఎటువంటి ప్రయోజనాన్ని అందించదు. ''ఆహుతి కథానాయకి రూపమణిని ప్రేమ్‌చంద్ పెళ్లాడారు.

ఈ వ్యవస్థ ఇలాగే కొనసాగితే ధన దోపిడీ అని అంటున్నారు

మతం మరియు కుల అణచివేత యథాతథంగా కొనసాగుతోంది, జాన్ స్థానంలో గోవింద్‌ను మాత్రమే ఉంచాలి.

కాబట్టి నేను దానిని స్వేచ్ఛగా పరిగణించను.

ఆగస్టు 15, 1947 అర్ధరాత్రి ఈ అంచనా సరైనదని నిరూపించలేదా? జాన్ స్థానంలో గోవింద్ కూర్చోలేదా? మారాలని భావించిన దోపిడీపై ఆధారపడిన సామాజిక వ్యవస్థ అలాగే ఉండిపోలేదా?

మరి చూడండి, ఊహాత్మక అహింస యొక్క ఈ పరిమిత లక్ష్యం ఎప్పుడు సాధించబడిందో, మొదటగా

ప్రణేతా గాంధీ హత్యకు గురైంది, ఆపై గోవింద్ తన పనికిరాదని ప్రకటించాడు. 1949 మార్చి 9న 'సర్వోదయ సమాజ్' సదస్సులో రాజేంద్రబాబు ప్రసంగిస్తూ ఇలా అన్నారు-

అతను (గాంధీ) ద్వేషం లేదా పగ వంటి తక్కువ మానవ ధోరణులకు లొంగిపోతాడు, ఇతరులపై దాడి చేయకుండా ఒక వ్యక్తిని లేదా దేశాన్ని రక్షించలేని వ్యక్తి కూడా పిరికితనానికి లొంగిపోతాడు ప్రత్యర్థి పట్ల ఎలాంటి చెడు సంకల్పం లేకుండా ప్రత్యర్థి యొక్క చెత్త ప్రవర్తనను భరించే సామర్థ్యాన్ని అతనికి ఇస్తుంది, అటువంటి ధైర్యం యొక్క బలం మీద, మానవుడు ప్రత్యర్థితో చివరి వరకు పోరాడతాడు శత్రువుతో చివరి వరకు పోరాడగలగాలి, అంటే విజయం, ఎందుకంటే ఒక దేశం అటువంటి ధైర్యాన్ని ఆశ్రయిస్తే మరియు రక్షణాత్మకమైనా లేదా ప్రమాదకరమైనా ఎలాంటి యుద్ధం చేయకూడదని నిశ్చయించుకుంటే తప్ప ప్రత్యర్థి దానిని అణచివేయడంలో విఫలమవుతాడు. యుద్ధం లేదు, ఎవరూ ఖచ్చితమైన యుద్ధ వ్యతిరేక కార్యక్రమంతో రంగంలోకి రారు మరియు ఏ విధమైన

సైన్యాన్ని నిర్వహించడం ఎవరూ వదులుకోరు, అప్పటి వరకు అహింస పోరాటం కొనసాగుతోంది.

వాక్చాతుర్యం! అందమైన వాక్చాతుర్యం! ఈ వాక్చాతుర్యం గాంధీయిజంలోని పనికిరానితనాన్ని, అసాధ్యతను దాచగలదా? లేదు! రాజేంద్ర బాబు అంగీకరించారు.

"ఏదో దేశం లేదా మరొక దేశం ఈ ధైర్యాన్ని ప్రదర్శించాలి. అది ఏ దేశమో మనం చెప్పలేము. గాంధీజీ సిద్ధాంతాలకు మరియు ఆయన బోధనలకు మనమే వారసులుగా భావించినప్పటికీ, ఈ రోజు మనం ఈ పని చేయలేమని స్పష్టమైంది. అయినప్పటికీ, నేను ఆశిస్తున్నాను. ఈ సదస్సులో జరిగిన చర్చల ఫలితంగా ప్రపంచంలోని ఇతర దేశాలకు ఈ సందేశాన్ని తెలియజేయగలుగుతాము.

అహింసా పోరాటం విప్లవ శక్తులకు వ్యతిరేకంగా జరిగింది. ఈ రూపంలో ఈ యుద్ధం ఇంకా కొనసాగుతోంది. స్వదేశీ మరియు విదేశీయ స్వార్థ ప్రయోజనాల కోసం ఇప్పటికీ దీనిని విస్తృతంగా ఉపయోగిస్తున్నారు. సర్ చార్లెస్ అటెన్‌బరో ఇటీవల మన ప్రభుత్వ సహకారంతో తీసిన 'గాంధీ' అనే ఖరీదైన సినిమా దీనికి శక్తివంతమైన నిదర్శనం. లేకపోతే, రక్షణాత్మక లేదా ప్రమాదకర అణ్వాయుధాలను సిద్ధం చేయడానికి మరియు సైనిక బలగాలను పెంచడానికి అంధ జాతి జరుగుతోంది. దోపిడీకి గురవుతున్న, పీడిత ప్రజలకు అహింసా పాఠం నేర్పిన గోవింద్ (భారత ప్రభుత్వం) స్వయంగా నాలుగు యుద్ధాలు చేసి సైనిక బలాన్ని పెంచడమే కాకుండా సెంట్రల్ రిజర్వ్ పోలీస్, బోర్డర్ సెక్యూరిటీ పోలీస్‌లను ఏర్పాటు చేశాడు. పంచతంత్ర రచయిత విష్ణుశర్మ వ్రాశారు, చర్యలకు మరియు మాటలకు మధ్య వ్యత్యాసం ఎంత ఎక్కువగా ఉంటే, విధ్వంసం రోజు దగ్గరగా ఉంటుంది.

దగ్గరికి వస్తుంది. విప్లవాన్ని ఒక్కొక్కటిగా వాయిదా వేయడం ద్వారా, మన ప్రాచీన కుల వ్యవస్థ, ఇది

మార్పు అవసరం; నిరుద్యోగం, ద్రవ్యోల్బణం, అవినీతి ఎంతగా పెరిగిపోతున్నాయో అదే నిష్పత్తిలో నేరాలు, హింస పెరిగిపోతున్నాయంటే అది కుళ్లిపోయింది. భారతమాత గ్రామీణ ప్రాంతాల్లో నివసిస్తుందని, అయితే గ్రామీణ ప్రాంతాల పరిస్థితి దారుణంగా ఉందని చెప్పడమే ధ్యేయంగా చెప్పాలి. గ్రామాలు నాశనం అవుతున్నాయి. ప్రతి నెలా వేలాది మంది గ్రామాల నుండి బొంబాయి, కలకత్తా, ఢిల్లీ మొదలైన నగరాలకు జీవనోపాధి వెతుక్కుంటూ వస్తున్నారు.

ఫలితంగా మురికివాడలు రోజురోజుకూ పెరిగిపోతున్నాయి మరియు ఈ మురికివాడల చిత్తడి నేలల్లో ఈగలు, దోమలు లాగా నేరాలు విజృంభిస్తున్నాయి. ఏది ఏమైనా ఈ నిరుపేదలు ఎలాగైనా కడుపు నింపుకోవాలి. కవి శివ ఓం అంబర్ మాటల్లో, ఫలితం ఏమిటంటే -

మా కాలనీలో అడుగడుగునా ఆకస్మిక దాడి జరుగుతోంది,
మా కాలనీలో ప్రతి క్షణం అలజడి నెలకొంది.

'సత్యం', 'అహింస' అనేవి కేవలం పదాలుగా మారాయి, లేకుంటే 'అబద్ధం', 'హింస' అనే చక్రం ఉంటుంది. మాటలకు అర్థం లేకుండా పోతోంది, మానవీయ విలువలు కనుమరుగవుతున్నాయి.

అక్టోబర్ 1930లో, భగత్ సింగ్ మరియు అతని సహచరులకు మరణశిక్ష విధించబడింది. నేరం ఏమిటంటే, అతను జార్జ్ V చక్రవర్తికి వ్యతిరేకంగా పోరాడాడు. అప్పుడు, యుద్ధ ఖైదీగా, అతను కాల్చివేయాలని డిమాండ్ చేశాడు మరియు ప్రకటించాడు -

"ఒక యుద్ధం జరుగుతోందని మరియు అటువంటి వ్యక్తులు పెట్టుబడిదారీ బ్రిటీష్ పాలకులైనా లేదా భారతీయులైనా సరే, భారతీయ ప్రజల మరియు కార్మికుల ఆదాయ మార్గాలపై గుత్తాధిపత్యాన్ని కొనసాగించినంత కాలం ఈ యుద్ధం కొనసాగుతుందని మేము చెప్పాలనుకుంటున్నాము పేదల రక్తాన్ని స్వచ్ఛమైన భారతీయ పెట్టుబడిదారులు పీల్చిపిప్పి చేస్తున్నారు, మీ ప్రభుత్వం కొంతమంది నాయకులపైనా లేదా భారతీయ సమాజంలోని పెద్దలపైనా ప్రభావం చూపడానికి ప్రయత్నిస్తున్నప్పటికీ, మాకు కొన్ని సౌకర్యాలు వచ్చినా, ఒప్పందాలు కుదుర్చుకున్నా, పరిస్థితి మారదు విషయాలు ప్రజలపై తక్కువ ప్రభావం చూపుతాయి.

1947లో అధికారం మారిన తర్వాత కూడా యుద్ధం ఎక్కడ ఆగింది? ఇది ఏదో ఒక రూపంలో మరియు దేశంలోని ఏదో ఒక ప్రాంతంలో కొనసాగింది. ఇప్పుడు అతని భయంకరమైన రూపం మన ముందు ఉంది. బ్రిటీష్ హయాంలో జరిగిన విప్లవ యుద్ధం అంతర్యుద్ధంగా మారడం ఒక్కటే తేడా.

రాజేంద్రబాబు మాట్లాడుతూ అహింస పోరాటం కొనసాగుతుందని, విప్లవకారులు కూడా మనం ఉన్నాం లేకున్నా మన యుద్ధం కొనసాగుతుందని చెప్పారు. రెండూ కొనసాగుతున్నాయి. కానీ ఏ రూపంలో మరియు ఎవరి కోసం. జాతీయ జీవితంపై రెండూ ఎలాంటి ప్రభావం చూపాయి మరియు చూపుతున్నాయి? రాజేంద్రబాబు ప్రసంగంలో నిజమెంత లేదా విప్లవకారుల

ప్రకటనల్లో ఉందా? సర్వోదయ సమాజ్‌లో ప్రసంగిస్తూ సత్యాగ్రహి ధైర్యం గురించి మాట్లాడిన రాజేంద్రబాబు, ఆ ధైర్యం నిజమా లేక మృత్యువు ముందు నిలబడినా?

విప్లవకారులు చూపిన ధైర్యం నిజమేనా? ఈ విరుద్ధమైన భావజాలాల సాంస్కృతిక అంశం ఏమిటంటే, విప్లవాత్మక ఆచరణ పెరిగినప్పుడు, ఆలోచన కూడా పెరుగుతుంది. గాంధీ మన విప్లవ సాధనను చక్రానికి కట్టి ఉంచారు. ఫలితంగా ఆలోచన మరుగుజ్జు అవుతుంది. ఆలోచనలు మరుగుజ్జుగా మారే దేశం మరగుజ్జు అవుతుంది. మోసపూరిత మరియు మూఢ నమ్మకాలకు మద్దతు లభిస్తుంది. దీని వల్ల ఏర్పడే మనస్తత్వాన్ని భగత్ సింగ్ వివరించాడు -

"మీరు ప్రజాదరణ పొందిన నమ్మకాన్ని వ్యతిరేకించటానికి ప్రయత్నిస్తారు, మీరు కొంతమంది హీరోలను, నిష్కళంకమైన అవతారంగా భావించే కొంతమంది గొప్ప వ్యక్తిని విమర్శించడానికి ప్రయత్నిస్తారు, మీ వాదనకు మిమ్మల్ని అహంకారి అని పిలవడం ద్వారా సమాధానం లభిస్తుంది. దీనికి కారణం మానసిక జడత్వం. విమర్శ మరియు స్వతంత్ర ఆలోచనలు ఒక విప్లవకారుడికి రెండు ముఖ్యమైన లక్షణాలు ఉన్నాయి. అలాంటి మనస్తత్వం మనల్ని పురోగమించకుండా నిరోధిస్తుంది, అది స్పష్టంగా తిరోగమనం చేస్తుంది." (నేను నాస్తికుడిని ఎందుకు).

ఈ రంగంలో భగత్ సింగ్ పాత్ర ఏమిటంటే వివేకానందుడు మన ఆలోచనలను పందొమ్మిదో శతాబ్దం చివరి వరకు ముందుకు తీసుకెళ్లడమే కాకుండా, కొత్త పరిస్థితిలో దానికి కొత్త రూపం ఇచ్చి విప్లవ యుద్ధ ఆయుధంగా మార్చాడు. దీనికి విరుద్ధంగా, గాంధీ ఉద్దేశపూర్వకంగా రెండు వందల యాభై సంవత్సరాల వెనక్కి తీసుకువెళ్లారు; ఫలితంగా మూఢ విశ్వాసాలు, మొద్దుబారిన సత్యాగ్రహులు పుట్టారు. దీని వల్ల సాహిత్యం, కళలకు కలిగే నష్టాన్ని నేటి సాంస్కృతిక స్థాయిని బట్టి సులభంగా అంచనా వేయవచ్చు.

భగత్ సింగ్ భావజాలం దేశం యొక్క భవిష్యత్తును ప్రకాశవంతం చేయడానికి ఒక విప్లవాత్మక భావజాలం మరియు దానిని అమలు చేయడానికి హిందుస్థాన్ సమాజ్ వాదీ ప్రజాతంత్ర దళ్ విప్లవాత్మక సంస్థ. శత్రువుల రెట్టింపు క్రూరమైన దాడి ఈ విప్లవ సంస్థను శైశవదశలోనే విచ్ఛిన్నం చేయడం దేశ దురదృష్టం. సంస్థాగత లోపం మరియు వ్యతిరేక ప్రచారం కారణంగా, భావజాలం కూడా విస్మరించబడింది.

అప్పుడు సుభాష్ గాంధీని ఎదిరించాడు. అతను అహింస కంటే సాయుధ పోరాటం మరియు గెరిల్లా యుద్ధాన్ని విశ్వసించాడు. కానీ సూత్రం కోణం నుండి,

అతను భారతదేశానికి ఉపయోగపడే సోషలిజం మరియు ఫాసిజం యొక్క మిశ్రమ రూపాన్ని పరిగణించాడు. ఈ సైద్ధాంతిక వెనుకబాటు కారణంగా, గాంధీ, నెహ్రూ, పటేల్‌ల కపట త్రయం దేశం పట్ల చేసిన మోసాన్ని బట్టబయలు చేయడమే కాకుండా, తానే స్వయంగా వారి చేతిలో దెబ్బలు తిన్నాడు.

కమ్యూనిస్టు పార్టీ సైద్ధాంతిక పోరాట పాత్ర పోషించవలసి ఉంది, కానీ అది నిజమైన కమ్యూనిస్ట్ పార్టీ అయితేనే ఈ పాత్రను పోషించగలదు. మన కమ్యూనిస్టు ఉద్యమంలో ఉన్న అతి పెద్ద లోపం ఏమిటంటే, అది మొదటి నుంచీ జాతీయవాదాన్ని తిరస్కరించి అంతర్జాతీయంగా మారి ఇప్పటి వరకు అలాగే ఉంది. భారతీయ సమాజాన్ని, చరిత్రను అధ్యయనం చేయాల్సిన అవసరాన్ని అర్థం చేసుకోలేదు. ఫలితంగా మార్క్సిజం జాతీయ రూపమైన భగత్ సింగ్ భావజాలాన్ని ఉద్యమ నాయకత్వం అర్థం చేసుకోలేక, అంగీకరించలేకపోయింది. ఫలితంగా ఉద్యమం విచ్ఛిన్నమై అరవై ఏళ్ల సుదీర్ఘ పోరాటాలు, త్యాగాలు చేసినా సరైన పార్టీని ఏర్పాటు చేయలేకపోయారు.

మార్క్స్, లెనిన్, మావో త్సే తుంగ్‌లను చదవడం నేర్చుకుంటే ఫర్వాలేదు కానీ జాతీయతను తిరస్కరించడం ద్వారా అంతర్జాతీయంగా మారడం సాధ్యం కాదు.

నిజమైన విప్లవ పార్టీ మార్క్సిజం, లెనినిజం మరియు భగత్ సింగ్ సిద్ధాంతాలను విప్లవాత్మక సూత్రాలుగా మార్చుకుంటుంది. ప్రస్తుత సంక్షోభ పరిస్థితుల్లో పీడిత ప్రజలకు నాయకత్వాన్ని అందించగలిగేది ఆమె మాత్రమే. ఇరవయ్యో శతాబ్దం ప్రారంభంలో వివేకానందుడు చూసిన నవ భారత కలను ఆమె మాత్రమే సాకారం చేసుకోగలుగుతుంది.

హిందుస్థాన్ సమాజ్ వాదీ ప్రజాతంత్ర దళ్ లక్ష్యం సోషలిస్టు విప్లవం. కానీ వాస్తవమేమిటంటే మన విప్లవం యొక్క ప్రస్తుత గమ్యం నయా-ప్రజాస్వామ్య విప్లవం. సోషలిస్టు విప్లవం రెండవ గమ్యం అవుతుంది. భగత్ సింగ్ భావజాలంలో ఈ సంస్కరణ అభివృద్ధి మరియు సుసంపన్నం. కాలం భగత్ సింగ్ కు సమయం ఇచ్చి ఉంటే, ఆయన స్వయంగా ఈ సంస్కరణ చేసి ఉండే అవకాశం ఉంది. మార్గం ద్వారా, వారి పత్రాలలో వ్యవసాయ విప్లవం గురించి కూడా మాట్లాడబడింది.

హంసరాజ్ రహబర్
(1986లో ప్రచురించబడింది)

231

TELUGU BOOKS
చత్రపతి శివాజీ
లక్ష్మీ బాయి
1857
స్వామి వివేకానంద
భగత్ సింగ్
రతన్ టాటా
విష్ణు పురాణం
శివ పురాణం
ఇకిగై
నీరు
చాణక్య నీతి
72 HRS
LEARN TELUGU THROUGH ENGLISH IN 30 DAYS

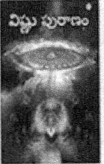

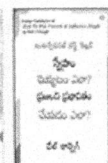

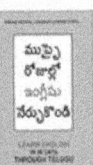

DIAMOND BOOKS

NEW PUBLICATIONS

DIAMOND BOOKS

X-30, Okhla Industrial Area, Phase-II New Delhi-110020
Ph: 011-40712200 email : wecare@diamondbooks.in www.diamondbooks.in

DIAMOND BOOKS

NEW PUBLICATIONS

DIAMOND BOOKS
X-30, Okhla Industrial Area, Phase-II New Delhi-110020
Ph: 011-40712200 email : wecare@diamondbooks.in www.diamondbooks.in

www.ingramcontent.com/pod-product-compliance
Lightning Source LLC
LaVergne TN
LVHW092351220825
819400LV00031B/316
* 9 7 8 9 3 6 3 1 8 3 4 0 7 *